CHÂN DUNG VĂN HỌC

MỘT GÓC NHÌN

CHÂN DUNG VĂN HỌC

MỘT GÓC NHÌN

Tác giả: Đỗ Trường

Thiết kế bìa: Uyên Nguyên Trần Triết

Dàn trang: Trần Hồng Giang

Nhà xuất bản NHÂN ẢNH, California, Hoa Kỳ
2024

ISBN: 979-8-3302-4180-4

ĐỖ TRƯỜNG

CHÂN DUNG VĂN HỌC
MỘT GÓC NHÌN

NHÂN ẢNH 2024

DUYÊN ANH - TỪ CẢM XÚC CHO ĐẾN TẬN CÙNG CỦA CON CHỮ

Dường như, chẳng cứ thế hệ chúng tôi, mà cả miền Bắc rất ít người được đọc, và biết đến nhà văn Duyên Anh. Bởi, tuy sinh trưởng ở Thái Bình, nhưng tài năng văn thơ Duyên Anh chỉ được phát tiết từ năm 1960, sau khi ông di cư vào Nam. Sau biến cố 1975, thơ văn cũng như con người ông bị đốt bỏ, vùi dập. Trong cái hỗn tạp đó, rất may cũng có vài ba tác phẩm của ông lọt lưới ra đất Bắc, và được âm thầm chuyền tay nhau đọc. Rồi mãi đến những năm gần đây, hình như người ta mới dám (rón rén) hồi sức cấp cứu cho một vài tác phẩm của ông thoi thóp trở lại. Nhiều độc giả miền Bắc khoái, tìm Duyên Anh để đọc. Khoái đến độ họa sĩ Nguyễn Việt (cùng quê Thái Bình) dứt khoát phải lấy tên Duyên Anh để đặt cho con gái của mình.

Có thể nói, Duyên Anh là một nghệ sĩ đa tài. Lĩnh vực nghệ thuật nào Duyên Anh cũng để lại những dấu ấn thật đậm nét trong lòng mọi lứa tuổi, mọi tầng lớp người đọc, người nghe. Thật vậy, ở Duyên Anh ta có thể tìm thấy hai con người, hai tính khí đặc trưng: Một Duyên Anh chân chất, giàu cảm xúc của nhà văn, nhà thơ, nhạc sĩ và một Duyên Anh nhà báo sắc sảo đến cay nghiệt.

Nhìn vào Văn học sử Việt đương đại, cùng với Tô Hoài, Võ Phiến, tôi đánh giá cao nội lực sáng tạo của Duyên Anh, qua (trên) bảy chục tác phẩm chính đã xuất bản trước và sau 1975. Viết nhiều, đủ mọi thể loại, làm cho người đọc tưởng chừng, Duyên Anh viết bằng bản năng, cùng cảm xúc của người nghệ sĩ, chứ không tuân thủ theo một thủ pháp nghệ thuật nhất định. Song không hẳn vậy. Cái giản dị đến hồn nhiên và chân thực ấy, đã đưa Duyên Anh đến gần với người đọc, nhất là tầng lớp bình dân, học sinh, sinh viên. Tuy nhiên, với đặc tính này, truyện của ông có một số nhược điểm, tình tiết, hành động đôi khi bị trùng lặp, hoặc có những cái kết (khuôn mẫu) đã được biết trước, ít gây bất ngờ cho người đọc.

Có thể nói, không chỉ hai mươi năm Văn học miền Nam, mà tiếp nối dòng chảy văn học nơi hải ngoại, Duyên Anh vẫn là một hiện tượng văn học rất đặc biệt. Sự đặc biệt ấy, không hẳn vì vốn sống, nội lực sáng tạo, mà do tư tưởng dân tộc của ông: "Dân tộc Việt Nam, một dân tộc phi Cộng Sản, phi Tư Bản, bị nhiễm cả hai thứ vi trùng chủ nghĩa…" (Saigon ngày dài nhất). Nhận ra, thân phận bi thương của đất nước, dân tộc như vậy, nên sự phản kháng cường quyền, châm biếm cái ác cứ đầy ăm ắp trên trang văn, và xuyên suốt sự nghiệp sáng tạo của Duyên Anh. Khi chiến tranh đến giai đoạn khốc liệt, cái tư tưởng dân tộc đó trong thơ văn, dường như đã quá chật chội, nên buộc Duyên Anh phải rẽ sang ngạch báo chí. Với bút danh Thương Sinh (và hàng chục danh khác) cùng với Chu Tử, Duyên Anh đã chọc thẳng vào cái ung nhọt trong mọi lãnh vực, mọi tầng lớp của xã hội lúc đó. Sự phê phán, diễu cợt sâu cay ấy, đôi khi vỗ mặt, quá đà gây không ít sóng gió, và Duyên Anh buộc phải trả cái giá quá đắt cho tận đến những năm tháng cuối đời, bởi thù hận. Tuy không đọc nhiều về mảng báo chí của Duyên Anh, hay Chu Tử, nhưng kẻ hậu sinh như tôi rất cảm phục ngòi bút, cũng như bản lĩnh, sự kiên cường của hai nhà văn này. Thật ra, dù sống ở chế độ Cộng Hòa, hay Cộng Sản, một nhà văn đích thực luôn chĩa bút về phía cường quyền. Và đối lập với chính quyền là điều quan trọng bậc nhất của người cầm bút. Nó không chỉ nhằm vạch ra những yếu khuyết của chính quyền, thúc đẩy xã hội phát triển hơn, mà còn là thước đo nhân cách của một nhà văn vậy. Và tôi nghĩ, Duyên Anh, hay Chu Tử đã làm được điều đó. Tuy nhiên, ở khuôn khổ bài viết này, chân dung hồn vía Duyên Anh chỉ được soi rọi từ khía cạnh văn học, dưới cái nhìn chủ quan của (cá nhân) người viết mà thôi.

Duyên Anh tên thật là Vũ Mộng Long, sinh năm 1935 tại Thái Bình. Chiến tranh, đói khát đã phá nát tuổi thơ ông, thế hệ ông. Sự ám ảnh, và nghèo đói theo ông cùng gia đình lưu lạc khắp nơi. Do vậy, con đường học hành của ông bị gián đoạn, không được như ước vọng. Năm 1954, ông di cư vào Nam, và trải qua rất nhiều công việc, song cái nghèo, sự vất vưởng vẫn không chịu buông tha ông. Trong cái tận cùng gian khó ấy, ước mơ trở thành tác giả, người viết văn vẫn cháy bỏng trong ông. Và mãi đến những năm đầu thập niên sáu mươi, tài năng, tên tuổi Duyên Anh mới được khẳng định, và người đọc biết đến. Tập truyện Hoa Thiên Lý ra đời năm 1963 như một chiếc thẻ thông hành đưa Duyên Anh đến với làng văn vậy. Trên 50 tác phẩm được in ấn phát hành trước 1975, đã nói lên tài năng, trí tuệ, sức làm việc dẻo dai, phi thường của ông. Biến cố 1975, Duyên Anh bị bắt, với đằng đẵng sáu năm tù cải tạo. Chẳng biết có cải tạo, học tập được gì hay không, mà sau khi mãn khóa (tù), Duyên Anh chuồn ngay, và định cư tại Paris. Năm 1997, ông mất bởi căn bệnh xơ gan.

Cũng như các nhà văn cùng thời, cuộc sống, thơ văn của Duyên Anh được chia cắt theo vận mệnh, nỗi đau của đất nước, và con người. Với tôi, Hoa Thiên Lý, Điệu Ru Nước Mắt. Saigon Ngày Dài Nhất, và Nhìn Lại Những Bến Bờ cùng Nhà Tù, tuy không hẳn là những tác phẩm hay nhất, nhưng nó là những trang văn tiêu biểu về tư tưởng, tài năng bút pháp qua từng giai đoạn sáng tạo, cũng như cuộc sống của Duyên Anh. Có điều đặc biệt, một số tác phẩm như: Đồi FanTa, Một Người Nga Ở Sài Gòn của ông đã được dịch ra tiếng nước ngoài và dựng thành phim.

*** Tình yêu - nơi bắt đầu về miền ký ức.**

Nếu ta đã đọc Miền Thơ Ấu của Vũ Thư Hiên, thì sự xúc động sẽ được tiếp nối, và nhân lên trước nỗi buồn, thân phận, tình yêu khi đọc Hoa Thiên Lý của Duyên Anh. Có thể nói, Vũ Thư Hiên, và Duyên Anh là hai nhà văn cùng thế hệ, viết về tuổi thơ, về miền quê cho tôi nhiều cảm xúc nhất khi đọc. Có lẽ bởi, cái tình yêu, nơi bắt đầu trở về miền ký ức ấy của hai nhà văn này, không chỉ làm mê mẩn tuổi học trò, mà còn chinh phục đủ mọi lứa tuổi, mọi tầng lớp người đọc trong xã hội. Ngoài sự hồn nhiên, trong sáng với những cảm xúc chân thực khi viết, ta còn thấy tài năng nắm bắt, miêu tả diễn biến tâm lý nhân vật của Vũ Thư Hiên, và Duyên Anh, không phải nhà văn nào cũng có được.

Tôi chưa thể tìm đọc hết toàn bộ trên bảy chục tác phẩm, nhưng có thể nói, Con sáo của em tôi là truyện hay, truyền cảm nhất của Duyên Anh. Dù nó nằm trong số truyện viết đầu tay của ông. Đọc truyện này, tôi không chỉ xúc động, và có một sự đồng cảm sâu sắc, mà còn bị ám ảnh suốt mấy ngày liền. Cả thiên truyện như một lời tự sự của nhân vật hay chính của tác giả vậy. Với phép so sánh, cùng hình ảnh ẩn dụ con sáo nhỏ không cha, nhà văn làm bật lên nỗi bất hạnh, đói khát cả vật chất, lẫn tình thương của anh em Hữu và Mai. Bị khinh bỉ, và hất hủi của người đời, hai đứa trẻ chỉ còn biết co mình lại, dành tình yêu, bầu bạn với con sáo nhỏ. Tuy nhiên, cuộc sống nghiệt ngã, buộc Hữu phải giết chim sáo, giết chết niềm vui của mình, của em mình. Đoạn trích lời tự sự dưới đây là sự giằng xé, mâu thuẫn nội tâm, hay một bi kịch làm người đọc không khỏi xót xa, bùi ngùi trước cái bi thương của một kiếp người:

"Lúc này đứng nhìn thiên hạ đón xuân, tôi nghĩ đến em gái tôi, nghĩ đến miếng thịt gà, thịt lợn hay thịt chim khi em tôi tỉnh dậy. Anh em tôi chỉ có mỗi con sáo. Con sáo nuôi bao nhiêu ngày mới biết nói. Chẳng lẽ tôi giết nó? Chẳng lẽ em tôi ăn cơm với muối ngày đầu năm? Năm nay em tôi mười tuổi, mười mùa xuân bay vụt qua, mười mùa xuân tẻ nhạt, buồn thảm chấp nối thành thời thơ ấu của em tôi. Mùa xuân trôi theo kỷ nhiệm, có khi nào níu lại được? Tôi không muốn em tôi lớn lên phải nghẹn ngào nhắc tới một trang chua chát, xiên lệch trong cuộc đời. Vậy thì tôi sẽ giết con sáo…Tôi len lén trở vào xách cái lồng sáo xuống bếp. Trời còn tối, sáo không nhận ra tôi. Nếu nó chết thì nó oán hờn sự nghèo khổ và bàn tay tàn ác nào đó. Vong hồn cha tôi sẽ phù hộ tôi. Giết nó, tôi đau đớn vô ngần nhưng tôi phải thương em tôi hơn. Em tôi phải được ăn thịt sáo nấu su hào ngày mồng một tháng giêng năm mới. Chỉ vì em, tôi quên tất cả." (Con sáo của em tôi).

ꙮꙮꙮ

Tình yêu, nỗi nhớ nhà, nhớ quê luôn thường trực trong lòng người viễn xứ. Do vậy, ngay từ truyện ngắn đầu: Hoa Thiên Lý, Duyên Anh đã tìm về tuổi thơ, với một nỗi u hoài. Đọc tập truyện Hoa Thiên Lý, có thể thấy, văn thơ ông chín ngay từ những truyện ngắn đầu. Và một điều đặc biệt, mảng truyện này của Duyên Anh mang nặng hơi hướm hồi ký, tự truyện. Đôi lúc, tưởng chừng ông trộn tất tần tật các thể loại vào nhau vậy. Cũng với thủ pháp nghệ thuật này, có thể nói, nhà văn Đỗ Chu ở đất Bắc, hay sau 1975 nhà văn Phạm Tín An Ninh sử dụng rất thành công ở hải ngoại...Với từ ngữ mộc mạc, trong sáng giàu hình ảnh gợi cảm, mẹ, tâm hồn mẹ dưới ngòi bút Duyên Anh hiện lên rất nhẹ nhàng lãng mạn, song cũng rất cô độc. Tình thương và nỗi nhớ ấy, quả thực làm cho người đọc không khỏi bùi ngùi, xúc động. Không dừng lại ở đó, thông qua hình ảnh hoán dụ, nhà văn dường như muốn nâng nỗi đau, sự nhớ thương lên một nấc, rộng mở, và sâu sắc cao cả hơn. Vâng, đó là tự do – một nỗi đau còn (hay) mất của cả miền quê đất Bắc. Với thủ pháp này, cho ta thấy, Duyên Anh có trí tưởng tượng, liên tưởng rất phong phú. Đoạn trích lời tự sự, từ truyện Hoa Thiên Lý dưới đây, sẽ chứng minh rõ điều đó:

"Giàn thiên lý quê nhà giờ đây héo khô tàn tạ. Loài ve sầu không rủ rê mùa hạ sang nữa nên họ hàng nhà bọ ngựa cũng chết hết vì buồn. Ở ngoài ấy người ta ngăn cấm không cho ai buồn, không cho ai nhớ, không cho ai thương nhau thì dễ gì mẹ tôi đã được ngồi dưới giàn hoa mà kể chuyện cho em tôi nghe. Thì dễ gì có phút giây mẹ nằm tưởng tượng bão táp ngoài trời thấy con chim nhỏ lạc bầy dạt trôi thảm hại. Tôi buồn, tôi muốn khóc khi nghĩ rằng chiều nào người ta bắt mẹ tôi nhổ hoa lý, phá giàn tre để trồng ngô khoai chẳng hạn. Mẹ tôi sẽ chết khô héo trên mảnh đất xác xơ đầy những oán thù…"

Tôi không dám nói, tất cả những hình ảnh, câu chuyện là hiện thân của tác giả, song ở đó chắc chắn ta tìm được sự chân thực của ngòi bút Duyên Anh. Và Đại Dương Trong Lòng Con Ốc Nhỏ, là một trong những truyện ngắn tiêu biểu như vậy của ông. Hình ảnh người cha nghèo đến độ phải ăn cắp chiếc áo ngoài chợ cho con, bị dày vò đến chết, là tột cùng của sự bi thương, làm cho người đọc phải xót xa, và ám ảnh. Tính chân thực ấy, như một thủ pháp nghệ thuật (một cái ngòi) dẫn đến sự cảm thông cho người đọc vậy. Thật vậy, đoạn văn tuyệt đẹp, đầy ăm ắp hình ảnh so sánh dưới đây, đã làm cho nước mắt tôi rơi ngay trên bàn phím, khi ngồi viết những dòng chữ này:

"Cha tôi nhìn mẹ con tôi. Mắt cha tôi long lanh. Bóng cha tôi gầy gò in hình trên bức tường vôi loang lở. Có ai ngờ cái thân thể gầy gò kia lại bọc nổi tình thương yêu rộng lớn như con ốc nhỏ thu gọn cả đại dương trong lòng mà vẫn câm nín. Câm nín suốt đời…Cha tôi chết, mẹ con tôi nheo nhóc bơ vơ. Mẹ tôi năm tháng ngồi đan nỗi buồn ở bến đò Đồng Đức. Anh em tôi nhìn đám trẻ thành thị rồi vội vàng cúi gầm mặt qua sân nhà ông ngoại, làm rơi mất tuổi thơ." (Đại dương trong lòng con ốc nhỏ).

Và không chỉ chiến tranh, mà cả cách mạng cũng giết chết tuổi thơ, bạn bè, thế hệ Duyên Anh. Những vết nứt đầu đời ấy, như nhát dao đâm xuyên qua cuộc sống, tâm hồn nhà văn. Và Khúc Rẽ Cuộc Đời là một truyện ngắn, hay là câu hỏi, lời tự vấn của Vĩnh đã ám ảnh suốt cuộc đời Duyên Anh. Cho nên, cả cuộc đời cầm bút, dường như ông cứ phải đi tìm lời giải đáp, và chống lại cường quyền, chống lại cái ác là vậy:

"Phải chứng kiến lưỡi kiếm đâm từ ngực xuyên qua lưng ba Vĩnh. Phải thấy ba Vĩnh dẫy dựa trên vũng máu, Phải thấy me Vĩnh chết ngất trên thây ba. Phải thấy xác chị Hiền trần truồng. Phải thấy mắt chị trợn trừng uất hận mới hiểu cách mạng và chiến tranh. Tại sao những người hiền lành lại phải chết khốn nạn thế nhỉ?". (Khúc Rẽ Cuộc Đời)

Với tôi, những truyện ngắn, hồi ký của ngày đầu cầm bút này, là giai đoạn quan trọng nhất trong sự nghiệp sáng tạo của Duyên Anh, xét về cả nội dung, lẫn hình thức nghệ thuật. Có thể nói, đây là giai đoạn viết hồn nhiên, với những hình ảnh chân thực, sâu sắc, truyền cảm nhất của ông. Chính vì vậy, nó đi sâu và đọng lại trong lòng mọi tầng lớp người đọc. Và nhắc đến Duyên Anh, chắc chắc như một phản xạ tự nhiên: Hoa Thiên Lý tập truyện ngắn, được bật ra từ người đọc.

*** Bế tắc cuộc sống, mất niềm tin vào xã hội, và con người.**

Sau 1954, nhát dao cắt đôi hình đất nước. Duyên Anh rời bỏ quê hương, theo dòng người di cư, trốn chạy. Tưởng rằng sẽ bình yên ở đất trời phương Nam, nhưng không phải vậy. Chiến tranh, và nỗi cô đơn cùng nghèo đói bủa vây lấy ông. Sự thất vọng ấy, đã làm cho Duyên Anh bất mãn trước một xã hội, mà ông cho rằng, giả dối và bất công. Vì vậy, ngòi bút của ông chọc thẳng vào ung nhọt đó. Sự can đảm ấy của ông luôn không vừa lòng với bất cứ chế độ, đảng phái, đoàn thể nào. Vâng, có thể nói, đây là tư tưởng dẫn đến hành động xuyên suốt sự nghiệp sáng tạo của Duyên Anh. Và đoạn văn rất sinh động: "Học chống cộng, để chống đói" có lời thoại mang tính mỉa mai, trào lộng, không chỉ chứng minh tư tưởng, hành động ấy của Duyên Anh, mà ta còn thấy được, cái sân khấu hề chèo của xã hội lúc đó:

"Mẹ ơi, Trần Học chỉ là Trần Văn Thông, thằng cán bộ thông tin, đệ tử ông Quốc Phong, bạn Hà Nội của tôi, từng thuê tôi làm thơ chống cộng ăn cơm ghi sổ. Nó nhìn thấy tôi. Nó khớp. Nó ngó tôi, mỉm cười. Vì nó có quyền, nó xin lỗi toàn thể học viên cho nó ngưng giây lát rồi ngoắc tay gọi tôi ra thật xa khỏi lớp học.

– Mày ngồi như mả ông tiên sư, tao làm ăn gì được, hả?

– Ông đâu biết mày trở thành lý thuyết gia chống cộng!

Nó móc ví xỉa cho tôi hai trăm:

– Cút mẹ mày đi cho ông dạy chống cộng!

Tôi nói:

– Khóa học 10 ngày, 5 bò lận.

Lý thuyết gia Trần Văn Thông, biệt danh chống cộng Trần Học dậm chân, nhăn nhó:

– Mày cút đi chơi, ông giảng bài xong sẽ về gặp mày. Ông cho mày ký tên vào tờ giấy xác nhận mày học đủ 10 ngày, cụ Ngô sẽ trả mày đủ 5 bò. Mày sẽ có bằng chống cộng. Từ chiều nay, ông không muốn nhìn mặt mày nữa. Cứ nằm nhà. Ngày mãn khóa nhớ đến liên hoan đớp hít, lĩnh tiền và bằng cấp.

– Thế thôi à?

– Muốn gì nữa?

– Tao muốn học chống cộng!

Lý thuyết gia chống cộng Trần Học xỉa thêm hai trăm nữa.

– Cấm mày tiết lộ vụ bán thơ.

Tôi phú lỉnh ngay." (Trích: Nhìn lại những bến bờ)

Trước một xã hội bất ổn, nạn bè phái, tướng tá khoái đảo chính hơn trận mạc, càng làm cho Duyên Anh chán nản, và khinh bỉ: "Với tôi, dù khát khao đổi mới, dù không ưa thái độ của Tổng giám mục Ngô Đình Thục, không chịu nổi ngôn ngữ của bà Trần Lệ Xuân, dù không chấp nhận sự thao túng của ông Ngô Đình Cẩn, tôi vẫn coi 1-11-1963 là một thoán nghịch đê tiện…" (Nhìn lại những bến bờ). Và từ đó, ta thấy Duyên Anh xuất hiện trên cả hai diễn đàn báo chí và văn chương. Nếu trên báo chí Duyên Anh đào sâu, hạ nhục các tướng lãnh, những nhân vật cốt yếu… và cường quyền thối nát, thì ở diễn đàn văn chương ông đi tìm, xây dựng, ngợi ca du đãng, giang hồ. Và có thể nói, Điệu Ru Nước Mắt ra lò năm 1965, là một trong những cuốn tiểu thuyết điển hình như vậy của Duyên Anh ở giai đoạn này. Và sau đó, nó được chuyển thể thành kịch bản phim cùng tên do Hãng Phim Liên Ảnh thực hiện.

Từ nhận thức, tư tưởng như vậy, cho nên không chỉ ở Điệu Ru Nước Mắt, mà những tiểu thuyết cùng viết về đề tài này, Duyên Anh đều xây dựng tính cách nhân vật, với những bố cục truyện khá đồng nhất. Do vậy, thành thật mà nói, đọc đến cuốn tiểu thuyết thứ hai, thứ ba… của ông về đề tài này, cảm hứng của tôi cũng vơi dần đi ít nhiều.

Vẫn thông qua nghệ thuật đối thoại, thái độ nhân vật, Duyên Anh cài cắm ý thức tư tưởng của mình về xã hội, và con người vào đó. Tư tưởng, hồn vía ấy của Duyên Anh ảnh hưởng sâu sắc đến tâm lý người đọc, nhất là giới trẻ khi tương lai, và niềm tin đã mất. Thật vậy, đoạn trích lời thoại, như một lời tự sự đắng chát giữa hai tầng lớp trong xã hội (bác sỹ Niệm và gã giang hồ Trần Đại) dưới đây, chứng minh cho ta thấy sự đảo lộn giá trị đạo đức, giá trị con người. Buộc Duyên Anh phải làm sáng tỏ nó, và giải quyết nghịch lý ấy, trong tác phẩm này:

"Bác sĩ Niệm nói chưa dứt, Trần Đại chặn lại :

– Không đi hoang đâu bác sĩ ạ ! Đi tìm tương lai đấy. Gia đình bỏ rơi chúng tôi, xã hội hất hủi chúng tôi, tổ quốc khinh bỉ chúng tôi. Có ai nghĩ cho chúng tôi đâu. Vậy chúng tôi tự nghĩ lấy, tự tạo lấy con đường riêng của chúng tôi. Chúng tôi đi làm du đãng. Bác sĩ chơi với du đãng, bác sĩ sẽ hối hận đấy.

Bác sĩ Niệm đứng lên :

– Tôi không có mặc cảm gì cả, nhưng tôi nhận thấy, nếu du đãng như anh và cậu Hùng cả thì xã hội này đỡ bẩn hơn. Tôi thường nhìn lại cuộc đời mình, dĩ vãng và hiện tại, tôi nói thật, nó dáng "buồn nôn" lắm. Những mẫu người mà cuộc đời đang công kênh lên, đặt vào chiếu tri thức, giá tâm hồn họ bỗng được một phần nhỏ tâm hồn anh, tôi chắc tổ quốc này đỡ tủi nhục nhiều. Khốn nỗi, họ đê hèn hơn cả những người vô học đê hèn, họ sống ích kỹ và rỗng tuếch. Chính tôi, tôi cũng thấy mình rỗng tuếch đáng phỉ nhổ. (Điệu Ru Nước Mắt)

Khác hẳn với những truyện ngắn, bút ký về quê hương thuở ấu thơ, tiểu thuyết ở giai đoạn này Duyên Anh ít đi sâu vào miêu tả diễn biến tâm lý. Nhưng ông dành nhiều trang không chỉ thi vị hóa, mà còn còn (phóng đại) cường điệu hóa (hình ảnh, hành động) nhân vật: "Anh Trần Đại được làm tướng đi đánh nhau với cộng sản, chắc chắn anh ấy thương lính của anh ấy như thương chúng mình, anh ấy lại cừ nữa, cộng sản cứ gọi là hết ngáp..." (Điệu Ru Nước Mắt). Có thể nói, Duyên Anh đề cao nhân cách giới du đãng, giang hồ, (hay nói cách khác mượn họ) để bóc trần bộ mặt thật, giả dối lưu manh của giới chính trị, tầng lớp ăn trên ngồi trốc. Với những hình ảnh so sánh, đoạn trích dưới đây, cho ta thấy rõ điều đó:

"Nó đã làm đủ nghề. "Thổi nghẽo, đi hiu", gác khách cho "phỉnh cấc" và ma cạo. Nhưng nó anh dũng hơn nhiều thằng khác trong cái xã hội bẩn thỉu này là nó dám nhận nó là ăn cắp xe đạp… Tôi yêu nó. Chúng tôi yêu nó. Không hiểu bác sĩ nghĩ thế nào, chứ theo ý tôi, những thằng đang vỗ ngực nhận mình là chính khách là cách mạng chưa thằng nào có can đảm như Năm Hòa Hưng. Tôi khinh chúng nó bác sĩ ạ!" (Điệu Ru Nước Mắt).

Và trong cái xã hội trắng đen đảo lộn ấy, hình ảnh chính trực của nhà văn Thiên Chương can đảm, dám đi đến tận cùng của công lý, và sự thật, như một ngọn lửa chợt lóe lên giữa đêm đen vậy. Và phải chăng hình ảnh đó, chính là hiện thân của tác giả Duyên Anh? Đây là nhân vật đặc biệt, bất ngờ đã mở ra lối thoát cho xã hội, con người, và gieo niềm tin vào lòng người đọc. Tuy nhiên, ở giai đoạn này, như (đại ý) Duyên Anh đã nói ở đâu đó, viết để giải tỏa uất ức bấy lâu. Song tôi nghĩ, chưa đủ, ông viết trên hết vì cuộc sống, cơm áo gạo tiền. Do vậy, lối viết của ông róng riết, không còn hồn nhiên, trong sáng như những năm tháng đầu.

*** Biến cố 1975, với những năm tháng tù đày.**

Tôi đã đọc khá nhiều hồi ký, bút ký về những ngày Saigon hấp hối của các nhà văn, tướng sĩ cả hai miền Nam Bắc. Tuy nhiên, đến lúc này, chưa có cuốn sách nào cho tôi nhiều cảm xúc như: Saigon thất thủ của Komori Yoshihisa, và Saigon ngày dài nhất của Duyên Anh. Nếu Komori Yoshihisa đi sâu vào tìm hiểu, phân tích nguyên nhân Saigon thất thủ, với những nhân vật chóp bu, thượng tầng, thì Duyên Anh đi sâu vào cái không khí đặc đến nghẹt thở, và hình ảnh cuối của người lính, cũng như tâm trạng người Saigon lúc đó. Saigon ngày dài nhất được Duyên Anh viết vào năm 1988 tại Paris. Với độ lùi của thời gian như vậy, dường như đã ủ chín những suy nghĩ, nhận định của Duyên Anh. Thật vậy, bằng kỹ năng quan sát của người làm báo, tư duy liên tưởng viết của một nhà văn, giờ phút hấp hối ấy, Saigon hiện lên rất đau thương, với hình ảnh rất chân thực, sinh động.

Trong cái mớ bòng bong, hỗn loạn ấy, nhà văn vẫn còn nhận ra sự bình tĩnh đến lạ thường của người lính. Trách nhiệm với non sông đất nước, như là một biểu tượng tự nhiên của người lính vậy. Có điều đặc biệt, không chỉ tác phẩm Saigon ngày dài nhất này, mà tác phẩm nào cũng vậy, nếu Duyên Anh đề cao, hãnh diện bởi người lính VNCH, thì bên cạnh đó, kiểu gì cũng là những lời tổng sỉ vả về sự hèn nhát, vô trách nhiệm của tướng lĩnh, và tầng lớp lãnh đạo cao nhất. Cái tư tưởng, tình cảm này xuyên suốt những trang viết của Duyên Anh. Có lẽ, đây cũng là một trong những hạn chế, mang tính cực đoan của ông chăng?

Và nếu hình ảnh bi thảm, chán chường ở người lính thất trận trong Tháng Ba Gãy Súng của Cao Xuân Huy cho người đọc nỗi cảm thông, thì vẫn hình ảnh người lính ấy, còn đọng lại ở cây viết của Duyên Anh một sự điềm tĩnh đầy tự tin:

"Người lính xe tăng mở nắp, cầm cái búa lớn nhảy xuống đường. Chiếc tăng bị trục trặc. Bình tĩnh, người lính giáng những nhát búa. Chắc chắn, anh không nghe tướng Vĩnh Lộc hài tội tập đoàn Nguyễn Văn Thiệu và kêu gọi tiếp tục chiến đấu. Người lính ấy, biểu tượng rực rỡ và đích thực của quân đội, còn nguyên vẹn danh dự và trách nhiệm. Anh thừa hiểu bọn tướng lãnh đầu sỏ đã chạy trốn hết. Bọn thống trị bù nhìn đã chạy trốn hết. Nhưng là lính, dù thoi thóp một phút chiến đấu, anh vẫn bảo vệ danh dự quân đội, vẫn chứng tỏ trách nhiệm với tổ quốc, dân tộc. Người lính im lặng làm công việc của anh. Hẳn nhiên, anh không hò hét. Nên, anh vẫn còn đây, trước cổng nhà tôi số 225 Bis đường Công Lý, sửa xích xe tăng một cách thản nhiên. Sự thản nhiên của người lính, tôi đã không tìm thấy ở tướng Vĩnh Lộc trên vô tuyến truyền hình." (Saigon ngày dài nhất)

Và chứng kiến sự tuẫn tiết của người sĩ quan cảnh sát, ngòi bút của Duyên Anh càng sắc bén và sâu cay. Vẫn hình ảnh so sánh đề cao khí tiết của người sĩ quan, và nhằm bóc trần bộ mặt đê hèn (trốn chạy) của các tướng lĩnh, Đô trưởng Saigon. Cùng đó, sự liên tưởng về cái giả dối, hão huyền của con người, hay của chính chúng ta nơi hải ngoại này, đã được Duyên Anh đưa tuốt tuồn tuột lên trang sách của mình. Và một đoạn văn, hay một câu hỏi tu từ dưới đây, Duyên Anh làm cho người đọc uất uất nghèn nghẹn, đắng chát không chỉ nơi cổ họng: "Trung Tá Long đã chọn đúng chỗ để tuẫn tiết. Tướng giữ thành Sàigòn là Tổng Trấn Sàigòn đã đào ngũ… Không có Hoàng Diệu, ở những trạng lịch sử chó đẻ của thời đại chúng ta. Và trên những tiểu thuyết đấu tranh, những hồi ký chiến đấu của những con người tự nhận sống hùng mọi hoàn cảnh, người ta không thấy một dòng nào viết về cái chết tuyệt vời của Trung tá cảnh sát tên Long…Ở những cuộc đấu thầu anh hùng, liệt sĩ quốc gia tại hải ngoại, chưa thấy một nén tâm hương tưởng mộ Trung tá Long. Có lẽ, liệt sĩ đích thật không lãi lớn bằng liệt sĩ giả vờ thế thì thời đại chúng ta đang sống là cái thời đại gì nhỉ?" (Saigon ngày dài nhất)

Từ chỗ tuẫn tiết của Trung tá Long, Duyên Anh băng sang nhà thờ Đức Bà. Nơi vừa xảy ra trận chiến quyết tử của một trung đội nhảy dù. Một trận chiến không hề cân sức. Và Saigon đã không thành Leningrad, nhưng dưới ngòi bút Duyên Anh, tinh thần người lính đi vào bất tử:"...Đánh lấy chết. Chết vinh. Tôi vừa mới khô nước mắt. Trung đội nhẩy dù chết hết. Giặc cũng chết bộn. Xác quân ta và xác giặc đã được mang đi. Chiến trường đã rửa sạch vết máu. Ông ra mà xem, đường còn ướt mèm." (Saigon ngày dài nhất). Hình ảnh đẫm máu, và nước mắt ấy, có thể là trận chiến cuối ngay trên đường phố Saigon. Nhưng chắc chắn từ đây bắt đầu một trận chiến mới trong lòng Duyên Anh, trong lòng thành phố. Và bên cạnh những người lính đi vào bất tử ấy, Duyên Anh cũng cho người đọc nhận ra, chân dung những người cách mạng mới. Có thể nói, với những biện pháp tu từ như vậy, làm cho văn của Duyên Anh sinh động, đầy ăm ắp những hình ảnh so sánh: "A, những người này tôi đều biết. Họ ở dưới chợ Xóm Lách. Họ đã là nhân dân tự vệ chọc chó, hái trộm khế nhà tôi và gây phiền nhiễu cho dân lương thiện. Họ đã là những tên sống cù bơ, cù bất ngoài vòng pháp luật. Họ đã là ông thợ may hiền lành, bà chạp phô dễ tính. Họ đeo băng đỏ chờ đợi hoan hô cách mang..." (Saigon ngày dài nhất)

Có mặt ở thời khắc đó, do vậy Duyên Anh có một cái nhìn chân thực, sống động. Tuy nhiên, với nỗi đau cùng tâm trạng ê chề đó: Nhìn lá cờ không sinh khí? Hay hồn vía Duyên Anh cũng rũ rượi như một ngày thiếu nắng, thiếu gió. Đoạn trích sau đây, không chỉ cho ta thấy rõ điều đó, mà còn vạch trần những cái giả dối, lưu manh của lịch sử bấy lâu nay che đậy. Vâng, chẳng có cái xe quái nào ủi sập cái cổng Dinh Độc Lập, như sân khấu hề chèo trình diễn suốt gần nửa thế kỷ qua. Cảm ơn Duyên Anh, một nhân chứng sống: "Chúng tôi đã đến Dinh Độc Lập. Lá cờ Mặt trận giải phóng miền Nam đã thay thế cờ vàng ba sọc đỏ. Nó không phất phới bay theo khí thế giải phóng. Nó rũ rượi trong ngày thiếu nắng, thiếu gió. Chiếc xe tăng thứ nhất theo ngả Thị Nghè, Hồng Thập Tự, Nguyễn Bỉnh Khiêm, Thống Nhất đã vào khuôn viên Dinh Độc Lập ngon lành. Cổng mở rộng sẵn. Không hề bị T-54 ủi sập như báo chí Cộng Sản tường thuật…Cộng Sản vào Dinh Độc Lập lúc 11 giờ 30 phút."(Saigon ngày dài nhất).

Sau tháng 4-1975, cùng với quân cán VNCH, các nhà văn đều lần lượt chui vào rọ cả. Không bị lên thớt như Nguyễn Mạnh Côn, Dương Hùng Cường hay Vũ Hoàng Chương…bác nào may mắn còn trở về cũng trầy vi tróc vảy. Tuy nhiên, những năm tháng dày vò, hành hạ về cả thể xác lẫn tinh thần ấy, chưa hẳn đã là điều đáng sợ đối với họ. Mà nỗi lo sợ cho vợ con, gia đình ở một cái xã hội đảo lộn tùng phèo về đạo đức, luật pháp mới là nỗi đắng cay nhất trong lòng văn nhân tù đày. Thật vậy, tác phẩm Nhà Tù, Duyên Anh đã dành nhiều trang văn cảm động, súc tích nhất để nói về nỗi đớn đau này. Có thể nói, Duyên Anh là một trong những nhà văn hàng đầu của Việt Nam viết về tâm lý, nỗi đau, thân phận con người: "Con gái tôi, Vũ Nguyễn Thiên Hương, tức con Ki…giỏi môn văn, được ra Hà Nội thi, đậu cao sẽ sang Moscow, thương bố bị tù, thương anh bị đuổi học đã xin nghỉ học luôn. Con trai út tôi, Vũ Nguyễn Thiên Sơn, tức thằng Đốm, bị cấm đến trường. Vợ tôi bệnh hoạn dài dài, bị lừa gạt vượt biên, bị hăm dọa thủ tiêu nếu không rời căn nhà đường Công Lý. Thư hăm dọa trình công an. Công an lờ tít. Vợ con tôi bỏ nhà…lưu vong. Con chim đại bàng đã không đến ăn khế vườn nhà tôi. Và cổ tích của thằng Đốm là thất học." (Nhà Tù)

Không như những sĩ quan, người lính cùng cảnh lao tù, cải tạo, mà dường như Duyên Anh ngơ ngác với những "nỗi khổ thật mới". Không giấy mực, ông vận nỗi thống khổ ấy vào thơ. Những cái chết bất ngờ, rẻ mạt của người tù cải tạo làm cho Duyên Anh giật mình, kinh hãi. Lời thơ cho vợ, hay là lời tuyên án cho những kẻ giết người giấu mặt, ẩn tên này. Tôi đã đọc rất nhiều trang văn xuôi kinh hoàng về những năm tháng cải tạo tù đày sau 1975, song về thơ dường như không được nhiều. Ngoài thơ Tô Thùy Yên, thì quả thực bài "Về nỗi khổ thật mới" Duyên Anh đã làm cho tôi xúc động. Có thể nói, đây là bài thơ hay, với những hình ảnh, sự liên tưởng độc đáo, một cảm giác chờn chờn, rợn rợn, khi đọc: "Lưỡi cưa cùn cưa gỗ cưa cây thật ớn/ Đã cưa xương cưa thịt con người/ Bạn anh thét kinh âm hưởng vút lên trời/ Bạn anh giẫy giụa đất nứt tung cục cựa/...Mắt cài then kín cửa". Hình ảnh chân thực, nỗi đau tận cùng trời đất ấy, đã đọc nhiều lần, song tôi không đủ can đảm nhắm mắt để tưởng tượng, nên đôi lúc có tính hoài nghi... Vâng! Có lẽ, chỉ có người tù cải tạo mới thấu cảm hết những điều đó mà thôi:

"Báo tin cho em biết

Bạn anh vừa cuốc đất trúng mìn

Mìn nào đó, ôi trái mìn xảo quyệt

Ai cũng được quyền gài và quyền lớn tiếng thanh minh...

Lưỡi cưa cùn cưa gỗ cưa cây thật ớn

Đã cưa xương cưa thịt con người

Bạn anh thét kinh âm hưởng vút lên trời

Bạn anh giẫy giụa đất nứt tung cục cựa

Anh ghì tay bạn anh

Mắt cài then kín cửa

Hồn đi xa khỏi thế giới lầm than

Nỗi đau đóng đinh thập giá có đâu bằng

Bạn anh bị cưa chân bởi thứ cưa cưa gỗ

Nhân loại có nhiều nỗi khổ

Nhưng chưa có nỗi khổ nào giống nỗi khổ bạn anh…" (Về nỗi khổ thật mới)

Nếu ta đã đọc Ở Cuối Hai Con Đường của nhà văn Phạm Tín An Ninh, thì sẽ có sự đồng cảm hơn khi đọc Nhà Tù của Duy Anh. Cả hai nhà nhà văn cùng đi sâu vào khía cạnh tình người. Với cái nhìn chân thực của nhà văn, hơn hết là một người tù: Không phải tất cả những người quản giáo đều tàn nhẫn, và mất hết tình người. Ở họ, nhà văn vẫn tìm thấy sự đồng cảm, sự sẻ chia. Vâng, có lẽ đây là một trong những giá trị chân thực nhất mà tôi đã tìm được ở những tác phẩm này: "Các anh nhà văn, nhà báo, các anh có tội với Đảng chứ không có tội với ai hết. Các anh lao động đầu óc, khác mấy anh tư sản mại bản. Tôi kính trọng các anh với tư cách cá nhân. Tôi là bộ đội, đang là công an tạm thời, chờ chuyển ngành hoặc giải ngũ…" (Nhà Tù)

Không chỉ người quản giáo, mà ở người cán bộ kiểm sát cấp cao, nhà văn may mắn gặp được cái tình người còn sót lại. Thành thật mà nói, đây là lần đầu tôi bắt gặp chi tiết này, trên trang văn của các cựu tù cải tạo. Có thể nói, đây là chi tiết, tư tưởng hành động khá thú vị. Nó không chỉ cho người đọc cảm được sự trung thực, mà còn làm dịu mát đi tác phẩm vốn dĩ đã nóng bỏng, và chua cay này. Hồi ký, bút bút thường mang tính chủ quan, các sự kiện được kể lại, theo thứ tự thời gian tác giả trải qua, chứng kiến. Do vậy, lời văn chậm, khó gây cảm hứng cho người đọc, nhất là giới trẻ. Tuy nhiên, cũng ở thể loại này, Duyên Anh sử dụng nhiều, và rất tinh tế nghệ thuật đối thoại, làm cho lời văn ngắn gọn, sinh động, buộc người đọc phải đi đến tận cùng trang viết. Thật vậy, lời thoại dưới đây, cho chúng ta thấy rõ điều đó:

"Buổi sáng ngày thứ ba, ông ta đưa tôi gói cà-phê:

– Tôi đã qua nhà anh rồi ngại không dám vào. Một cán bộ vào nhà một nhà văn bị tam giữ sẽ xẩy ra nhiều dị nghị cho cả hai. Tôi mua tặng anh hai lạng.

Tôi nói:

– Tôi xin phép gửi lại tiền anh.

Ông ta lắc đầu:

– Anh quên tôi là cán bộ và anh là người bị tạm giữ. Trên tất cả vẫn là con người…

Lúc quản giáo dẫn tôi về phòng, ông ta chỉ thị: "Tôi cho phép anh Vũ Mộng Long đem cà-phê vào". Buổi chiều, tôi chấm dứt bản tự khai. Ông ta không đọc, không chấp pháp mà cất vào ba-lô…

Ông ta đứng dậy, bắt tay tôi:

– Giữ gìn sức khoẻ.

Tôi bắt tay ông ta. Lần đầu tiên và là lần duy nhất người của Đảng bắt tay tù nhân, chúc sức khoẻ tù nhân…" (Nhà Tù)

Đọc Duyên Anh ta có thể thấy, chưa khi nào giá trị, thân phận con người rẻ mạt như những năm tháng sau 1975. Có thể nói, đó là nỗi đau khó có thể đóng thành sẹo của một dân tộc bất hạnh. Một dân tộc sợ hãi chiến tranh, và sợ hãi ngay cả khi hòa bình, nhưng vẫn phải chấp nhận cả hai. Như một lần ông đã nói (đại ý) như vậy.

*** Nỗi cô đơn, bất hạnh với những năm tháng tha hương.**

Cũng như nhà văn Trần Hoài Thư, hay Lữ Quỳnh, đến được bến bờ tự do Duyên Anh càng thấy lẻ loi, và cô đơn. Do vậy, ông trở lại với thi ca nhiều hơn. Và dường như, chỉ có thi ca mới phần nào giải tỏa được nỗi u uất trong lòng văn nhân. Chính sự cô đọng ấy, thi ca cũng như hồn vía Duyên anh ở giai đoạn này, để lại sự đồng cảm sâu sắc trong lòng người đọc. Dù văn xuôi vẫn giữ vị trí quan trọng nhất trong quỹ thời gian sáng tạo của ông. Ta Và Ta là một bài thơ thất ngôn như vậy của Duyên Anh. Có thể nói, đây là bài thơ hay về nỗi cô đơn tột cùng trong tâm hồn người thi sĩ. Sự khó khăn, buồn phiền không người sẻ chia, cảm thông và bế tắc ấy của Duyên Anh, chợt làm tôi nhớ đến: Sắt Thép Đau. Một bài thơ đau đớn, oan nghiệt của linh hồn, đọc lên ai cũng phải chờn chờn, rợn rợn, được ông viết vào khoảng năm 1975. Như vậy, có thể thấy cái tâm hồn cô quạnh, đa cảm này, không phải khi Duyên Anh phải trốn chạy, lạc lõng nơi xứ người mới có: "Hồn ta thanh sắt đường rầy/ Con tàu oan nghiệt tháng ngày nghiến lên/ Cường toan nhỏ giọt đêm đen/ Lặng thinh ta đếm ưu phiền rụng rơi". Khác hẳn với văn xuôi, thơ Duyên Anh sử dụng nhiều hình ảnh, điển tích và cổ ngữ. Do vậy, nhiều bài rất hay, sâu sắc, song không hẳn đã dễ đọc. Với đặc điểm này, thơ ông kén người đọc, nhất là giới trẻ. Và cũng chính bài "Ta Và Ta" sẽ cho ta thấy rõ điều đó:

"...Ta đến một mình không có ai

Gập ghềnh địa nạn, dốc thiên tai

Thế gian vùi ngủ uên hồng thuỷ

Thuyền vắng Noé, nước ngập đầy

Ta đến một mình ta với ta

Bỗng dưng thương ngục đá đêm già.

Cuối đường hiu hắt chiều giăng mắc

Thấp thoáng hồ ly đóm lửa xa."

Không hề nghèo đói, không thiếu bạn bè, người thân và gia đình, nhưng Duyên Anh vẫn cảm thấy bơ vơ, đói khát trên hè phố Paris. Nhớ lại quá khứ, mà ông cứ ngỡ, mình đang ăn mày dĩ vãng, gặm nhấm linh hồn vậy. Cái cảm giác, với những bước chân lỡ nhịp đó của Duyên Anh không chỉ dừng lại ở bài Cái Bang, mà dưới hình thức này, hay cách bộc lộ khác, xuất hiện ở khá nhiều lần trong thi tập "Em Tôi Saigon Và Paris". Có thể nói, Duyên Anh có tài làm thơ Lục bát, bởi đọc khá kỹ tập "Thơ Tù" và "Em Tôi Saigon Và Paris", không có bài dở, hầu như bài nào cũng cảm động cho tôi những cảm xúc khác nhau. Và bài Cái Bang dưới đây chưa hẳn đã nằm trong số những bài hay của Duyên Anh, song nó cho tôi sự đồng cảm của những kẻ xa quê, xa Tổ Quốc trên dưới bốn chục năm (như chúng tôi):

"Bị đeo tưởng đã lệch vai

Vỉa hè đất khách rạc rài bước hoang

Ăn mày chỗ đứng nhân gian

Vì chưng thiếu gậy, cái bang lỡ thời"

Nếu ta gặp hồn vía cổ thi ở những Phạm Ngọc Lư, hay Vũ Hoàng Chương, thì đọc Duyên Anh sẽ thấy, dường như ông đang thổi hồn cổ phong vào thơ lục bát vậy. Đây là một trong những đặc trưng khá tiêu biểu của thi ca Duyên Anh. Khai Bút được ông viết ngày đầu xuân Ất Sửu 1985. Bài thơ không chỉ là nỗi đớn đau, thất bại của người nghệ sĩ tài hoa lỡ vận, mà còn như một lời dự báo về nỗi đau tàn phế và cô đơn bất hạnh mà Duyên Anh thực sự phải gánh chịu vào những năm cuối đời:

"...Ngựa về vết chém ngang lưng
Ủ ê chiến tích rưng rưng chiến bào.
Tài hoa mối gặm hư hao
Tủi thân nhan sắc, nghẹn ngào phấn son.
Đường xa rêu lấp xanh buồn
Hồ ly rình rập hớp hồn tinh anh
Rượu xuân mừng chén lênh đênh
Nghìn năm sau vẫn một mình mình thôi"

Duyên Anh làm khá nhiều thơ có tính thời sự, nhưng "Trót Quên" viết tặng Huy Cận (người rất yêu thơ về Paris của ông), đã mang đến cho tôi nhiều cảm xúc nhất. Vẫn thể lục bát, viết về một thời lầm lỡ của thi nhân như thể răn đời, và răn mình vậy: "...Vòng tay ôm lãnh tụ hèn/ Vòng tay ôm ý thức điên rối bời/ Vòng tay ôm rã ôm rời/ Đã quên ôm chặt một người mình yêu". Nếu được phép tuyển chọn, với tôi bài thơ trữ tình: "Bấy Giờ, Em Ơi" là bài thơ hay nhất trong thi tập Em Tôi Saigon Và Paris của Duyên Anh. Và hơn thế nữa, cùng với Em Đi Chùa Hương của Nguyễn Nhược Pháp, Khi Chưa Có Mùa Thu của Trần Mạnh Hảo, Tình Ca Ban Mai của Chế Lan Viên... Bấy Giờ, Em Ơi là một bài thơ trữ tình hay nhất ở thể ngũ ngôn của thi ca đất Việt. Trích đoạn có lời thơ, hình ảnh tuyệt đẹp, và nhẹ nhàng dưới đây chứng minh thêm tài năng thi ca của nhà văn Duyên Anh:

"…Có bao giờ em nói
Lời tình tự ca dao
Có bao giờ em gọi
Hồn ta về với nhau
Mùi hương nào gợi nhớ
Vườn trăng thoảng hương cau
Con diều nâu đòi gió
Gửi nhạc sáo lên cao
Nhịp võng trưa mùa hạ
Ngày xưa ru ngày sau
Thi ca trong sữa lúa
Tiểu thuyết trên lụa đào…"

Có thể nói, cuộc đời Duyên Anh là một cuốn tiểu thuyết đầy biến cố, và bi kịch. Nhưng bằng tài năng, lòng vị tha, và nghị lực sống đã giúp ông vượt qua những bất hạnh đó, nhất là những năm tháng cuối đời. Cuộc đời và trang viết của ông đi qua nhiều thế hệ người đọc, bởi cái tư tưởng dân tộc, sự can đảm nói, viết những điều không ai dám nói. Vâng, chỉ có sự thật mới cảm hóa được lòng người. Và sự can đảm, tính nhân bản này, là một đặc tính, một nhân cách rất cần cho một nhà văn.

Leipzig ngày 9- 8-2021

ꙮꙮꙮ

CUNG TRẦM TƯỞNG: TỪ CHUYỆN TÌNH LÃNG MẠN ĐẾN HỒN THƠ (THẾ SỰ) LƯU ĐÀY

Tháng Tư, tiết lập xuân dường như mới bắt đầu ở châu Âu. Mặt trời le lói ở đâu đó, làm cho thời tiết ấm dần lên. Sau nhà, mận và anh đào trong vườn đã bắt đầu trổ bông. Trước khung cảnh, và cái không khí nhẹ nhàng như vậy, không hiểu sao bất chợt, tôi nhớ đến trời Paris với nỗi buồn mùa đông, cùng thu vàng lá đổ của Cung Trầm Tưởng.

Cái rung cảm ấy, buộc tôi ngồi vào bàn viết, và đi tìm cái hồn vía của thi sĩ này. Vâng, cái trữ tình mang mang hồn Tây Phương đó đã trộn vào thơ ca Cung Trầm Tưởng. Và ngay từ năm 1957, Cung Trầm Tưởng bỏ Paris trở về Sài Gòn, (như một cơn gió) ông đã thổi hồn vào thơ ca miền Nam lúc đó vậy. Và cái luồng gió ấy mang theo những khát khao mới lạ, Cung Trầm Tưởng đánh đúng vào tâm lý người đọc, người nghe. Nhất là khi những trang thơ đó được Phạm Duy phổ nhạc, có nhiều ca sĩ trình diễn.

Và dường như, Cung Trầm Tưởng là thi sĩ đầu tiên (?) đã đưa cảm xúc từ người tình Tây Phương của mình vào thơ một cách chân thực, và lãng mạn: "Mùa thu nơi đâu?/ Người em mắt nâu/ Tóc vàng sợi nhỏ/ Mong em chín đỏ trái sầu" (Mùa thu Paris). Và cũng chẳng ngoa tẹo nào, nếu nói, Cung Trầm Tưởng là một trong những chiếc cầu nối, hay Âu hóa những nét đặc trưng vào thi ca Việt.

Cung Trầm Tưởng tên thật là Cung Thức Cần, sinh năm 1932 tại Hà Nội. Năm 1952 ông thi vào Trường Không Quân Salon de Provence, Pháp quốc. Học xong, về Sài Gòn, ông trở thành một sĩ quan không quân. Sau 1975 ông bị cải tạo tù đày đúng mười năm.

Đến với thi ca rất sớm, nhưng Cung Trầm Tưởng viết không nhiều. Cho đến nay, ông mới cho xuất bản năm tập thơ: Tình Ca (1959), Lục Bát Cung Trầm Tưởng (1973), Lời Viết Hai Tay (1993), Bài Ca Níu Quan Tài (2001), Những Dấu Chân Ngang Trên Một Triền Phiếm Định (2002). Và Cung Trầm Tưởng, một hành trình thơ 1948 – 2018, như một tuyển tập vậy thôi.

Như những nhà thơ cùng thế hệ, thơ ca Cung Trầm Tưởng được gắn với từng giai đoạn nổi trôi của đất nước, và cuộc sống, thân phận của con người. Tuy nhiên, với tôi những bài thơ hay của Cung Trầm Tưởng đều ở giai đoạn khi ông ở Paris, hay thời chiến, hoặc những năm tháng trong tù. Giai đoạn định cư ở nước ngoài, Cung Trầm Tưởng vẫn miệt mài sáng tạo, song dường như bút lực không còn được như trước nữa. Có lẽ, do tuổi tác, trí lực cũng như môi trường sống chăng? Có thể nói, ông là một nhà thơ tài hoa. Và từ chuyện tình lãng mạn đến hồn thơ (thế sự) lưu đày trong cái chất trữ tình đã làm nên hồn vía thi ca Cung Trầm Tưởng.

*** Vàng tơ sợi nhỏ xin hầu kiếp sau**

Tuy làm thơ từ năm 1947, nhưng phải đến thập niên 1950, khi sống và học tập ở Paris thi ca Cung Trầm Tưởng mới hình thành đường nét với cá tính riêng biệt. Và tình yêu cùng khung trời Paris đã là chất liệu làm nên những trang thơ lãng mạn trữ tình ấy. Do vậy, nếu không có cái thuở ban đầu chạm vào mùa thu Paris, và những chiều đông lá đổ chia ly, thì có lẽ thi ca Cung Trầm Tưởng còn luẩn quất ở đâu đó, chứ chưa hẳn ông đã có sự nghiệp, tên tuổi vạm vỡ như hôm nay.

Và Mùa thu Paris là một trong những bài thơ như vậy của Cung Trầm Tưởng. Có thể nói, Mùa thu Paris cùng với Trở lại Paris của Hoàng Anh Tuấn và Paris có gì lạ không em của Nguyên Sa là những bài thơ hay nhất viết về Paris, mà cho đến nay, tôi đã được đọc (có một điều đặc biệt, cả ba thi sĩ này đều sinh năm 1932 tại Hà Nội, và du học cùng thời ở Paris).

Trước mùa lá đổ, ta cảm như Cung Trầm Tưởng đã giam mình trong em, hay đang tự giam mình vào Paris: “Mùa thu! mùa thu/ Mây trời âm u/ Yêu người độ lượng/ Trông em tâm tưởng, giam tù”. Và với Mùa thu Paris, có lẽ Cung Trầm Tưởng đang Việt hóa hồn vía Paris vào thơ chăng? Bởi, dường như ta đã thấy Paris phảng phất đâu đó trong cái hồn Tứ ngôn thơ. Và nếu ta tách rời từng câu, thì lời thơ chỉ là những câu nói (khẩu ngữ) thường nhật mà thôi. Song ghép tổng thể, nó trở nên da diết đến lạ lùng.

Đây là một trong những đặc điểm mang nét đặc trưng thơ Cung Trầm Tưởng vào thời điểm đó. Và câu kết của mỗi khổ thơ, ông bất ngờ đổi từ thể tứ ngôn sang lục ngôn. Với thủ pháp này, không chỉ làm cho câu thơ mới lạ, sinh động, mà còn kéo đổi không gian, tâm trạng từ cảnh sang tình của thi nhân vậy. Tuy nhiên, thủ pháp này, ở cùng thời điểm, ta cũng bắt gặp trong thơ Đinh Hùng với Hương phấn Mê Linh, hay Tìm Bóng Tử Thần… Và Mùa thu Paris được lặp lại nhiều lần song không cho người đọc cảm giác mệt mỏi. Bởi, mỗi lần như vậy, ta thấy xuất hiện những tình tiết, trạng thái, tâm lý khác nhau:

Mùa thu Paris
Trời buốt ra đi
Hẹn em quán nhỏ
Rưng rưng rượu đỏ tràn ly
(…)
Mùa thu âm thầm
Bên vườn Lục-Xâm
Ngồi quen ghế đá
Không em buốt gía từ tâm
(…)
Mùa thu Paris
Tràn dâng đôi mi
Người em gác trọ
Sang anh, gót nhỏ thầm thì…

Và mùa đông đến, sự chia ly, nỗi buồn của Cung Trầm Tưởng được nhân lên gấp bội. Buồn đến độ, một trăm ngày xa cách mà ông tưởng chừng suốt đời phải chia ly. Và Chưa Bao Giờ Buồn

Thế là một bài thơ viết trong hoàn cảnh, tâm trạng ấy của Cung Trầm Tưởng.

Cả bài thơ như một thán từ: "Lên xe tiễn em đi/ chưa bao giờ buồn thế/ trời mùa đông Paris/ suốt đời làm chia ly…". Để dòng (thơ) chảy theo những cảm xúc tự nhiên, sinh động, Cung Trầm Tưởng vẫn giữ thủ pháp hoán chuyển thể loại, với những câu thơ ngắn, dài. Do vậy, thơ ông giầu nhạc tính. Và mỗi khổ thơ của Mùa Thu Paris, hay Chưa Bao Giờ Buồn Thế như một điệp khúc trải sẵn trên khuông nhạc cho Phạm Duy sau này vậy. Đi sâu vào đọc, ta có thể thấy Cung Trầm Tưởng thường mượn cảnh vật, thiên nhiên để so sánh, sự việc, hành động hay bộc lộ cảm xúc, diễn biến nội tâm của mình:

"Ga Lyon đèn vàng/ tuyết rơi buồn mênh mang/ cầm tay em muốn khóc/ nói chi cũng muộn màng". Và không chỉ đưa từ ghép mới (xóm/ học) dân dã vào trong thơ: "Hỡi người yêu xóm học!", mà Cung Trầm Tưởng còn sử dụng các biện pháp ngắt nhịp, xuống dòng tạo nên tiết tấu bất thường, đồng điệu với tâm trạng: "Đường anh đi tràn ngập/ Lệ em buồn". Có thể nói, ngay từ những ngày đầu cầm bút, Cung Trầm Tưởng đã không ngừng tìm tòi, tạo một lối đi riêng. Và dường như, ông đã thoát khỏi sự ảnh hưởng thi ca tiền chiến, trừu tượng, đến gần hơn với thuyết hiện sinh:

…Tiễn em về xứ mẹ
Anh nói bằng chiếc hôn
Không có gì lâu hơn
Một trăm ngày xa cách
(…)

Hỡi người yêu xóm học!
Để sương thấm bờ đêm
Đường anh đi tràn ngập
Lệ em buồn…
(…)
Tàu em đi tuyết phủ
Toa em lạnh, gió đầy
Làm sao em không rét?..”
(Chưa bao giờ buồn thế)

Tuy Mùa Thu Paris và Chưa Bao Giờ Buồn Thế đã làm nên tên tuổi Cung Trầm Tưởng, và đi vào lịch sử thi ca, âm nhạc. Song nó chưa phải là những bài thơ hay nhất của ông. Với tôi, ở giai đoạn đầu này, hai bài thơ hay nhất của Cung Trầm Tưởng thuộc thể Lục bát: Khoác kín và Kiếp sau. Đây cũng là hai bài thơ toàn bích nhất trong sự nghiệp sáng tạo của ông.

Trong kho tàng văn học sử có không ít các nhà thơ, nhà văn đã mượn sân ga và con tàu để bộc lộ tâm trạng của mình. Song có lẽ, trải qua sự sàng lọc của thời gian chỉ còn lại: Những bóng người trên sân ga của Nguyễn Bính, Những ngày nghỉ học của Tế Hanh, và Khoác kín của Cung Trầm Tưởng.

Thật vậy, đọc Khép kín ta thấy được nỗi cô đơn của nhà thơ, đang mùa tuyết đổ ở miền Đông Nam nước Pháp, mà cái u tịch ấy ngỡ như ở quê nhà vậy: “Với mây trên nhọt ánh tà/ Với đèn xóm hạ cũng là tịch liêu”. Vẫn thủ pháp mượn cảnh vật thiên nhiên miêu tả, bộc lộ diễn biến tâm trạng, hay nói cách khác Cung Trầm Tưởng đã trộn hồn người vào cảnh vật, thiên nhiên, cùng biện pháp tu từ so sánh: "Phường xa nhịp sắt bon bon/ Tàu như dưới tỉnh, núi còn vọng âm."

Ta có thể thấy, lục bát Cung Trầm Tưởng không sa đà vào kể lể, và dường như đã thoát ra khỏi cái lục bát rề rà truyền thống cũ. Và với phép ẩn dụ, Cung Trầm Tưởng mượn hình ảnh cái rét của chiều đông nói về nỗi buồn cô đơn lạnh lẽo, tự co (cài, đóng) tâm hồn mình lại: "Tôi về bước bước đăm chiêu/ Tâm tư khoác kín sợ chiều lạnh thêm".

Tôi nghĩ, "Tâm tư khoác kín" một cụm từ mới, rất đắt khi được đặt đúng văn cảnh và tâm trạng. Có một điều đáng tiếc, bài Khoác kín khi phổ thành bản Chiều đông, nhạc sĩ Phạm Duy đã sửa hai câu kết này: "Mình tôi nhịp bước đăm đăm/ Tâm tư khoác kín chiều căm lạnh nhiều." Như vậy, dường như đã mất đi hình ảnh, tâm trạng mang tính ẩn dụ ấy và hồn vía câu thơ, hoặc bài thơ đi theo chiều hướng khác.

Thật vậy, hơn một lần tôi đã viết: thơ hay dứt khoát phải có từ mới, hoặc cụm từ mới. Từ hay cụm từ mới không có nghĩa người viết chế, nghĩ ra, mà do cách sử dụng từ ngữ. Nhiều từ, cụm rất cũ, nhưng người viết đặt hoặc ghép trong câu đúng văn cảnh nào đó, gây bất ngờ cho người đọc, nó trở thành câu mới, nghĩa mới. Nhà thơ tài năng, ngoài kiến thức ra, dứt khoát phải là người có trí tưởng tượng và sự liên tưởng phong phú. Vâng! Có thể nói, Cung Trầm Tưởng là nhà thơ tài năng như vậy. Và Khoác kín là một trong những bài thơ điển hình nhất chứng minh tài năng ấy của ông:

…Mình tôi với tuyết non cao,
Với cồn phố tịnh buốt vào xương da

Với mây trên nhọt ánh tà
Với đèn xóm hạ cũng là tịch liêu.
Tôi về bước bước đăm chiêu,
Tâm tư khoác kín sợ chiều lạnh thêm.

Và người thi sĩ trở về Sài Gòn để lại người tình Paris mang mang sầu vạn kiếp. Bù em là một động từ, hay là cái tứ để cho Cung Trầm Tưởng viết nên: Kiếp sau. Thoảng đọc tưởng chừng như có sự vay trả. Chẳng vậy mà khi phổ nhạc, Phạm Duy đã đổi thành: "Đền em". Nhưng không phải vậy. Bù em chỉ là cái cớ để nhà thơ đi đến tận cùng tình yêu và cảm xúc mà thôi. Vẫn thể lục bát, Kiếp sau tuy ngôn ngữ mộc mạc, địa điểm, thời gian mang tính cụ thể, song có giọng điệu thiết tha, đầy ắp hình ảnh ẩn dụ làm cho câu thơ sâu sắc, vạ sinh động: "Bù em một tháng trời gần/ Đơm hoa kết mộng cũng ngần ấy thôi/ Bù em góp núi chung đồi/ Thiêu nương đốt lá cũng rồi hoang sơ". Và ngoài hình ảnh, phép tu từ, ta còn thấy sự liên tưởng rất phong phú trong thơ Cung Trầm Tưởng: "Thôi em xanh mắt bồ câu/ Vàng tơ sợi nhỏ xin hầu kiếp sau…". Vâng, có kiếp sau đâu mà nhà thơ dám thề non hẹn biển như vậy với em (hình ảnh hoán dụ của: vàng tơ sợi nhỏ).

Có thể nói, cùng với Nguyên Sa, Hoàng Anh Tuấn, thơ Cung Trầm Tưởng đóng góp không nhỏ cho nền Văn học miền Nam ở giai đoạn cuối thập niên 1950, và những năm đầu thập niên 1960. Sự đóng góp này không hẳn bởi số lượng tác phẩm, mà vì không gian và cái sinh khí, diện mạo mới cho thi ca. Do vậy, tuy là bước khởi đầu, song đây là giai đoạn quan trọng nhất của sự nghiệp sáng tạo Cung Trầm Tưởng.

ꙮꙮꙮ

*** Chiến tranh- tâm trạng người lính.**

Dù là một sĩ quan quân đội, nhưng ngay năm đầu Cung Trầm Tưởng đã nhận ra sự băng hoại đạo đức xã hội và con người bởi chiến tranh: "Sống là một thứ đi buôn/ Mang thân bán vốn, còn hồn cho thuê" (Thân phận). Cho nên, thơ ca Cung Trầm Tưởng thường mang tính châm biếm, giễu nhại ở giai đoạn này. Và dưới ngòi bút của ông hình ảnh bọn liên minh ma quỷ, đầu xỏ cường quyền bán mua chiến tranh, bán mua con người hiện lên rất rõ nét. Nhất là vào năm 1968/Mậu thân với xác người cùng máu nhuộm đỏ miền quê, và những thị thành. Việt Nam 1968 là một bài thơ có tính châm biếm như vậy của Cung Trầm Tưởng. Cái sự lừa bịp, xáo trá, hoang tưởng bày phô sặc sỡ ấy, đọc lên ta phải rùng mình và khinh bỉ:

Mũ áo xênh xang chờ xem một thiên đường nhuộm phẩm
Người sống say mềm bằng những sấm ngữ viết hoa
Đến cái chết cũng là dịp để bày phô sặc sỡ
Những màu cờ ảo hoạn
Những áo mị hương hoa
Một liên minh đàn đúm
Sum suê lái xác với buôn hòm

Khi đã nhận ra bản chất cuộc chiến, cùng sự lươn lẹo của giới thượng tầng, thì cái tư tưởng chán ghét chiến tranh bộc lộ rõ trong thơ Cung Trầm Tưởng. Với ông cuộc chiến tương tàn này, dưới góc độ nào cũng đều vô nghĩa. Do vậy, đến với: Chúc thư của một người lính vô danh, ông trực diện chọc thẳng vào cái ung nhọt ấy, thông qua nghệ thuật châm biếm, lối nói mỉa mai. Ở đó, ta không chỉ thấy cái sự khinh bỉ trước bộ mặt giả dối lưu manh của những kẻ say máu, bán mua chiến tranh, mà còn bật lên nỗi đau mất mát của những người dân vô tội. Và đây cũng là bài thơ điển hình nhất cho cái tư tưởng ấy của Cung Trầm Tưởng ở giai đoạn này:

…Nếu vì cuồng vọng một người
Một triệu người phải ngã xuống
Vải tang sô không đủ để quấn đầu
Muộn sầu triệu nàng goá phụ
Vật vờ triệu mụn con côi
Tôi xin các người đừng đến cúi đầu mặc niệm
Tỏ tiếc vong linh người chồng / cha vắn số
Rồi ra về ngồi kí lệnh trưng quân
Lấy thịt đồng bào làm mồi cho súng ngoại
Bởi giết chóc này vô luân và phi lý…

Và khi các văn nghệ sĩ đi sâu vào khai thác sự đổ nát, chết chóc ở nơi chiến trường, thì Cung Trầm Tưởng đi vào những linh hồn ẩm mốc đằng sau cái chết nơi hậu phương. Ông đã mượn nơi Nghĩa địa để nói về chia ly, phận người trong cái không gian u buồn. Với thể xác linh hồn đã bị bào mòn bởi thời gian, Có điều đặc biệt, dù trong thơ không hề nhắc đến bom rơi đạn nổ, nhưng không hiểu sao, tôi vẫn thấy không khí chiến tranh, gửi mùi tử khí ở đó.

Tôi không rõ, Cung Trầm Tưởng viết bài thơ Nghĩa địa này vào năm nào, và ở đâu? Song có thể nói, đây là một trong những bài thơ hay nhất ông viết trong thời chiến. Hình ảnh, từ ngữ sâu lắng, gợi cảm, mang mang hồn cổ thi ấy, một lần nữa cho ta thấy, những bài thơ hay của Cung Trầm Tưởng thường ở thể lục bát. Và dù viết về tình yêu hay thiên nhiên, hiện thực xã hội thì cái chất trữ tình vẫn thấm đẫm trang thơ ông:

… Bãi nhăn nhàu vết lăn xưa
Một xe thổ mộ nằm trơ gỗ gầy
Chiều nhoà về xứ không tên
Thời gian hoá đá chồng lên tuổi đời
Ngồi trông vút bóng chim dơi
Rồi ghê lạnh cả đất trời thâm sâu
Sương – khăn – sô lấy phủ đầu
Che hồn ẩm mốc mối sầu âm dương.

*** Năm tháng lưu đày- cùng những vần thơ hiện thực trữ tình.**

Với tư tưởng chán ghét, và khinh bỉ bọn người xảo trá mua bán chiến tranh như vậy, không hiểu sao, sau Tháng Tư 1975, Cung Trầm Tưởng lại tin vào cái món hòa giải, hợp nhất. Tuy nhiên, ngay những ngày đầu ở nơi chuồng người miền núi phía Bắc: “Áo tù thẫm máu đôi vai/ Bàn chân nứa chém, vành tai gió lùa”. Cung Trầm Tưởng chợt nhận ra, và vứt bỏ ngay. Rồi đồng đội, và nghị lực sống cho ông sự can đảm đi đến tận cùng: “Bài học rút ra thật dứt khoát/ Nó, tôi chẳng thể đội chung trời/ Nó còn tôi mất, đơn sơ vậy/ Nó mất tôi còn, chỉ thế thôi.” Đói rét, cùm gông chắc chắn người tù cải tạo nào cũng phải trải qua. Và người tù Cung Trầm Tưởng đã trộn lộn cái đói rét, khổ đau ấy làm nguyên liệu sống để viết nên: Nguyện cầu mùa thu. Một bài thơ không chỉ có giá trị hiện thực, mà còn có giá trị lịch sử:

"...Môi cằn má hóp thịt da
Ngô vơi miệng chén canh pha nước bùn
Đêm nằm ruột rỗng vai run
Đầu kề tiếng súng chân đùn bóng đêm"

Gian khổ đắng cay là thế, song tinh thần, khí phách nhà thơ vẫn ngay thẳng như vầu, như tre vậy. Đọc Biểu tượng viết trong những ngày cùng cực đó, Cung Trầm Tưởng làm tôi chợt nhớ đến mấy câu thơ trong bài Đập đá ở Côn Lôn của cụ Phan Chu Trinh: "Tháng ngày bao quản thân sành sỏi/ Mưa nắng càng bền dạ sắt son." Vâng! Không có ý so sánh, nhưng những nhà thơ lớn dường như có chung một ý trí và khí phách như vậy chăng?

"Lòng ta đứng vững như vầu
Thân ta lóng thẳng giữa bầu trời xanh
—
Đổi thay lá mới, đậm đà lóng tươi
Vầu đanh như thép sáng ngời
Nắng mưa thì cũng trọn đời đứng ngay"
(Biểu tượng)

ꟾꟾꟾ

Tôi đã đọc nhiều thơ văn viết ở trong tù cải tạo, song có lẽ chưa ai viết nhiều về những người mẹ, người vợ như Cung Trầm Tưởng. Vẫn thể Lục bát, ở đó không chỉ là lời cảm thương, mà còn như một lời ru của người tù cải tạo gửi đến những người vợ vậy. Cho nên, đọc Đường vào thiên thu của Cung Trầm Tưởng, tôi cứ ngỡ mình đang ngồi ở Thành Nam đọc Thương vợ của cụ Tú Xương. Viết về những người mẹ, người vợ, có lẽ không thể thơ nào cho người đọc nhiều cảm xúc như Lục bát. Một thể thơ sở trường của Cung Trầm Tưởng, và ông luôn tìm tòi làm mới nó:

"Chín mùa thua thiệt đời em
Gian truân chuyện kể nghìn đêm chưa vừa
Đội nghìn nắng, gội nghìn mưa
Gương em tiết phụ thời xưa chờ chồng."
(Đường vào thiên thu)

Đi sâu vào nghiên cứu ta có thể thấy, Cung Trầm Tưởng viết không chỉ bằng cảm xúc, mà còn bằng cả trí tuệ. Do vậy, thơ ông sinh động, trữ tình và có bố cục khá chặt chẽ. Đọc Vạn vạn lý, dù ở bóng tối tù đày, ta vẫn thấy được cái tâm trạng, hồn khí an nhiên tự tại trong sự suy tưởng đậm tính triết lý của Cung Trầm Tưởng. Thật vậy, trích đoạn với những hình ảnh, lời thơ tuyệt đẹp dưới đây, sẽ cho ta thấy rõ điều đó:

"Ngồi trùm lần bóng tối
Nhìn mây đi lang thang

Mây giăng xám hàng hàng:
Trời vào đông ảm đạm
(…)
Vỗ vỗ rơi tàn thuốc
Phà khói vào hơi sương
Xa xưa… trống lên đường
Tiếng quân hô hào sảng
(…)
Mưa về gióng lê thê
Nai kêu nguồn đâu đó
Xưa nay tù ngục đỏ
Mấy ai đã trở về?"

Sau mười năm cải tạo cả thể xác lẫn tâm hồn, vừa ra tù Cung Trầm Tưởng viết ngay bản tổng kết, bằng Bài Ca Níu Quan Tài.

Có thể nói, đây là một trong những bài thơ thế sự hay nhất mà tôi đã được đọc. Vẫn khuynh hướng sử thi, Cung Trầm Tưởng kéo lùi thời gian, cho người đọc thấy được cái quái đản của một học thuyết hoang tưởng: "Kinh bang sao chép Nga Tàu/ Bình quân là chặt cái đầu cao hơn". Từ đó, sinh ra một đám kền kền, làm cho ta phải rùng mình khi đọc: "Một bầy táng tận lương tâm/ Ăn hồ, ăn giẻ, ăn vần ngày công/ Ăn tranh trẻ đói lọt lòng/ Ăn lường tiếng khóc khép vòng tử sinh". Và cái số phận hẩm hưu của người tù cải tạo cho đến những con cháu… hậu nhân: "Ngón đòn lý lịch ly kỳ/ Cha là "ngụy", phạm trường quy con rồi". Có thể nói, thơ thế sự, xã hội Cung Trầm Tưởng từ ngữ mộc mạc, song đậm đặc hình ảnh hoán dụ, làm cho giọng điệu, lời thơ nhẹ nhàng, sâu sắc, do vậy đến được với mọi tầng lớp người đọc.

Dường như càng khổ đau, ưu phiền, Cung Trầm Tưởng càng đến gần hơn với tư tưởng, triết lý Phật giáo. Mỗi câu thơ của ông như tự răn mình và răn đời vậy. Sự thay đổi nhận thức đó, giúp cho Cung Trầm Tưởng tĩnh tâm và có cái nhìn khách quan, nhân bản hơn. Âu đó cũng là quãng đường đi từ lãng mạn trữ tình đến với tâm thức chân thực, tính phản kháng, hay bóc trần góc khuất của cuộc sống cũng như thơ văn Cung Trầm Tưởng vậy. Và tôi xin mượn bốn câu thơ trích trong bài Điểm Tâm Xuân Hoàng Liên Sơn (của ông) để kết thúc bài viết này, cũng như làm sáng tỏ thêm chân dung nhà thơ tài hoa, chí khí Cung Trầm Tưởng:

Mai sau thịt thắm da liền,
Cái yêu khác trước, cái nhìn khác xưa,
Cái tin vô cớ xin chừa,
Sống sao cho xứng lũy thừa thương đau.

Leipzig, 2022

VĂN HỌC MIỀN NAM MỘT GÓC NHÌN

Vào năm 2007, ở trong nước tái bản một số tác phẩm của Dương Nghiễm Mậu. Rồi gần đây nhất, người ta cho in lại Vòng Tay Học Trò của Nguyễn Thị Hoàng và đọc một số truyện ngắn của Trần Hoài Thư, Phạm Văn Nhàn trên Radio làm cho bác Nguyễn hàng xóm, tiến sĩ ngôn ngữ học Đức, ghé tai tôi: Dường như người ta đang rón rén hồi sức cấp cứu để Văn học miền Nam (giai đoạn 1954-1975) sống dậy, sau mấy chục năm truy sát, đốt phá, tưởng chừng đập chết ăn thịt ngay thì phải? Sống ở nước ngoài đã quá nửa thế kỷ, nhận xét được như bác Nguyễn, quả thực cũng không có nhiều người. Tuy nhiên, tôi vẫn phải cự lại: Nhìn cái vỏ thì bác nói có phần đúng. Nhưng khi tìm tòi, nghiên cứu ta có thể thấy, Văn học miền Nam không cần phải (hồi sức cấp cứu) như vậy. Bởi, tuy bị bức tử, song cũng như âm nhạc, sức sống của nền văn học ấy vẫn mãnh liệt lắm. Nó không chỉ âm thầm đi sâu vào lòng người ở ngay đó, mà còn sinh sôi nảy nở ngoài cương thổ, nơi có mấy triệu người Việt nữa kìa!

Có lẽ, không hoàn toàn đồng ý với những suy nghĩ của tôi chăng? Nên bác Nguyễn hơi nhíu mày, máy mắt. Nhưng chưa tìm ra lý lẽ bắt bẻ, nên bác đành phải lắc gật, lắc gật... Thật vậy, có được sức sống lâu dài ấy, cũng bởi Văn học miền Nam chứa đựng những giá trị hiện thực và giá trị nhân đạo. Hai giá trị cơ bản của văn học này, dường như ta rất ít gặp ở những tác phẩm ngoài Bắc trong cùng giai đoạn chiến tranh 1954-1975. Bởi, tính tuyên truyền đã bóp nghẹt những giá trị ấy. Dù miền Bắc có rất nhiều nhà văn tài năng. Gần đây ở trong nước nảy nòi ra một cụm từ mới: Văn học đô thị miền Nam. Nghe hơi bị giả giả, sến sến. Vậy thì giai đoạn 1954-1975 miền Nam còn có văn học nông thôn, rừng núi với những tác giả: Anh Đức, Nguyễn Trung Thành, Nguyễn Thi, hay Hoàng Phủ Ngọc Tường, Trần Bạch Đằng...nữa chăng? Không! Dứt khoát không có cái gọi văn nghệ đô thị, văn nghệ nông thôn như vậy. Bác hàng xóm tiến sĩ ngôn ngữ chém tay phầm phập, khẳng định cứ như đinh đóng cột. Bởi với ông, Văn nghệ giải phóng, giải pheo gì đó, cùng các tác giả này, đều là cánh tay nối dài của văn nghệ tuyên truyền, định hướng miền Bắc mà thôi. Lần này, có lẽ bác hàng xóm có lý, tôi cứng họng không cãi được câu nào. Do vậy, cũng theo ông, từ con Sông Bến Hải trở vào chỉ có một nền Văn học miền Nam duy nhất (chứ không có văn học đô thị, đô thẹo gì ở đây cả).

Thật vậy, dù đánh tráo khái niệm, hay khoác cho một chiếc áo, một tên gọi mới, thì thực chất Văn học miền Nam không hề bị méo mó, đổi thay. Tuy nhiên, trong khuôn khổ bài viết này, tôi chỉ đi sâu vào cái giá trị hiện thực, và nhân đạo của Văn học miền Nam (trong chiến tranh) dưới ngòi bút của những nhà văn người lính mà thôi.

***Giá trị hiện thực.**

Hiệp định Genève cắt đôi hình đất nước, kéo theo gần một triệu người di cư, trốn chạy từ Bắc vào Nam, với qui mô chưa từng có, kể từ ngày lập quốc. Và trong dòng người ấy, có rất nhiều văn nhân, nghệ sĩ tài năng như: Mai Thảo, Doãn Quốc Sỹ, Thanh Tâm Tuyền, Vũ Hoàng Chương, Đinh Hùng, Vũ Bằng, Nguyễn Sĩ Tế… Họ đã mang theo văn hóa đặc trưng vùng, miền làm cho ngôn ngữ Văn chương miền Nam thêm phong phú, đa sắc. Tuy chưa đến độ hoàn hảo, nhưng cánh cửa tự do đã mở cho văn học, cũng như báo chí miền Nam lúc đó. Chính vì vậy, sự tiếp nối Văn học tiền chiến, cùng tiếp cận, giao thoa với văn hóa phương Tây đã cho Văn học miền Nam một sắc thái, diện mạo mới, như một lẽ tự nhiên vậy.

Có thể nói, chiến tranh tuy tàn khốc, nhưng đã sản sinh ra một loạt các nhà văn, nhà thơ tài năng xuất thân từ những người lính: Dương Nghiễm Mậu, Thế Uyên, Thảo Trường, Tô Thùy Yên, Lữ Quỳnh, Trần Hoài Thư, Luân Hoán, Phan Nhật Nam, Nguyên Vũ, Nguyễn Bắc Sơn, Linh Phương, Trần Dzạ Lữ… Những tác phẩm còn nguyên mùi khói thuốc, vang tiếng đạn bom của họ như một luồn gió mới làm thức tỉnh, và giải tỏa sự bế tắc của Văn thơ miền Nam đang gà gật lúc đó. Và những tác phẩm ấy gắn liền với hiện thực của xã hội, sự tàn khốc chiến tranh, cũng như thân phận người lính. Cái bi ai, cùng với tương lai mịt mù của những thế hệ trẻ bị ném vào chiến tranh, như lời thán ca vọng lên trong thơ, Trần Hoài Thư đã chia sẻ sự cảm thông, hay cho người đọc một nỗi đau nhức nhối ở trong lòng:

“Thế hệ chúng tôi mang đầy vết sẹo
Vết sẹo ngoài thân và vết sẹo trong hồn
Không phạm tội mà ra tòa chung thẩm
Treo án tử hình ở tuổi thanh xuân

Thế hệ chúng tôi loài ngựa thồ bị xích
Hai mắt buồn che bởi tấm da trâu
Quá khứ tương lai, tháng ngày mất tích
Đàn ngựa rũ bờm, không biết về đâu“ (Thế hệ chiến tranh)

Sự đói khát, gian nan ấy được Tô Thùy Yên đưa vào trong thơ một cách chân thực. Đọc lên, có lẽ ai cũng phải rùng mình cảm thương cho thân phận người lính: “Trên người bạn gục đạn mươi viên/ Di tản khó – sâu dòi lúc nhúc/ Trong vết thương người bạn nín rên/ Người chết mấy ngày chưa lấy xác/ Thây sình mặt nát lạch mương tanh...”(Qua Sông). Cùng thời điểm đó, nếu đọc Văn chương miền Bắc, ta bắt gặp cái không khí hân hoan trái ngược hẳn với hiện thực sầu bi nơi bom đạn chết chóc. Sự thần thánh hóa chiến tranh và con người mang tính tuyên truyền như vậy, thì giá trị của nó chỉ (nhất thời) ở thời điểm đó mà thôi:“Đường ra trận mùa này đẹp lắm/ Trường Sơn Đông nhớ Trường Sơn Tây.” (Phạm Tiến Duật). Thật vậy, chỉ có hiện thực mới làm nên giá trị văn học. Và bút ký Những Ngày Gãy Vụn là một trong những tác phẩm như vậy của Phan Nhật Nam. Cái hiện thực ấy, được ông tái hiện lại dưới ngòi bút tài hoa của mình. Những trang văn rùng rợn, bi thương đó, đọc lên ai cũng phải bùi ngùi, xúc động:

"Thoạt đầu còn e ngại nhưng đến xác thứ tư thứ năm lớp thịt nhũn của xác chết tiếp xúc với bàn tay hóa thành quen. Đi từ nơi để xác trở vào rừng, tôi không dám nhìn vào hai bàn tay của mình, thịt da người chết đã phết một lớp dầy trên da tay. Hai giờ chiều, xác chết đã nhặt được hết, tôi chà tay xuống mặt đất như muốn bóc hẳn lớp da. Thèm điếu thuốc lá nhưng không dám đưa bàn tay lên môi …trời miền Nam bắt đầu vào mùa mưa, đất đỏ từ lối đi vào đến nơi chứa xác lầy lội tưởng như có pha máu người. Thân nhân người chết than khóc, lăn lộn trên lớp bùn non, áo sô trắng lấm đất đỏ như dấy máu. Hơi đất, hơi người sống, người chết, mùi hương đèn lẫn lộn ngây ngấy nồng nặc, choáng váng…".

Nếu Phan Nhật Nam bước vào cuộc chiến bằng bút ký, thì ở mặt trận Phong Điền, người lính Trần Dzạ Lữ trải nỗi đau đó vào những trang thơ của mình. Và Bữa Cơm Ngoài Chiến Trường một bài thơ ngũ ngôn mộc mạc, giản dị được Trần Dzạ Lữ viết cách nay đã nửa thế kỷ, song đọc nhiều lần vẫn cho ta sự ám ảnh với những cảm xúc ban đầu. Hình ảnh cùng cực của người lính với sự tàn khốc của chiến tranh này, không chỉ có giá trị văn học, mà nó còn là chứng tích của lịch sử:

"bốn năm thằng lơ láo
áo quần rách tả tơi
ăn cơm bên xác người
tay bốc tay cầm súng

ăn xong múc nước ruộng
uống đại cho qua ngày

quê nhà em có biết
chinh chiến thân lưu đày

ăn được là điều may
có khi hai ba ngày
không ăn chẳng có uống
ta nằm với cỏ cây…"

Đạn bom, gian khổ nơi chiến trường chưa hẳn là điều đáng sợ, bởi nó không thể giết chết niềm tin, lẽ sống của người lính. Song chính cái khối ung nhọt ở nơi hậu phương mới giết chết linh hồn, khát vọng của họ. Khi người lính nhận ra, sự hy sinh cả một thế hệ để phục vụ cho những kẻ lãnh đạo không lương thiện, thiếu tài năng. Và cũng chính những con sâu ở giới lãnh đạo thượng tầng, hay những ông vua tôn giáo này, góp phần không nhỏ dẫn đến sụp đổ của chế độ Việt Nam Cộng Hòa. Hiện thực và sự chán chường đó đã được nhà văn, người lính Phan Nhật Nam đưa vào tác phẩm Dấu binh lửa, một cách sinh động. Có thể nói, nếu không có sự can đảm của nhà văn thì chắc chắn không thể có những trang viết chọc thẳng vào cái ung nhọt của thượng tầng xã hội như vậy. Và chính nó đã làm nên một tác phẩm có giá trị lâu dài:

"Chúng tôi rời Sài Gòn trong thở dài nhẹ nhõm, một tháng ở Thủ Đô đủ để tạo thành sụp đổ tan hoang trong lòng, đủ thấy rõ sự phản bội của hậu phương, một hậu phương lừa đảo trên máu và nước mắt của người lính. Một tháng đủ để chúng tôi hiểu ti tiện hèn mọn của loại lãnh tụ ngã tắt, những anh hùng đường phố, những ông vua biểu tình theo ngẫu hứng, vua tôn giáo đầy thù hận và dục vọng… Một tháng "vỡ mặt" lính non cũng như lính già. Chúng tôi bây giờ biết rõ: Máu và đời sống của mình đã đổ ra cho một xã hội lừa lọc." (Dấu binh lửa)

Gian khổ, khốc liệt đưa đến cái bi quan chán chường của người lính là vậy, nhưng ở đâu đó sau trận chiến, ta vẫn sự hồn nhiên sảng khoái của họ, dưới ngòi bút của các văn nhân, thi sĩ: "Ta chắt cho nhau giọt rượu sót/ Tưởng đời sót chút thiếu niên đây/ Giờ cất quân, đưa tay bắt/ Ước cõi âm còn gặp để say." (Tô Thùy Yên). Ở giai đoạn này, các nhà văn, nhà thơ viết và khai thác tâm lý người lính một cách chân thật. Bởi vậy, hình ảnh họ với rượu chè, gái gú ngang tàng, cùng những khẩu ngữ trần trụi làm cho những tác phẩm văn học ấy sinh động, mới lạ, gần gũi và chân thực hơn: "Mai ta đụng trận ta còn sống/ Về ghé Sông Mao phá phách chơi/ Chia sớt nỗi sầu cùng gái điếm/ Đốt tiền mua vội một ngày vui…Nếu ta lỡ chết vì say rượu/ Linh hồn chắc sẽ thành mây bay" (Nguyễn Bắc Sơn). Những khẩu ngữ trần trụi, đôi khi được cho là tục tĩu chẳng có tí tẹo gì liên quan đến thi ca thơ phú cả, (đại kỵ với văn thơ truyền thống, bác học) nhưng khi được đặt đúng trong văn cảnh, nó trở nên hay đến bất ngờ cho người đọc. Và Hành Quân là một bài thơ như vậy của Linh Phương: "Chiều qua sém chết vì viên đạn/ Du kích bên sông bắn tỉa hù /Cũng may gặp phải thằng cà chớn/ Thấy mặt ta ngầu bắn đéo vô". Có thể nói, Linh Phương là nhà thơ tài năng, một gương mặt tiêu biểu Văn học miền Nam. Để Trả Lời Cho Một Câu Hỏi được ông viết vào năm 1970 là một trong những bài thơ hay và bi thương nhất của nền Văn học Việt Nam. Ngay sau khi ra đời, bài thơ đã được Phạm Duy phổ thành bản nhạc: Kỷ Vật Cho Em. Cái thân phận mỏng mảnh, và bi thảm của người lính trong thơ làm cho ta phải lặng người, xúc động khi đọc. Song có lẽ, nó chỉ mới nói lên được phần nào sự rùng rợ, tàn khốc của cuộc chiến mà thôi:

"Em hỏi anh bao giờ trở lại
Xin trả lời mai mốt anh về
Không bằng chiến trận Plei Me
Hay Đức Cơ – Đồng Xoài – Bình Giã

Anh trở về hàng cây nghiêng ngả
Anh trở về hòm gỗ cài hoa
Anh trở về bằng chiếc băng ca
Trên trực thăng sơn màu tang trắng..."

Giai đoạn chiến tranh (1954-1975) Văn học miền Nam dường như không có nhiều tác phẩm viết về đề tài nông thôn, nơi hậu phương? Ngoài những cuốn: Sông Sương Mù, và Những Cơn Mưa Mùa Đông của Lữ Quỳnh, Sợi Khói Bay Vòng của Phạm Ngọc Lư... Và gần đây tôi được đọc Địa ngục có thật của Dương Nghiễm Mậu. Đọc nó, ta không chỉ hiểu được văn hóa đặc trưng của mỗi vùng miền, và mối quan hệ, tình làng nghĩa xóm, mà còn thấy sự chết chóc, tàn nhẫn của chiến tranh ở đây không kém nơi chiến trường. Nếu ta đã đọc Dải khăn sô cho Huế của Nhã Ca, thì chắc chắn sẽ trấn tĩnh hơn, và giảm bớt được nỗi kinh hãi khi đọc bút ký Địa ngục có thật của Dương Nghiễm Mậu. Có thể nói, không chỉ truyện, mà bút ký của Dương Nghiễm Mậu cũng có lời văn sáng, và rất đẹp. Cùng với

Phan Nhật Nam, bút ký của ông mang đến cho tôi nhiều cảm xúc nhất khi đọc. Dù bút pháp, văn phong của hai nhà văn này hoàn toàn khác nhau. Chẳng vậy, mà bác tiến sĩ ngôn ngữ hàng xóm bảo, đọc Địa ngục có thật, đêm ngủ cứ giật mình thon thót, bởi ám ảnh. Vâng, đó mới chỉ là một phần của sự thật được Dương Nghiễm Mậu đưa lên trang viết. Và còn bao nhiêu cái chết, với những hố chôn người tập thể nữa, mà nhà văn chưa tìm bới ra được: "Người ta chỉ cho chúng tôi đi tới nữa, con đường hơi vòng, qua chiếc cầu sắt chúng tôi kinh hoàng với khung cảnh trước mắt: trên khoảng đất trống ven sông một nhà sạp chạy dài, trong đó hơn mười chiếc quan tài đủ cỡ để song song với nhau sau những bàn thờ, quanh đó những người mặc áo, đội khăn tang, trong đó có xác một học sinh đệ nhị, một ông già 68 tuổi… Người ta vẫn còn tiếp tục tìm xác, chỉ mới có 32 xác được tìm thấy… Còn những ai nữa sẽ được nhận ra. Còn những ai nữa nằm trong những cái hố nhỏ chất bẩy tám người chỉ cần lấy tay moi nhẹ là thấy. Những đau khổ không nói thành lời. Những sự việc không có lời giải thích. Tại sao vậy? Tại sao vậy?" (Địa ngục có thật)

Thành thật mà nói, nếu văn thơ không đi thẳng vào đời sống xã hội, một cách trung thực nhất, đó chỉ là những trang viết chết. Do vậy, đọc và nghiên cứu sâu về Văn thơ miền Nam, ta có thể thấy, tuy chưa thật hoàn hảo, nhưng giai đoạn 1954-1975 các nhà văn miền Nam đã không chịu sự kiểm soát, và áp đặt của quyền lực. Sự thật, công lý cho người dân là nơi ngòi bút của họ hướng tới. Cho nên, hiện thực là một trong những giá trị làm nên nền Văn học miền Nam (sống) là vậy.

***Giá trị nhân đạo**

Nếu không có thơ văn đích thực, thì chúng ta và các thế hệ sau này chắc chắn sẽ không hiểu sự thật về bản chất của cuộc chiến này, cũng như tâm trạng người lính với những năm tháng tang thương đó. Văn học như một chiếc cầu nối lịch sử đến với con người vậy. Và chính những nhà văn người lính đã nối những nhịp cầu ấy. Thật vậy, giữa sự sống và chết rất mỏng manh nơi chiến trường, vậy mà ta vẫn thấy tính nhân bản của con người chợt hiện lên, đi vào những câu thơ có tính sảng khoái, nhẹ nhàng làm nguội đi cái không khí nghẹt thở đó: "Nhớ hôm bắt được em Việt Cộng/ Xinh đẹp như con gái Sài Gòn/ Ta nổi máu giang hồ hảo hán/ Gật đầu ra lệnh thả mỹ nhân" (Linh Phương). Và cái tình người ấy, dường như xuyên suốt trang thơ của người lính. Một ngày ngưng chiến (1972), nhà thơ người lính Phan Xuân Sinh ngất ngưởng bên ly rượu cùng người lính phương Bắc. Tình đồng loại ấy đã cho Phan Xuân Sinh cảm hứng viết nên tác phẩm: Uống rượu cùng người lính phương Bắc hay đến nghẹn ngào. Trước đây mấy năm, khi viết chân dung nhà văn Trần Hoài Thư, đọc đến: Một Ngày Không Hành Quân, tôi cứ ngỡ đó là bài thơ độc nhất vô nhị của Văn học miền Nam. Và nó đã làm cho những giọt nước mắt của tôi rơi ngay trên bàn phím này: "Tôi rót mời một người lính Bắc/ Hắn nằm banh thây dưới hầm bí mật/ Trên người vẫn còn sót lại bài thơ/ Trên đồi cao mây vẫn xanh lơ/ Có con bướm vàng dịu dàng dưới nắng/ Tôi với hắn đâu có gì thống hận/ Bài thơ nào cũng viết để yêu em". Nhưng tôi đã lầm. Do vậy, khi gặp bài Uống rượu cùng người lính phương Bắc của Phan Xuân Sinh, tôi đọc đi đọc lại nhiều lần. Nó vẫn cho tôi cảm xúc nghẹn ngào ban đầu. Và tôi nghĩ, cũng như Trần Hoài Thư, khi Phan Xuân Sinh viết: Uống rượu cùng người lính phương Bắc, đã dứt bỏ hoàn toàn mọi áp lực xung quanh, chỉ còn lại trái tim đa cảm, bao dung đang rung lên của người nghệ sĩ. Và ngay từ năm 1972, Phan Xuân Sinh đã nhận ra, cuộc chiến này bạn và ta (những người lính hai phía) cùng nhân dân đều bại:"Ta chán lắm rồi ba chuyện ruồi bu/ Chỉ có bạn, có ta là thua cuộc". Dường như, với ý tưởng này Phan Xuân Sinh người lính phương Nam, để cho Nguyễn Duy người lính phương Bắc sau này viết ra những câu thơ: "Nghĩ cho cùng mọi cuộc chiến tranh. Phe nào thắng thì nhân dân đều bại". Và cái tư tưởng nhân bản ấy của người thi sĩ đã xóa nhòa lằn ranh giới của chém giết, hận thù:

"Hãy rót cho ta thêm cốc nữa đi
Ngồi với bạn hôm nay làm ta hứng chí…
Những thằng lính thời nay không mang thù hận
Bạn hay thù chẳng một lằn ranh
Thôi hãy uống. Mọi chuyện bỏ lại sau
Nếu có thể ta gầy thêm cuộc nhậu
Bày làm chi trò chơi xương máu
Để đôi bên nuôi mầm mống hận thù
Ta chán lắm rồi ba chuyện ruồi bu
Chỉ có bạn, có ta là thua cuộc…" (Uống rượu cùng người lính phương Bắc)

Không chỉ khi hưu chiến, mà ngay trên chiến trường đẫm máu, lòng nhân đạo, tính vị tha hiện lên đầy ăm ắp trang viết của người lính. Buổi dừng chân của nhà văn Lê Bá Lăng là một trong những bút ký điển hình như vậy. Chưa biết nhiều về Lê Bá Lăng, song đọc một số bút ký, truyện ngắn của ông, tôi thấy, cái nào cũng thấm đẫm tình người. Là một sĩ quan ngày cũng như đêm hành quân tác chiến, Lê Bá Lăng hiểu hơn ai hết nỗi đau của người lính ở cả hai phía. Do vậy, sự cảm thông với người lính như một nguyên tắc bất dịch trong ông:

"Thì cái vụ thằng chả bữa hôm ở Lang Xá Bàu đó, ông đừng đưa vội lên Đại Bàng thì tụi tui giàu to biết mấy. Chỉ cần hai thùng nước lã là nó chỉ, nó khai hết...Tôi nói, thôi dẹp cha chuyện đó đi, khai thác tù binh là bổn phận của tiểu đoàn, đâu phải quyền tao. Tụi mày than phiền mãi, chán phèo…

-…Ông nhân đạo quá. Đ.M…Việt Cộng nó giết mình như ngóe mà bắt được thằng nào ông cũng cấm đánh đập…" (Buổi dừng chân- Lê Bá Lăng)

Dường như, Thái Luân (Nguyễn Hồng Phúc) bước vào chiến tranh bằng trái tim của người nghệ sĩ. Cho nên, không chỉ với người lính, sự bao dung, lòng nhân ái của ông đến với cả mọi tầng lớp người trong xã hội. Thi tập Vùng tủi nhục ra đời năm 1966 gây tiếng vang trên văn đàn, song mang nhiều phiền lụy đến cho Thái Luân. Đứng về phía những cô gái làm cái nghề được cho là đi ngược lại đạo đức của xã hội, trong lúc nước sôi, lửa bỏng như vậy, ngoài sự cảm thông, tôn trọng, ta còn thấy lòng can đảm của Thái Luân. Và Lời cám ơn bar, là một bài thơ được ông viết trong hoàn cảnh ấy. Nó đã phá vỡ tư tưởng cổ hủ, và bóc trần bộ mặt thật của con người, xã hội lúc đó. Có một điều đặc biệt, bài thơ có tính khẩu ngữ trần trụi này, nếu tách ra, nó chỉ là những câu nói thường nhật. Nhưng ghép lại, nhìn tổng thể, nó trở thành bài thơ rất mới, lạ ở thời điểm đó:

"Xin cám ơn những cô gái bán bar nhỏ con
Đã gồng mình chịu đựng
Vì cuộc sống
Của các cô
Và của Việt Nam.

Thưa thầy giáo, thưa công chức:
Xin đừng vênh vênh cái mặt đạo đức
Chửi người ta
Con gái Huế bây giờ đi bán bar!" (Thái Luân- Lời cám ơn bar)

Tuy là một sĩ quan trực tiếp cầm súng ngoài mặt trận, nhưng cái tư tưởng chán ghét chiến tranh, khinh bỉ những kẻ gây ra cuộc chiến đầy ăm ắp trong thơ Thái Luân. Mượn sân khấu hề chèo, Thái luân chọc thẳng vào cái ung nhọt của xã hội. Thông qua bài thơ: Bi hài kịch với những hình ảnh ẩn dụ, Thái Luân cho ta thấy, một sự mỉa mai, châm biếm rất sâu cay về hiện thực cuộc sống:

"Đạo diễn đưa tay lên,
Đạo diễn đưa tay xuống,
Bi hài kịch còn dài
Bi hài kịch chưa thôi.

Diễn viên và khán giả
Ai cũng buồn như ai!"

Tuy nhiên, Bi hài kịch, hay Lời cám ơn bar chưa hẳn là những bài thơ hay của Thái Luân, khi nó nằm trong mạch của bài viết, mà tôi lấy làm dẫn chứng. Nhắc đến Thái Luân (Nguyễn Hồng Phúc) người đọc sau này biết nhiều hơn với những tác phẩm rất hay như: Nửa Hồn Xuân Lộc, Tháng Tư, lính không cần hớt tóc, hay Mặc kệ ai bỏ làng bỏ nước… dưới bút danh Nguyễn Phúc Sông Hương.

Có thể nói, những nhà văn miền Nam (1954-1975) không chịu ảnh hưởng, chi phối bởi bất kể thế lực, đảng phái nào. Cái tôi, và tự do tư tưởng, sáng tạo của họ đã được coi trọng, phát triển. Với tư tưởng như vậy, nên nền Văn học miền Nam được hình thành bởi những giá trị hiện thực, và nhân đạo là điều hiển nhiên. Với tôi đó chính là một nền văn học đích thực.

Tuy nhiên, khi đi sâu vào đọc, nghiên cứu, ta có thể thấy miền Nam không phải không có một bộ phận văn thơ tuyên truyền, tâm lý chiến phục vụ cho chiến tranh. Thứ văn thơ tuyên truyền, tâm lý chiến thời vụ này, đã ngỏm củ tỏi ngay sau khi nó ra đời. Sách báo miền Nam vẫn còn kiểm duyệt, và đục bỏ những trang viết có thể gây quá bất lợi cho cuộc chiến, khi in ấn, xuất bản. Những lý do, việc làm này đã dẫn đến hạn chế và nhược điểm không nhỏ cho Văn học miền Nam ở giai đoạn này.

Leipzig ngày 15-11-2021

TRẠCH GẦM - MỘT GIỌNG THƠ ĐỘC ĐÁO

Có lẽ, dính vào viết lách, nên tôi thường nhận được những tác phẩm thơ văn gửi tặng qua bưu điện, hoặc E-mail. Đó cũng là một niềm vui, sự an ủi không nhỏ cho những người cầm bút. Tuần vừa rồi, có một bác từ Houston, Hoa Kỳ gửi cho tôi chùm thơ, và hỏi có biết Trạch Gầm không. Vâng, tất nhiên là tôi đã bắt gặp tên tuổi nhà thơ này, khi đọc và nghiền ngẫm Văn học miền Nam trước đây, và các tác giả sau 1975 ở hải ngoại. Song mới chỉ đọc một vài đoạn trích ở đâu đó của Trạch Gầm, và chưa cho tôi một ấn tượng, hay cảm xúc gì đó đặc biệt. Tuy nhiên, khi nhận chùm thơ này, tôi đọc ngay, và đọc một mạch. Cái tráng khí Trạch Gầm làm cho tôi hơi bị sửng sốt. Do vậy, tôi tìm đọc ông. Và quả thực, thơ văn Trạch Gầm đã cho tôi một cảm xúc thật sâu sắc. Đọc ông, tôi chợt liên tưởng đến nhà thơ Huỳnh Hữu Võ, và Nguyễn Bắc Sơn. Nếu ngôn ngữ thơ của những người lính Huỳnh Hữu Võ, Nguyễn Bắc Sơn mang tính đặc trưng, thì ta có thể thấy rõ cái nét độc đáo trong thi ca Trạch Gầm.

Nhà thơ Trạch Gầm tên thật là Nguyễn Đức Trạch, người Quảng Ngãi, nhưng sinh trưởng tại Saigon. Ông xuất thân trong một gia đình truyền thống văn chương, bố là nhà báo kỳ cựu Hồng Tiêu Nguyễn Đức Huy và mẹ là nhà văn Bà Tùng Long. Cho nên, Trạch Gầm cũng như những người em của mình (nhà văn Nguyễn Đức Lập, nhà văn Nguyễn Đông Thức) không chỉ ở văn chương chữ nghĩa, mà còn chịu ảnh hưởng rất sâu sắc tư tưởng từ gia đình. Tuy nhiên, ông đến với thơ văn, đi vào cuộc chiến khá muộn. Năm 1965, tròn 23 tuổi Trạch Gầm mới nhập ngũ khóa 21 Trường sĩ quan Thủ Đức, và có mười năm lăn lộn nơi chiến trường. Thời gian này, ông bắt đầu viết lách, và đăng tải rải rác trên các báo trong và ngoài quân đội. Nhưng phải đến sau tháng 4-1975, với gần mười năm cải tạo tù đày, cùng những năm tháng cư ngụ nơi đất khách Hoa Kỳ, cây bút Trạch Gầm mới như có ma lực vậy. Viết không nhiều, song những tác phẩm của ông đã đánh đúng vào tâm lý, chạm đến được tận cùng nỗi đau, sự cảm thông của con người, nhất là đối với những người lính đã trải qua cuộc chiến tranh, tù tội. Vì vậy, tự sự là một trong những thủ pháp nghệ thuật làm nên những trang viết ấy của Trạch Gầm. Cho đến nay, Trạch Gầm mới cho in ấn, xuất bản ba tập thơ: Vụn Vặt, Ráng Chịu, Dấu Giày Chinh Chiến, cùng hai tập truyện: Bên Lề Cuộc Chiến, Chôn Lầm Huyệt Nhớ, và tuyển tập Nhốt Vòng Nhớ Thương. Do vậy, ta có thể thấy, tuy là một nhà thơ, nhưng văn xuôi đã góp phần không nhỏ làm nên tên tuổi Trạch Gầm.

***Chiến trường, nơi ấm tình đồng đội.**

Cũng như Phan Nhật Nam, hay Trần Hoài Thư, ngay từ những ngày đầu cầm súng Trạch Gầm đã nhận ra: “Cái khốn nạn của thế hệ chúng tôi, quê hương tôi, vận mệnh không nằm trong đôi tay của chúng tôi. Vì bọn ngoại bang đã đặt cả dân tộc của chúng ta lên bàn cân buôn bán!". Tuy mang nặng cái tư tưởng như vậy, nhưng mười năm cầm súng, Trạch Gầm không hề có sự mâu thuẫn, giao động trên đầu súng như nhà thơ, người lính Nguyễn Bắc Sơn. Với ông có sự phân biệt rạch ròi trách nhiệm của người lính. Do vậy đi vào cõi tử sinh, ta vẫn thấy cái hào khí Trạch Gầm, dường như có một chút ngang tàng: "Vào cõi chết ỉ ôi cùng chia chết/ Cầm súng lên rồi… trời đất bằng vung". (Ngồi Nhớ Củ Chi). Khi đi sâu vào đọc ông, tôi hơi bị bất ngờ và xúc động. Sự rung động ấy không hẳn vì tài năng miêu tả, trần thuật, mà bởi nghệ thuật đưa khẩu ngữ vào thơ văn của Trạch Gầm. Ngoài sự dân dã đó, ta còn thấy thơ Trạch Gầm đều có nhân vật, với những đại từ nhân xưng được cho là bỗ bã, một điều tối kỵ trong thơ văn từ trước đến nay. Tuy nhiên, đọc ông dường như cái bỗ bã ấy đã trở nên nhẹ nhàng và gắn kết thân mật hơn, kể cả khi viết cho người tình: "Tao ở tù lâu, mày lấy chồng cũng phải/ Tao ra tù, mày bán máu đãi tao/ Miếng bông băng trên khủy tay run rẩy/ Tao khóc đã đời… ". Vâng, âu đó cũng là tài năng, sự độc đáo trong thi ca Trạch Gầm vậy. Và cái sự dân dã, độc đáo ấy, đã gọi tên, đi thẳng vào cái tàn khốc của chiến tranh, nỗi đau của con người:"Mỗi tấc đất được giữ bằng xương máu/ Thằng vừa chôn bị hất lên bởi pháo/ Thằng bị thương chưa bó… lại bị thương" (Dấu giày chinh chiến). Song nó cũng đã làm dịu ấm lại tình bạn bè, đồng đội nơi binh đao, khói lửa ấy: "Tao với mày đạp chân qua bao bến/ Bến Nẩy, Bến Mương, Bến Dược, Bến Đình/ Đất Củ Chi này, mỗi lần nhắc đến/ Đã đến rồi thằng nào lại nỡ quên/ Dân đánh đấm bọn mình thường lắm bạn/ Địa danh nào chẳng có đứa đâu lưng/ Có lắm lúc khề khà trong lửa đạn/ Lại lắm khi ngồi cạn chén rưng rưng." (Ngồi Nhớ Củ Chi).

Nếu chưa đọc Lữ Quỳnh, hay Phạm Tín An Ninh, hoặc Thảo Trường...thì có lẽ, tôi không thể tưởng tượng ra được cái bi thương của người lính khi đọc: Trở lại Bình Long của Trạch Gầm. Có thể nói, đây là một bài thơ hay của Trạch Gầm, và cũng là một trong những bài thơ hay nhất viết về chiến tranh, thân phận người lính của nền Văn học Việt Nam. Sự tàn khốc mang tính chân thực ấy, đọc nó, tôi phải sởn gai ốc, khi ngồi viết những dòng chữ này:

"Cũng nơi đây... ta bò ra ao rau muống
Quơ đại ít về nấu bát canh tươi
Rau dính tóc tai bay mùi thum thủm
Ngập dưới ao... có mấy chục xác người

Cũng nơi đây... ta đắp mồ cho bạn
Vừa quay lưng xác bạn lại bật tung
Mỗi thước đất cài trăm ngàn mảnh đạn
Ta, sống nhăn, hóa kiếp... gọi anh hùng"

Giữa chiến trường khốc liệt, và gian nan là thế, song hình ảnh người lính, lòng nhân đạo vẫn hiện lên đậm nét trong thơ Trạch Gầm. Với ông, nỗi đau, sự mất mát xóa nhòa gianh giới bạn và thù: "Hai thằng cắn răng bò qua bao xác/ Xác bạn xác thù trộn lẫn đau thương". Và dưới bom rơi, đạn nổ không làm cho người

GDGDGD

lính Trạch Gầm run sợ, vậy mà cái tình người, tình đồng loại đã khiến ông phải rưng rưng đến nghẹn ngào:

“Cũng nơi đây… ta cứu người con gái
Gởi trực thăng di tản về Bình Dương
Trực thăng nổ khi vừa rời mặt đất
Ta điếng hồn như vừa nuốt phải xương” (Trở lại Bình Long)

Nếu “Trở lại Bình Long“ ngoài sự tàn khốc, trùm lên tất cả là lòng nhân bản, tình đồng loại, thì đến với “Trở lại Long Khánh“ Trạch Gầm đi sâu vào cái tình đồng đội, cùng chia sẻ nỗi đau mất mát, với sự ngậm ngùi, cảm thông: “Cầm ly rượu liếm môi còn máu bạn/ Hai thằng cười nước mắt ngập tràn ly“. Và nỗi vui, buồn lo âu ấy, luôn ám ảnh trong lòng thi nhân. Với tâm trạng như vậy, song những câu thơ có tính khẩu ngữ dung dị vẫn ấm tình người lính ở nơi địa đầu sinh tử: “Sợ bàn rượu thiếu một thằng mất sướng/ Thiếu một thằng là hụt hẫng niềm vui/ Đời lính chiến bao phen trào nước mắt/ Tìm cái bắt tay… đất sập, lủng trời“. Có thể nói, Trở lại Long Khánh không phải là bài thơ hay nhất của Trạch Gầm, nhưng có những câu thơ (mang) hình tượng rất đẹp:

“Tựa vách đá mòn bao lưng chinh chiến
Bỗng dưng thèm hai tiếng gọi mầy tao
Tiếng gọi mầy tao, những chiều tắt nắng
Dựng mặt trời bằng ngàn ánh hỏa châu“

ꝏꝏꝏ

Trạch Gầm đã bộc lộ và gửi cảm xúc của mình vào nhiều thể loại, từ lục bát, ngũ ngôn cho đến thơ tự do…Nhưng phải nói, những bài thơ hay của ông đều thuộc thể bát ngôn. Một thể thơ không quá gò bó bởi niêm luật. Và“Đêm Giao Thừa Của Lính” là một bài thơ như vậy. Với tôi, đây là bài thơ tiêu biểu nhất về tâm trạng của người lính nơi trận tiền giữa giờ phút thiêng liêng (của đêm giao thừa). Bài thơ như một một lời an ủi, tự ru lòng mình vậy. Giữa núi rừng sâu thẳm, trong cái phóng khoáng, có một chút ngang tàng, dường như ta vẫn thấy được cái an nhiên tự tại của người lính. Và cái giây phút thiêng liêng ấy, họ vẫn muốn sum họp, sẻ chia cùng đồng đội những người đã nằm xuống: “Chừa vài chén cho những thằng nằm xuống/ Gọi nó về cùng ngồi uống cho vui“. Tôi đã đọc khá nhiều thơ văn viết về chiến tranh, song thành thật mà nói, rất ít người viết về đồng đội sâu đậm như Trạch Gầm:

“Bày ra mầy… một vài chai rượu đế
Giữa núi rừng còn hương vị nào hơn

Ai cấm mầy không được quyền mơ ước
Cứ vẽ ra vài dáng dấp phố phường
Cài lên đó thêm vài hàng nước mắt
Y chang rằng mình cũng có người thương

Bất bình hả… lia lên trời vài loạt
Nhớ cài nhiều đạn lửa đốt màn đêm

ꝏꝏꝏ

Soi rọi thử lại khoảng đời phiêu bạt

Khóc hay cười cùng bè bạn anh em…"

Có thể nói, thơ Trạch Gầm ghim được vào lòng người đọc như vậy, nhất là những người lính, bởi tính chân thực. Mỗi địa danh, mỗi trận đánh đều mang dấu ấn của lịch sử. Bạn bè, đồng đội ông là những con người thực, tên tuổi thực. Mỗi câu thơ như một mũi khoan xoáy vào lòng người vậy: "Vợ thằng Dấm đấm ngực tao bình bịch/ Chồng em đâu, chết rồi hả anh Hai". Cho nên, sống hay chết đều để lại những nỗi đau, với kỷ niệm buồn sau chiến trận. Và Trạch Gầm như một người thư ký, cần mẫn ghi lại bằng thơ. Âu đó cũng là sự giải tỏa nỗi lòng Trạch Gầm, và cho cả đồng đội ông.

*** Những ngày tháng tư – với linh hồn rách nát.**

Và tháng tư đến, cái nhận thức, tư tưởng ngay ban đầu của Trạch Gầm đã trở thành hiện thực. Thân phận đất nước nói chung, và người lính nói riêng đã được đặt lên bàn, để cân đong đo đếm. Người lính ấy, không thể tự quyết số phận của mình trên chiến trường. Chỉ với hình ảnh một ông tướng thăm dân và thị sát, rồi không bao giờ trở lại, Trạch Gầm đã cho ta thấy rõ cái bản chất của cuộc chiến này. Sự phũ phàng, xảo trá và lưu manh đó đã đưa đất nước, con người vào đường cùng, ngõ cụt. Và Nhật ký tháng Tư là một bài thơ như vậy của Trạch Gầm: "Hai tám tháng Tư, ta ra lộ Một/ Gặp ông tướng vùng thị sát thăm dân/ Ông nói lung tung, ông thề sống chết/ Ông nói xong rồi, ông bay biệt tăm". Có thể nói, Nhật ký tháng Tư là một bài thơ điển hình, chân thực nhất của Trạch Gầm về những ngày tháng tang thương này. Lời thơ tự sự, với những hình ảnh so sánh: mất/ còn, làm cho người đọc phải nghẹn ngào, xót xa:

"Hai chín tháng Tư, Biên Hòa xơ xác
Ta về Sài Gòn ngang qua nghĩa trang
Ta đứng nghiêm chào bạn ta đã chết
Như tự chào mình - nát cả tim gan.

Ba mươi tháng Tư, ta ôm mặt khóc
Trên cầu Sài Gòn - cạnh phố Hùng Vương
Mười năm binh đao, mười ngày kết thúc
Ta còn nguyên, mà mất cả Quê Hương…"

Vậy là, người lính Trạch Gầm vẫn còn sống để trở về, nhưng linh hồn dường như đã mất. Sự chán chường, và vô nghĩa ấy, buộc ông trải vào những trang thơ. Lời trước nghĩa trang, tuy không phải là bài thơ hay của Trạch Gầm, song nó tiêu biểu cho cái diễn biến tâm lý chung (rất sâu sắc, chân thực) của người lính thất trận ở những ngày này. Vẫn biện pháp tu từ so sánh, đoạn trích dưới đây cho ta thấy rõ điều đó:

"Mầy đã hơn tao vì mầy đã chết
Hưởng chút lễ nghi hưởng chút ân cần
Có được người thân cho lời nuối tiếc
Còn tao bây giờ sống cũng như không"

Và sau cuộc chiến, tù cải tạo là con đường duy nhất của người lính. Lững thững vô tù mà Trạch Gầm vẫn không thể tin miền Nam đã sụp đổ:"Ngày mất nước không tin mình thua cuộc/ Tuổi mới hăm đã lững thững vô tù/ Vai nhẹ tếch quải vài dòng nước mắt/ O Huế nào đã khuấy đọng lu bu…". Cái phũ phàng, và bất ngờ ấy, dường như không chỉ riêng ở người lính Trạch Gầm, mà ta còn bắt gặp trên trang văn Phan Nhật Nam, và cả Trần Hoài Thư nữa. Họ đều nghĩ: "hết chiến tranh anh sẽ về Nha Trang dạy học và cưới em" (Trần Hoài Thư). Nhưng buồn thay, các bác cùng dắt tay nhau vào rọ cả. Ở nơi chuồng người Hoàng Liên Sơn với những điều trớ trêu, và nghịch lý đó, chẳng biết các bác có gột rửa được tâm hồn hay không? Nhưng đọc những câu thơ khí chất Trạch Gầm thấy người hơi rung rinh, sảng khoái: "Ngươi nói trăm điều: một điều không biết/ Ngươi là thá gì mà… cải tạo Ta?". Có thể nói, tù đày, chết chóc chưa hẳn là điều đáng sợ, mà nỗi đau tinh thần mới là sự ám ảnh, tang thương nhất đối với người lính thất trận. Và nỗi đau ấy, vượt ra khỏi những trang thơ, buộc Trạch Gầm phải đến với văn xuôi, truyện ngắn. Tôi đã tìm đọc một số truyện của ông trên internet, nhưng có thể nói, Cháy giữa mùa xuân là truyện ngắn độc đáo, hay nhất của Trạch Gầm. Độc đáo bởi, lần đầu tôi được đọc một tù cải tạo viết về gái gú bán mua rất sinh động và chân thực ở ngay chốn lao tù. Và ở đó cũng cho tôi thấy cái tình người vẫn còn sót lại ở nơi địa ngục trần gian này: "Tôi thì không như mấy thằng trong trại, chúng chỉ biết coi tù, rắc rối bỏ mẹ xử lý chẳng có chút chi là tình người…Với tôi ông muốn nói gì cũng được tất, chuyện xưa chuyện nay, hát nhạc vàng, hát vọng cổ…ngồi trước mặt tôi các ông không nên chửi đảng, thế thôi". Với từ ngữ, lời thoại dân dã, mộc mạc, cùng thủ pháp châm biếm, Trạch Gầm cho người đọc tiếng cười thật chua chát. Trích đoạn lời thoại giữa nữ xã đội trưởng giám sát với những người tù phá đá nung vôi dưới đây, sẽ cho ta thấy rõ điều đó:

"Trong 6 thằng bọn anh thật mà nói chẳng có thằng nào còn giữ được cái đồng hồ. Nếu trong trại còn có đứa nào yếm được thì anh sẽ cố kiếm mua cho em. Có điều em bảo gì gì cũng được anh lại không hiểu gì cả…

Nở cười:

– Gì gì em muốn nói ở đây là chất tươi đó mà, nói toẹt ra là gái đấy.

Điệp chận lời:

– Xã hội chủ nghĩa mà còn lưu hành cái món nầy sao? Anh cứ nghĩ là được giáo dục đến nơi đến chốn hết rồi chứ.

– Ôi! cái nghề có từ đời thượng cổ, càng đói rách thì càng sanh mầm như nấm gặp mưa. Nói cho anh rõ ngoài Yên Bái đánh một quả năm tì, trong làng mộc mạc, giá hữu nghị chỉ có ba tì…các anh, anh nào cũng sức trai hừng hực. Những ngày mà bọn tôi còn trong rừng núi Trường Sơn, nhiều đồng chí nam bị sốt ác tính vật còn như tàu lá, thế mà thấy các đồng chí nữ tắm suối vẫn ngẩng đầu lên xin tí tình"

Đọc Cháy giữa mùa Xuân, ta thấy rất nhiều tình tiết đan xen tạo nên bức tranh đa màu. Ở đó, ta không chỉ thấy được nỗi thống khổ của những tù nhân, mà còn thấy được cái bi kịch của cả một xã hội. Sự tàn nhẫn, mông muội của cường quyền đẩy con người đến đường cùng không lối thoát. Và với hình thức hư cấu (thằng bé hóa thành tinh) Trạch Gầm muốn nhắc đến một điều, quả báo là có thực chăng:

ƠƠƠ

"từ cái lò này, trước khi các anh ra ba năm, có một đứa bé mới sanh bị quăng cháy trong lò. Con bé chồng đi bộ đội biệt tăm biệt tích, hiu hiu cùng bố chồng đơn chiếc tự dưng có bầu. Con bé bị hành lên xách xuống bởi ủy ban nhân dân, bởi hội phụ nữ toàn dân góa bụa, cứ muốn phăng cho biết ai là tác giả. Con bé cắn răng cho đến ngày sanh. Thằng bé vô tội cháy giữa mùa xuân. Con bé vào tù, người cha chồng phát điên, cửa lò vôi bị khép lại. Dân làng chẳng có người nào dám mò đến đây vì họ cho rằng thằng bé thành tinh mỗi năm vật vài tay già trong làng để trả thù cho mẹ nó. Chuyện đấy, tôi không hiểu tại sao các anh không bị thằng bé hành, có thể các anh là tù, là cái tận cùng của mạng số."

*** Con phố tha phương lặng lẽ, u sầu.**

"Con phố tha phương- lặng lẽ- u sầu" có lẽ là câu thơ buồn nhất của Trạch Gầm, khi đặt chân tới Mỹ. Và tôi cũng mượn nó để (làm tiêu đề) viết cho phần kết về ông. Nỗi u buồn đó, phải chăng nhà thơ không, hay chưa tìm được tiếng nói chung, một tâm hồn đồng cảm: "Đất Mỹ tự do, mà vẫn thấy buồn/ Mười mấy năm tù khổ thì có khổ/ Nhưng bạn bè cùng một nỗi nhớ thương". Thật vậy, trước thực trạng lòng người chia năm xẻ bảy ngay trên mảnh đất tự do này, với phép hoán dụ, Trạch Gầm đã gửi cái chán chường ấy vào thi phẩm: Nói với bạn bè. Có thể nói, đây là một trong những bài thơ hay, và chân thực nhất của Trạch Gầm viết trong thời gian này. Nó đã được nhạc sĩ Nguyễn Văn Thành phổ thành ca khúc cùng tên:

"Tao bây giờ không tiền mua rượu uống

Mà vẫn say…say ngút với nỗi buồn
Nhìn thiên hạ tranh nhau quyền yêu nước
Mấy chục năm ròng – Nước vẫn tang thương”.

Với Trạch Gầm, thân phận người lính nơi chiến trường, hay nơi núi rừng Hoàng Liên Sơn, hoặc ở nước Mỹ tha phương thì vẫn áo đời tơi tả. Những câu hỏi tu từ trong thơ, dường như Trạch Gầm không tìm lời giải đáp. Song như “có nụ buồn” quặn xoắn trong lòng người vậy:

“Hốt vài nụ cười tha phương đất lạ
Có nụ buồn nào có tuổi không em
Anh vẫn là anh áo đời tơi tả
Xô mộng lưng trời… té ngả té nghiêng” (Nói cùng buồn)

Với thực trạng (thiên hạ tranh nhau quyền yêu nước) ấy, Trạch Gầm chỉ còn biết gửi hồn vào những trang thơ, rồi mở ra một lối đi riêng cho mình. Do vậy, ta có thể thấy, tình yêu quê hương và nỗi nhớ đồng đội vẫn thường trực trong ông: “Thêm một ngày lưu lạc/ Thao thức cùng Quê Hương/ Bạn bè còn bao đứa/ trắng đời giữa tuyết sương” (Nỗi nhớ không nguôi).

Tuy viết không nhiều, nhưng mảng thơ thời sự xã hội góp phần không nhỏ làm nên cái chất độc đáo Trạch Gầm. Với thân đất khách, hồn nơi quê nhà, cho nên một sự kiện nhỏ xảy ra ở quê hương cũng làm cho ông day dứt. Lời cho Lê Thị Công Nhân là một bài thơ, hay một lời cảm phục, một sự phẫn nộ của Trạch Gầm, khi nghe tin cô bị bắt. Có thể nói, thơ thế sự của Trạch

Gầm luôn đứng về phía lẽ phải, mang hơi ấm của sự đồng cảm đến với những con người cô đơn, bị trị. Tự do dân chủ là tư tưởng xuyên suốt trang viết của ông: "Người con gái ấy/ Đủ điều kiện, sống một mình an lạc/ Đã bỏ nụ cười vì nhìn thấy chung quanh/ Những khổ đau, những đày đọa, những bạo hành/ Bởi những kẻ/ Tự vỗ ngực xưng mình có công cùng đất nước". Và ngòi bút ông chọc thẳng vào ung nhọt của xã hội, nhất là những kẻ bán rẻ Tổ quốc và lương tâm. Lời thơ dồn nén uất ức, nhưng thẳng thắn, với khẩu ngữ mang giọng điệu hài hước làm cho người đọc phải bật ra tiếng cười chua xót, và căm phẫn: "Đ.M. cho tao chửi mầy một tiếng/đất của cha, ông sao mầy hiến cho Tầu.". Dù sức đã cùng, lực đã kiệt, và sống xa cả chục ngàn cây số, người lính Trạch Gầm vẫn nặng lòng với đất, quê hương. Do vậy, không chỉ dừng ở đó, Trạch Gầm truy vấn đến cùng trách nhiệm của người lính mang danh bộ đội nhân dân, mỗi khi đất nước có sóng gió, hiểm nguy:

"Là bộ đội nhân dân…
Sao mầy đi bảo vệ
Một lũ đầu trâu hút máu Đồng Bào
Một lũ đầu trâu hiến đất cho Tàu

Tác quái lộng hành… giam người Yêu Nước
Tổ Quốc lâm nguy sờ sờ trước mắt
Non nước đang cần Bộ đội Nhân Dân
Cần những thằng đã từng nặng lời thề thốt

ƆƆƆƆ

Quyết tử để Tổ Quốc sống còn…" (Bộ đội nhân dân)

Có thể nói, thơ Trạch Gầm chân thực, và mộc mạc, dễ hiểu, không kén người đọc. Cho nên, từ tầng lớp trí thức cho đến bình dân đều đồng cảm yêu mến văn thơ của ông. Trên một trăm bài thơ của Trạch Gầm đã được mười sáu nhạc sỹ phổ nhạc, đã minh chứng cho điều đó. Mỗi bài thơ của ông là một trang nhật ký, một trang sử, hay một hoài niệm về một thời chinh chiến, và tù đày. Cũng như Phan Nhật Nam, hay Phạm Tín An Ninh…tôi nghĩ, cả cuộc đời Trạch Gầm không thể bước ra khỏi cuộc chiến này.

Tôi chưa từng gặp gỡ, và quen biết Trạch Gầm, đọc và viết về ông trong thời gian trên chục ngày, sau giờ làm việc. Do vậy, chắc chắn không thể đào bới hết, và còn nhiều sai sót về văn thơ Trạch Gầm. Nhân tháng Tư, tôi viết bài này như một lời tri ân đến bậc tiền bối vậy.

Leipzig ngày 4-4-2022

ꝏꝏ

NGUYÊN SA: THI CA VỚI TÌNH YÊU VĨNH CỬU

Tôi đã đến với Paris rất nhiều lần. Song lần nào cũng cho tôi cảm giác như lần đầu vậy. Và chưa thu sang, vậy mà hình ảnh Paris với những con đường lá đổ của những Cung Trầm Tưởng, Hoàng Anh Tuấn, Nguyên Sa vẫn chợt hiện về trong tôi. Bởi, có lẽ ba ông thi sĩ cùng năm sinh (1932 tại Hà Nội), du học cùng thời, đều có những bài thơ hay viết về Paris, đánh đúng vào tâm trạng con người chăng?

Có thể nói, Cung Trầm Tưởng, Hoàng Anh Tuấn, Nguyên Sa là những viên gạch đầu đặt nền móng cho Văn học Việt ngay từ thập niên 50 của thế kỷ trước. Và tập thơ mang tên: Hy Vọng của Nguyên Sa ra đời vào năm 1954 tại Paris chứng minh thêm cho nhận định này, khi ta đi sâu vào nghiên cứu Văn học Việt nơi hải ngoại.

Các tác giả thời kỳ này chịu ảnh hưởng sâu sắc thi pháp chủ nghĩa lãng mạn Pháp. Tuy nhiên, sau đó Nguyên Sa đã đảo bút theo chiều hướng khác, nhằm tạo ra con đường mới cho thi ca. Song dường như, Nguyên Sa đã không thành công. Do vậy, ta thấy những bài thơ hay của ông vẫn đều thuộc về chất lãng mạn, hồn vía vần điệu thơ (các cụ) tiền chiến cả. Thơ Nguyên Sa giản dị, dễ hiểu không kén người đọc. Và đặc biệt tài năng đơn giản hóa từ ngữ, hình ảnh ẩn dụ trong biện pháp tu từ so sánh, đi vào tâm lý mọi tầng lớp người đọc một cách tự nhiên, nhất là giới học sinh, sinh viên: "Không có anh lấy ai đưa em đi học về/ Lấy ai viết thư cho em mang vào lớp học/ Ai lau mắt cho em ngồi khóc/ Ai đưa em đi chơi trong chiều mưa/ (…) Không có anh nhỡ một mai em khóc/ Ánh thu buồn trong mắt sẽ hao đi" (Cần Thiết)

Tuy đến với thi ca muộn hơn Cung Trầm Tưởng, và Hoàng Anh Tuấn, song cả cuộc đời Nguyên Sa lăn lộn, dành trọn vẹn cho nó. Cho nên đọc Nguyên Sa, ta có thể thấy, tình yêu con người và thi ca, cùng với tư tưởng ban đầu xuyên suốt sự nghiệp sáng tạo của ông. Thật vậy, Nguyên Sa đưa thi ca, tình yêu trở về đúng vị trí trong môi trường, cuộc sống vĩnh cửu này: "Tôi phải xin thưa: bị lừa gạt đã nhiều/ Nên nguyện suốt đời thật dạ thương yêu/ Nên nguyện suốt đời vĩnh viễn làm thơ/ Cho những người con gái lấy chồng/ Mang theo làm vốn liếng" (Tâm sự)

Nguyên Sa viết nhiều, hơn hai chục tác phẩm đủ thể loại, từ thi ca, văn xuôi tiểu thuyết, lý luận phê bình, cho tới tâm lý học cùng với cái tên cúng cơm: Trần Bích Lan. Ở thể loại nào, Nguyên Sa Trần Bích Lan cũng thành công, mang lại nhiều cảm xúc sâu sắc cho người học, và đọc. Với tôi, ông không chỉ là nhà giáo, nhà thơ, nhà văn, nhà báo mà còn là một nhà văn hóa.

***Luồng sinh khí mới thổi vào hồn thi ca.**

Không chỉ là viên gạch lót đường cho Văn học Việt hải ngoại sau này, Nguyên Sa còn cùng Hoàng Anh Tuấn, Trịnh Viết

Thành, Cung Trầm Tưởng, Đỗ Long Vân, Nguyễn Xuân Vinh… đưa một luồng sinh khí mới về với Văn học miền Nam, ngay sau khi đất nước bị chia cắt. Hy vọng là tập thơ đầu, nhưng dường như người đọc biết đến Nguyên Sa, chỉ từ khi Thơ Nguyên Sa tập 1 (1958) được in ấn phát hành. Và có lẽ, đây cũng tập thơ trữ tình hay nhất của ông.

Viết bằng cảm xúc bất chợt, do đó Nguyên Sa không câu nệ, hoặc bỏ qua niêm luật, vần điệu để giữ nguyên cảm xúc ban đầu ấy. Do vậy, không cứ lần đầu, hay những lần sau… từ ngữ, hình ảnh lạ và độc đáo của Nguyên Sa luôn cho tôi cảm xúc khác nhau. Tiễn Biệt được Nguyên Sa viết vào khoảng năm 1953 (1954?) là một bài thơ như vậy. Mỗi câu thơ như một câu hỏi tu từ (không lời giải đáp) bâng khuâng, mềm mại, song xoáy sâu vào nỗi buồn trống vắng trong lòng người. Và với lời thơ tự sự ấy, Tiễn Biệt đã được Song Ngọc phổ thành ca khúc Tiễn Đưa làm rung động bao thế hệ qua: "Người về đêm nay hay đêm mai/ Người sắp đi chưa hay đi rồi/ Muôn vị hành tinh rung nhè nhẹ/ Hay ly rượu tàn run trên môi/... Sao người không là một cung đàn/ Cho lòng tôi mềm trong tiếng than/ Khi trăng chảy lạnh từng chân tóc/ Khi gió se trùng muôn không gian".

Về nơi quê nhà, mà dường như hồn vía Nguyên Sa vẫn để ở đâu đó Paris. Và: "Paris có gì lạ không em?" câu hỏi chỉ là cái cớ để thi nhân giãi bày tâm trạng của mình mà thôi. Có thể nói, Paris có gì lạ không em, là một bài thơ có từ ngữ, với hình ảnh rất đẹp. Và nó là một trong những bài thơ điển hình về tài năng nghệ thuật sử dụng hình ảnh so sánh mới lạ, độc đáo (mong manh dễ vỡ) của Nguyên Sa: "Paris có gì lạ không em?/ Mai anh về giữa bến sông Seine/ Anh về giữa một dòng sông trắng/ Là áo sương mù hay áo em?/ Anh sẽ thở trong hơi sương khuya/ Mỗi lần tan một chút sương sa/ Bao giờ sáng một trời sao sáng/ Là mắt em nhìn trong gió đưa“. Hỏi, song thực ra đã là câu trả lời đối với thi nhân. Mắt hay em, một hình ảnh hoán dụ cho nhau, gợi lên niềm tin ấy trong lòng người thi sĩ: “Paris có gì lạ không em?/ Mai anh về mắt vẫn lánh đen“. Có thể nói, nghệ thuật hoán dụ cũng là một trong những đặc điểm làm cho lời thơ Nguyên Sa đậm nét gợi hình, gợi cảm đến gần hơn với âm nhạc. Ở đây, nhà thơ đã mượn hình ảnh hương cốm (được bọc bởi) lá sen để bộc lộ tâm trạng của mình. Một khổ kết, mang mang hồn vía ca dao như trộn vào những câu thơ thất ngôn thật hay của Nguyên Sa vậy: “Vẫn hỏi lòng mình là hương cốm/ Chả biết tay ai làm lá sen?”.

Do vậy, ta có thể thấy, Mùa thu Paris của Cung Trầm Tưởng, Paris có gì lạ không em của Nguyên Sa đã được Phạm Duy, và Ngô Thụy Miên phổ nhạc, là hai ca khúc trữ tình, cùng điệu Valse hay nhất về Paris của âm nhạc Việt.

Ở nơi đất Việt, nhớ Paris hay nhớ đến em đã cho Nguyên Sa cảm hứng viết: Tôi sẽ sang thăm em. Một bài thơ viết bằng cảm xúc tự nhiên, với những câu thơ dài ngắn. Đây là bài thơ tiêu biểu về sự “bất qui tắc“ nhẹ niêm luật, với bố cục lỏng lẻo, cùng những hình ảnh, câu từ mới lạ của Nguyên Sa. Và nếu bóc tách ra, đây chỉ là những câu khẩu ngữ thường nhật, có phần so le, lởm khởm, phi logic. Vậy mà ghép tổng thể, bài thơ (và con người) chợt bùng cháy lên cái khao khát mãnh liệt của tình yêu: “Tôi sẽ sang thăm em/ Để những mớ tóc mầu củi chưa đun/ Mầu gỗ chưa ai ghép làm thuyền/ Lùa vào nhau nhóm lửa/ Tôi sẽ sang thăm em/ Để tình yêu đừng chua cay/ Để tình yêu là sóng/ Một dòng sông gặp gỡ dòng sông“.

Và rồi Nguyên Sa cũng quay trở lại Paris để cùng người yêu nhóm lên ngọn lửa tình vĩnh cửu đó. Bài thơ Nga ra đời trong hoàn cảnh tâm trạng như vậy của Nguyên Sa vào khoảng năm 1954. Khi đọc Nga, có một số nhà văn, nhà phê bình cho rằng, Nguyên Sa đã thay đổi quan niệm về cái đẹp, với giá trị thẩm mỹ hoàn toàn khác: "Hôm nay Nga buồn như một con chó ốm/ Như con mèo ngái ngủ trên tay anh/ Đôi mắt cá ươn như sắp sửa se mình/ Để anh giận sao chả là nước biển!". Vâng, có lẽ tôi không nghĩ như vậy. Bởi, bài thơ Nga được viết khi Nguyên Sa và Nga (người yêu) đang sống ngay tại Paris. Mà ở đó, chó mèo còn được âu yếm, quí mến hơn cả con người. Cái văn hóa này đã nhập vào Nguyên Sa và Nga rất sâu đậm. Do vậy, sự so sánh này của Nguyên Sa ở trời Âu là điều rất bình thường. Với tôi, đây chỉ là sự ví von ngộ nghĩnh, trong một bài thơ kể lể, với những từ ngữ, hình ảnh được lặp lại quá nhiều lần nhàm nhạt, chứ không có sự thay đổi quan niệm về cái đẹp, với giá trị thẩm mỹ, thẩm mẽo gì ở đây. Nói dại (vui), vào năm 1954 ở Việt Nam, thời các bà còn mặc quần cẳng què (chân quẻ) bác nào làm thơ ví vợ, hay người tình như con chó ốm, mèo hen (mà chó ốm nào mắt đầy gỉ nhé) bảo đảm, kiểu gì cũng bị guốc của các bà ghè cho không sứt đầu cũng mẻ trán…

Và một lần nữa, Nguyên Sa trở về đất Việt. Nắng Saigon làm cho ông nhớ đến cái dịu dàng đất Bắc. Nơi ông đã sinh ra và lớn lên. Từ cảm xúc bất chợt ấy, để Nguyên Sa viết nên Áo Lụa Hà Đông. Một bài thơ được nhiều người biết và yêu thích, có sức sống lâu dài. Có thể nói, Áo Lụa Hà Đông có hình ảnh so sánh, cùng sự liên tưởng rất mới lạ, độc đáo: "Nắng Sài Gòn anh đi mà chợt mát/ Bởi vì em mặc áo lụa Hà Đông/ Anh vẫn yêu màu áo ấy vô cùng/ Thơ của anh vẫn còn nguyên lụa trắng/ Anh vẫn nhớ em ngồi đây tóc ngắn/ Mà mùa thu dài lắm ở chung quanh/ Linh hồn anh vội vã vẽ chân dung/ Bày vội vã vào trong hồn mở cửa". Với tôi, Áo Lụa Hà Đông hay, song không thuộc nhóm những bài thơ hay nhất của Nguyên Sa. Tuy nhiên, Áo Lụa Hà Đông giàu nhạc tính, và hình ảnh lời thơ đẹp, đã trở thành ca khúc hàng đầu của âm nhạc Việt, dưới bàn tay tài hoa của Ngô Thụy Miên.

Thời kỳ này, say mê với nghề gõ đầu trẻ, do vậy thơ Nguyên Sa đi sâu vào giới học sinh, sinh viên. Màu áo sân trường với những từ ngữ, câu thơ giản dị, nhí nhảnh và sinh động, Nguyên Sa đánh đúng vào (tâm lý) lứa tuổi đang thay đổi tình cảm, tâm sinh lý. Và Tuổi Mười Ba là bài thơ tiêu biểu về giai đoạn này của Nguyên Sa. Đây cũng chưa hẳn là bài thơ hay nhất của Nguyên Sa, song nó đã được Ngô Thụy Miên phổ thành ca khúc cùng tên thật tuyệt vời: "Áo nàng vàng tôi về yêu hoa cúc/ Áo nàng xanh tôi mến lá sân trường/ Sợ thư tình không đủ nghĩa yêu đương/ Tôi thay mực cho vừa màu áo tím".

Cho nên, đọc Nguyên Sa cho tôi thấy một điều: một bài thơ không hay, vẫn có thể trở thành ca khúc rất tuyệt vời. Và bài thơ rất hay, nhưng chưa chắc sẽ trở thành một nhạc phẩm hay.

Nguyên Sa có rất ít bài thơ dở, hoặc quá dở. Song thật đáng tiếc, đôi khi những bài thơ, hoặc khổ thơ rất hay, lạc vào đó một câu thơ dở. "Nói chuyện với Phạm Công Thiện" là một bài thơ như vậy. Hình ảnh, với tính triết lý sâu sắc, nhưng được kết bằng một câu thơ mang tính khẩu ngữ: "Có cũng xong, mà không cũng xong." đã làm hỏng cả một đoạn thơ. Để ta tiếc cho cả một bài thơ thơ hay. Đành rằng, thơ đôi khi phải có những câu nói, tuy nhiên, không phải câu khẩu ngữ nào cũng có thể đưa vào trong thơ: "Ta muốn cùng người một tối nay/ Đầu sông uống rượu cuối sông say/ Người trên sườn núi, ta từ biển/ Từ giấc mơ nào đã tới đây? (...) Thơ như hữu thể mà vô thể/ Có cũng xong, mà không cũng xong."

Và Tháng Sáu Trời Mưa cũng vậy. Một bài thơ trữ tình, giàu nhạc tính rất quen thuộc với người đọc của Nguyên Sa. Do đó, nó đã được nhạc sĩ Ngô Thụy Miên, và Hoàng Thanh Tâm phổ thành những bản nhạc cùng tên. Bài thơ có những câu rất nhẹ nhàng và gợi cảm: "Hãy biến cuộc đời thành những tối tân hôn/ Nếu em sợ thời gian dài vô tận/ Da em trắng anh chẳng cần ánh sáng/ Tóc em mềm anh chẳng thiết mùa xuân/ Trên cuộc đời sẽ chẳng có giai nhân". Tuy nhiên, câu kết của khổ thơ hơi bị phô, và sến: "Vì anh gọi tên em là nhan sắc". Bởi thơ hay dứt khoát phải tinh tế, đằm thắm, dù đó là những lời ngợi ca. Rất đáng tiếc, khi phổ nhạc các nhạc sĩ vẫn giữ nguyên câu thơ (dở) đó của Nguyên Sa.

Và có một điều đặc biệt khác, khi đi sâu vào đọc Nguyên Sa, ta thấy câu kết thường (là câu thơ) tóm gọn hồn vía của cả bài thơ. Và Năm Ngón Tay một trong những bài thơ mang đặc điểm điển hình này của Nguyên Sa. Thật vậy, cả bài chỉ là những câu khẩu ngữ, mang tính liệt kê, chẳng dính tí tẹo gì đến thơ ca thi phú cả. Ấy vậy, Nguyên Sa chỉ khái quát bằng câu kết, một câu hỏi tu từ làm cho bài thơ bật ra điều thú vị một cách chân thực, gây bất ngờ cho người đọc: Bởi, em còn ngón tay nào, để giữ lấy bàn tay anh đang đi quá giới hạn cho phép. (nói vui, cái món này, khi yêu có lẽ gã đàn ông nào cũng đã mò mẫm, và trải qua): "Năm ngón tay/ Trên bàn tay năm ngón/ Có ngón dài ngón ngắn/ Có ngón chỉ đường đi/ Có ngón tay đeo nhẫn/ Ngón tay tô môi/ Ngón tay đánh phấn (...) Em còn ngón nào/ Để giữ lấy tay anh?". Tuy nhiên, có cách cảm nhận khác: em còn tay nào giữ chặt, để anh không thể lìa xa (em). Vâng, theo cách hiểu này, thì bài thơ trở nên quá thường, mất đi hình ảnh, tính ẩn dụ của nó.

Không chỉ có những điều thú vị, mà Nguyên Sa còn cho người đọc tự mường tượng và liên tưởng tới những điều táo bạo khác ở sau câu thơ, từ ngữ đẹp, với đường nét dù kín đáo, song rất gợi cảm trước "bức tranh Sen và Đào". Với tôi, Hoa Sen Và Hoa Đào là một trong những bài thơ hay nhất ở thể lục bát của Nguyên Sa: "Em vào tắm dưới hoa sen/ Những khe nước chẩy những miền hải lưu/ Những thuyền lạc dưới trời sao/ Hỏi em hay hỏi hoa đào của anh/ Chỗ đào có lá sen xanh/ Bờ xa thấp nghiêng mình dáng sông/ Tuyệt vời giữa một dòng trong/ Đầu sông tóc ướt, lưng vòng biển khơi."

Tuy cố gắng vùng vẫy thoát ra khỏi khuôn khổ cái cũ, hay hồn vía thơ tiền chiến, song những bài thơ hay của Nguyên Sa dường như đa phần thuộc thể thơ thất ngôn. Thật vậy, đọc: Tương Tư, hay Em gầy như liễu trong thơ cổ…những bài thất ngôn này, ta thấy hồn vía cổ thi cứ như bám riết lấy Nguyên Sa vậy. Với tôi, Em gầy như liễu trong thơ cổ là bài thơ hay. Một bức tranh toàn bích nhất của Nguyên Sa. Bài thơ đã chứng minh thêm cho tài năng thiên về sử dụng phép so sánh, hoán dụ của Nguyên Sa. Và hai câu thơ, tôi nghĩ là tuyệt bút của ông: "Em gầy như liễu trong thơ cổ/ Anh bỏ trường thi lúc thịnh Đường". Vâng, với vẻ đẹp (mong manh) như tơ, như liễu trong thi ca cổ, anh chẳng phải làm bài trường thi (thơ dài, trường thiên) họa lại dáng hình em chăng? Thành thật mà nói, đọc xong những câu thơ này của Nguyên Sa, tôi lặng đi giây lát, có một cảm giác như trước đây đọc Hoàng Hạc Lâu do Vũ Hoàng Chương dịch vậy. (Tuy nhiên, tôi nghĩ câu thơ này còn nhiều nghĩa, và cách cảm nhận khác nhau nữa): "Anh nhớ em ngồi áo trắng thon/ Ngàn năm còn mãi lúc gần quen/ Em gầy như liễu trong thơ cổ/ Anh bỏ trường thi lúc thịnh Đường/ Anh nhớ sông có nguyệt lạ lùng/ Có trời lau lách chỗ hư không/ Em tìm âu yếm trong đôi mắt/ Thấy cả vô cùng dưới đáy sông".

Có ai đó viết: Đương thời, Nguyên Sa được xem là một hậu duệ Xuân Diệu của thơ tình miền Nam. Với nhận định này, tôi nghĩ người viết đọc thơ Nguyên Sa hơi bị hời hợt. Bởi, cái tôi bao trùm, xuyên suốt thi ca Nguyên Sa, rất khác (trái ngược) thơ Xuân Diệu của những khái quát, cùng định nghĩa bản chất của tình yêu, dành đọc nơi hội trường đông người. Do vậy, có thể nói, cái tôi trữ tình trong thơ Nguyên Sa, như là con đường độc đạo vậy.

***Tư tưởng với những vần thơ thế sự, xã hội**

Chiến tranh, sự đảo điên của xã hội, con người, cho nên xung quanh Nguyên Sa rặt một phường: "Mười phương vẫn một bọn hề/ Những thằng bưng điếu vác cờ chạy quanh" (Thư cho bạn). Từ đó ông nhận ra thân phận con người trước cái thực hư, trắng đen lẫn lộn của cuộc sống: "Ở trong âm bản em buồn/ Thì ra dương thế vẫn còn cõi âm" (Chụp hình tết). Vì vậy, với Nguyên Sa sự cuồng vọng, chiến tranh, thắng thua đều vô nghĩa: "Ta ngồi so kiếm một mình/ Kẻ thua người thắng cuối cùng vẫn thua" (So kiếm). Với tư tưởng như vậy, nhà thơ đứng ra khỏi cuộc chiến để viết. Sự trực diện, và công bình đó cho ta thấy được cái chân thực, và nóng hổi tính thời sự trong thơ Nguyên Sa. Và Cắt tóc ăn Tết là một bài thơ như vậy. Nó viết theo mạch cảm xúc, tâm trạng bị cắt nát của thi nhân, trước nỗi đau và u uất của con người, và xã hội. Và cái sói mòn đạo đức, hủy hoại lương tâm ấy, không chỉ của những kẻ đầu nậu, cầm cờ chạy quanh, mà còn có sự hèn nhát của cả chính tác giả nữa: "Cắt cho ta.../ Sợi xích chiến xa,sợi dây thòng lọng/ Sợi hưu chiến mỏng manh, sợi hận thù buộc chặt/ Sợi sát vào nhau đánh sáp lá cà/ Sợi cắt non sông thành Bắc Nam, thành khu chiến/ Sợi lên thẳng trực thăng/ Sợi xuống ngầm địa hạ/ Sợi đặt chông/ Sợi gài mìn.../ Cắt cho ta/Cho cả những thằng sa đích phê bình văn nghệ rẻ tiền/ Cho cả những thằng xẻo thịt non song/ Cho cả những thằng băm vằm tổ quốc/ Cho chính bản thân ta bơi trong tội lỗi".

Cắt mãi, song ung nhọt vẫn còn đó, và Nguyên Sa đành bất lực. Buộc ông phải ủ nỗi buồn ưu tư đó vào trong thơ. Và nếu Cắt tóc ăn Tết là lời hùng hồn tuyên án, thì đến với Bây giờ lời thơ Nguyên Sa mang đậm nỗi chán chường, buồn than của cả thế hệ sinh nhầm thế kỷ. Và trước địa ngục đó, lời thơ thế sự Nguyên Sa cương nhu theo cảm xúc, tâm trạng của mình, nhưng tất cả đều nặng như những lời luận tội vậy. Đọc những trang thơ này, ta không chỉ thấy tài năng, mà còn thấy được chí khí, lòng can đảm của nhà thơ nữa: "Thế kỷ chúng tôi chót buồn trong mắt/ Dăm bảy nụ cười không đủ xóa ưu tư/ Tay quờ quạng cầm tay vài tiếng hát/ Lúc xòe ra chẳng có một âm thừa/ Cửa địa ngục ở hai bên lồng ngực/ Phải vác theo trăm tuổi đường dài".

Tôi đã đọc khá nhiều người viết về thân phận những cô gái bán hoa phong trần. Nhưng có lẽ, không tác phẩm nào cho tôi thực sự cảm động như: Đợi Khách của Nguyên Sa. Đây là bài thơ không chỉ sâu sắc về nội dung, mà còn có lời thơ rất đẹp. Và trên hết lòng nhân đạo, với cái nhìn cảm thông của nhà thơ. Và vẫn thể thơ bát ngôn, Đợi Khách một lần nữa chứng minh: những bài thơ hay của Nguyên Sa đều thuộc về hồn thơ cũ. Dù ông cố phá bỏ những ràng buộc ấy: "Em đứng lẫn bên góc hè phố vắng/ Như loài hoa hoang dại trong rừng sâu/ Màu da tơ bóng tối ngã u sầu/ Đôi mắt đẹp từng cánh sao tắt lịm/ Em đứng đợi một người không hẹn đến/ Bán cho người tất cả những niềm vui/ Chút tình hoa còn lại thoáng hương phai/ Em dâng cả làn môi khô nước ngọt/ Trong đêm mỏi hàng mi mờ khẽ ướt"

Tự trách, và sám hối, quả thực đó là tấm lòng cao cả của người thày Nguyên Sa, dù trách nhiệm đó không thuộc về ông. Do vậy, đọc Xin lỗi sự lầm lẫn quá khứ, tuy được Nguyên Sa viết từ những năm 1967 ta càng thấy được sự hèn nhát, bỉ ổi của những kẻ chức quyền, bán mua chiến tranh. Và nhân cách, trách nhiệm của một con người, một nhà thơ sống mãi, dù (trên) sáu mươi năm cuộc đời của Nguyên Sa đã khép lại: "ta mới biết rằng trong cuộc đời dạy học ta là thằng dốt nát/ trong mười mấy năm ta làm bao nhiêu tội lỗi/ trong mười mấy năm ta không nói cho học trò ta biết.../để anh em tìm thấy toạ độ trong rừng già/ để anh em tìm thấy điểm đứng trong ruộng đồng bát ngát/ để đạn đừng xuyên qua tim/ hãy tha thứ cho ta"

Có thể nói, cả cuộc đời Nguyên Sa là cuộc hành trình đi tìm tình yêu và cái đẹp. Thơ ông như một chân lý, khát vọng. Khát vọng đó luôn có sự chuyển đổi trong tư tưởng và thi ca Nguyên Sa. Chính vì vậy, nó cho ông lòng can đảm đến với nỗi khổ đau của con người trong cái bi kịch mù lòa, và bất hạnh của dân tộc. Sự nghiệp, và con người Nguyên Sa để lại cho hậu thế chúng ta nhiều bài học và những kinh nghiệm sâu sắc. Và tôi xin mượn Sợi Tóc, một bài thơ tóm gọn hồn khí, tâm nguyện của Nguyên Sa đã được khắc trên mộ bia ông, để kết thúc bài viết này, như tưởng nhớ đến một nhà thơ tài hoa, lãng mạn, và cũng đầy chí khí vậy: "Nằm chơi ở góc rừng này/ Chưa thiên thu cũng đã đầy cỏ hoang/ Xin em một sợi tóc vàng/ Làm hoa sự cho ngàn kiếp sau/ Biết đâu thảo mộc bớt đau/ Biết đâu có bản kinh cầu dâng lên?"

Leipzig ngày 26-9-2023

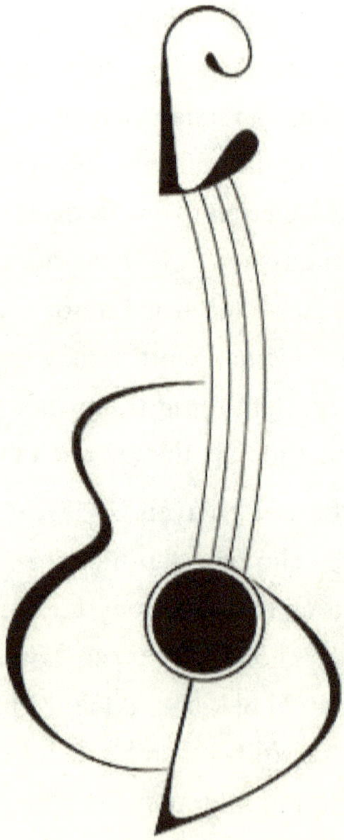

VÀI SUY NGHĨ NHÂN ĐỌC: MÂY TRÊN ĐỈNH NÚI CỦA NGUYÊN VŨ

Khi tìm đọc văn học chiến tranh (giai đoạn 1954-1975) tôi bắt gặp rất nhiều lần lời giới thiệu ngắn tên tuổi, và các tác phẩm của nhà văn Nguyên Vũ. Kể từ đó, tôi luôn tìm Nguyên Vũ để đọc, song dường như không có tác phẩm nào của ông được đưa lên các trạng mạng, hay các thư viện điện tử. Hôm rồi, thật may mắn, đang nghiền ngẫm về cố nhà văn, nhạc sĩ Nguyễn Đình Toàn, tình cờ tôi bắt gặp: Mây Trên Đỉnh Núi, truyện dài gồm 20 chương của Nguyên Vũ. Đây có lẽ là truyện dài đầu tay, và ít được nhắc đến của ông. Cũng định thử một vài trang, rồi lúc nào đó sẽ đọc tiếp, nhưng bập vào tôi không thể dứt ra được, và đọc một mạch ngay nơi làm việc. Sự hấp dẫn, sinh động ấy, không hẳn bởi chỉ nội dung, mà còn do bố cục, nghệ thuật đan xen những tình tiết câu chuyện, hay lời tự sự, tính cách nhân vật. Bởi vậy, những trang viết mang đậm nét ký sự hừng hực khói lửa nơi chiến trường, được lồng vào tình yêu nơi hậu phương, khi trần trụi, lúc tiểu thuyết lãng mạn, như thể giảm đi cái ngột ngạt của chiến tranh, dung hòa cảm xúc người đọc vậy. Cho nên, đọc Mây Trên Đỉnh Núi, thật khó xác định tác phẩm này thuộc tiểu thuyết, hay thể ký sự, tùy bút. Và đây cũng là thủ pháp nghệ thuật điển hình của tác phẩm này.

Cùng với nhà văn: Phan Nhật Nam, Thảo Trường, Lữ Quỳnh, Nguyễn Xuân Vinh…sự pha trộn các thể loại văn học dẫn đến cái mới lạ ở Mây Trên Đỉnh Núi của Nguyên Vũ góp một luồng sinh khí cho Văn học miền Nam. Nhất là vào những năm 1965-1966 chiến tranh lan rộng, và tàn khốc, đưa đến sự bế tắc chung của mọi loại hình nghệ thuật. Có thể nói, Mây Trên Đỉnh Núi là một trong những tác phẩm toàn bích của Văn học Việt về hình ảnh người lính nơi chiến trường, và thân phận con người nơi hậu phương trong bối cảnh chiến tranh, xã hội đại loạn.

Nguyên Vũ tên thật Vũ Ngự Chiêu, sinh năm 1942 tại Hải Dương. Ông nguyên là sĩ quan Quân Lực Việt Nam Cộng Hòa, nhiều năm lăn lộn trên chiến trường. Ở đó đã cho Nguyên Vũ nguồn cảm hứng, vốn sống để viết, và xuất bản liền tù tì 36 tác phẩm (tính đến1975).

Sau 1975 ra hải ngoại, Nguyên Vũ vẫn tiếp tục viết và nghiên cứu. Với bút danh Chính Đạo, ông còn đi sâu vào lãnh vực lịch sử. Hiện nay, Nguyên Vũ đang sống và viết tại Hoa Kỳ.

*** Tình yêu - khát vọng thời chiến loạn.**

Ngay từ khi cầm súng, cầm bút Nguyên Vũ đã bộc lộ, gửi gắm tư tưởng vào nhân vật của mình. Và nỗi đau của người lính gắn liền với nỗi nhục của dân tộc. Do vậy, kẻ mua bán chiến tranh dù ở góc độ, hay chủ thuyết ngoại lai nào đi chăng nữa, thực sự đó mới là những tên đồ tể giấu mặt trên chiến trường, và đưa khổ đau, cốt nhục tương tàn đến cho cả dân tộc này: "chiến tranh vốn tàn bạo và dơ bẩn, nhưng người khởi xướng chiến tranh còn dơ bẩn và tàn bạo gấp trăm lần chính cái thực thể chiến tranh nữa". (Chương 14). Vì vậy, hệ quả những đứa con lai bị chối bỏ, đã vạch trần bản chất chiến tranh, và những kẻ nhân danh chủ thuyết này, mỹ từ nọ (khai hóa văn minh như: Pháp, Mỹ, Nga, Tàu) cùng hè nhau hiếp dâm cả dân tộc này. Cái tư tưởng ấy xuyên suốt tác phẩm: Mưa trên đỉnh núi của Nguyên Vũ. Thật vậy, đọc nó (Mưa trên đỉnh núi), chợt làm tôi liên tưởng đến: Người đàn bà mang thai trên kinh Đồng Tháp của Thảo Trường. Tuy khung cảnh và thời gian khác nhau, song cả hai thiên truyện cùng khắc sâu những phận đời trớ trêu ở một đất nước (dân tộc) nhược tiểu. Nỗi tủi nhục và đớn đau về cả thể xác lẫn tâm hồn ấy, đến nay càng khắc sâu thêm:

"Vị mệnh phụ phu nhân này đã bị chồng ép buộc leo lên giường viên công sứ, không một mảnh vải che thân. Đến lần thứ ba thì Hélène bắt đầu được quyết định mở mắt chào đời để làm một thứ nhân chứng hiện thực nhất cho sự khai hóa của dân tộc Pháp và nền văn minh Tây phương trên mảnh đất khô gầy được mệnh danh là man dã này. Vừa cất tiếng khóc oe oe, Hélène được gửi ngay cho một vú nuôi. Rồi lớn lên, lớn lên nữa. Chưa bao giờ Hélène dám gọi người đàn bà đài các, đẹp não nùng là mẹ." (Chương 1)

Có lẽ, không phải là tất cả, nhưng hình ảnh người lính bị đẩy xuống phi cơ, nói lên một phần nào đấy nỗi buồn đau của người lính trận. Với giọng văn châm biếm, Nguyên Vũ xoa dịu nỗi đau của con người như phép so sánh tinh thần AQ, hòng che đậy nỗi nhục, tinh thần hèn kém chăng? Đọc nó, bất chợt bật ra tiếng cười, song cứ nghẹn đắng ở trong lòng vậy. Và với tôi, những hình ảnh, lời văn tự sự chân thực này, không chỉ có giá trị văn học, mà còn đem lại giá trị lịch sử chiến tranh lâu dài:

"Bạn bè chàng nhiều người cũng được hân hạnh tống cổ xuống phi cơ, uống công năn nỉ bằng mớ Mỹ ngữ "nhảy dù". Nhưng biết sao hơn. Air Viet Nam mua được cái vé khứ hồi mất hàng tháng. Và lính tráng thì nghèo kiết xác. Air …xe đò thì ớn mấy chú du kích chặn đường hỏi thăm. Đành chịu nhục một tí nhưng khỏe người, tiết kiệm được những giờ phút nghỉ phép vàng ngọc. Cũng như dân tộc này đã từng nuốt nước mắt tủi nhục hơn một thế kỷ". (Chương 1)

Trong bối cảnh chiến tranh, đại loạn như vậy, đọc Mưa Trên Đỉnh Núi, ta vẫn thấy tình yêu, và khát vọng của tầng lớp bị vùi dập xuống tận cùng của xã hội. Thật vậy, với ngòi bút nhân bản, Nguyên Vũ đã xây dựng thành công nhân vật Hélène, một cô gái giang hồ, cùng sự phân tích, miêu tả sâu sắc diễn biến tâm lý. Ngay từ những thập niên sáu mươi, Nguyên Vũ đề cao trinh tiết của tâm hồn thay cho nhục dục thể xác là những tình tiết rất mới, rất lạ trong Văn chương Việt lúc đó. Tôi nghĩ, với tình tiết này, Nguyên Vũ sẽ nhận được sự đồng cảm của người đọc, nhất là tầng lớp bình dân. Và đoạn văn với những hình ảnh ẩn dụ, so sánh dưới đây chứng minh cho ta thấy tài năng, cùng những tư tưởng, tình tiết thật thi vị ấy của Nguyên Vũ:

"Thân thể người đàn ộng này là Tuấn – Tuấn – Tuấn: Người đàn ông rọi xuống hang động sâu thẳm, tối tăm của đời nàng những vạt nắng thơm tho. Người đàn ông cho nàng những buồn vui tinh khiết nhất giữa thể khối nhầy nhụa, đặc quánh tủi hổ. Người đã dạy nàng biết thế nào là nhớ nhung, là trống vắng của ngày tháng xa cách, đã tạo dựng nên một hình hài thứ hai bên lớp xác mang tên Hélène, con điếm thượng lưu này. Mỗi lúc tưởng nhớ đến Tuấn, nằm bên Tuấn, Hélène có cảm tưởng nàng vừa lột xác. Sự lột xác đầy hãnh diện – cao lớn niềm vui – mơn mởn hạnh phúc.“ (Chương 6)

Chiến tranh tàn khốc, sự hỗn loạn xã hội tác động trực tiếp tâm lý của người lính. Sự ám ảnh ấy, làm cho thần kinh luôn trong trạng thái bị kích động, dẫn đến suy nghĩ, hành động bất nhất của người lính: khi cao thượng, lúc phũ phàng, tàn nhẫn. Với họ, tình yêu có lúc lãng mạn chân thực, và đôi khi chỉ là thứ tình trần trụi nhục dục, giải tỏa bế tắc nơi chiến trường: “Với Tuấn, tình yêu và đàn bà chỉ còn là một thứ đồ trang sức rẻ tiền, bày bán khắp hang cùng ngõ hẻm“. (Mây trên đỉnh núi). Do đó, dù yêu Hélène, song Tuấn (người lính trận) làm cho cô thất vọng, và tủi hổ. Việc Tuấn hẹn Hélène để cho người bạn tên Minh qua đêm, thực sự là hành động bỉ ổi, đê tiện. Có thể nói, ngòi bút của Nguyên Vũ đi vào khai thác khía cạnh nhạy cảm, dễ va chạm, trong bối cảnh thực của người lính. Do vậy, ta có thể thấy người lính trong: Mây Trên Đỉnh Núi, hiện lên một cách trần trụi, trái ngược hẳn với những người lính hào hoa, đa tình trong các tác phẩm của những nhà văn khác cùng thời. Thật vậy, lời tự sự đớn đau, và chua xót dưới đây của Hélène chứng minh cho ta thấy rõ điều đó:

“Mắt Hélène rực lên, nhìn theo bờ lưng rộng và phẳng của Minh. Nhưng nàng không đủ năng lực, can đảm để giận dữ nữa. Hélène chỉ thầm chua xót, tủi hổ. Tuấn đã hẹn nàng để giới thiệu cho Minh. Có phải anh vẫn chỉ coi em như một con điếm, một con điếm lai Tây, một của lạ cho khách làng chơi. Vâng, em chỉ là một con điếm. Nhưng sao anh quá vô tình như thế, anh Tuấn. Trận địa nọ đã biến đổi anh rồi ư? Anh không là Tuấn của ngày nào. Anh đã thay đổi. Anh đã có những cái bần tiện của một kẻ tưởng mình lọc lõi phải không?“ (Mây trên đỉnh núi)

Khi đưa ra tình tiết, miêu tả hình ảnh Diễm, một nữ sinh danh giá, và Hélène một cô gái giang hồ, thất học - Phải chăng Nguyên Vũ muốn so sánh, hoặc đưa tình yêu của họ lên bàn cân? Hành động Diễm rời bỏ Tuấn người lính trận để lấy chồng dạy học (yên vị) ở thành phố, khác hẳn Hélène dám đi đến tận cùng yêu, tận cùng sống với Tuấn (kể cả tự sát). Có thể nói, viết Mây trên đỉnh núi, Nguyên Vũ như muốn đánh giá lại giá trị tình yêu, giá trị đạo đức, giá trị con người mà từ bấy lâu rao giảng vậy.

*** Chiến trường khốc liệt, với sự can đảm, nỗi uất hận của người lính.**

Cũng như Thảo Trường, hay Phan Nhật Nam, nhà văn Nguyên Vũ có cái nhìn, quan sát rất tỉ mỉ, và ông bê nguyên si cái hiện thực ấy vào trang viết của mình. Do đó, những dòng miêu tả, trần thuật của Nguyên Vũ không chỉ sinh động, mà còn nóng bỏng tính thời sự. Tôi đã đọc khá nhiều về sự tàn khốc, bi thương ở nơi chiến trường của các nhà văn ở cả hai chiến tuyến. Nhưng dường như cái kiểu chém giết rùng rợn thời trung cổ chỉ có ở trang viết của Nguyên Vũ. Đọc nó, cũng như tôi chắc nhiều người sẽ bị ám ảnh:

“Rồi, những bộ đồ bông ướt sũng trườn lên khỏi bờ lạch, khởi diễn một trận đánh man dã, tàn bạo. Từng thây người gục ngã ruột gan đổ lòng thòng, thân thể bị nát bấy vì đạn, vì mã tấu. Những con mắt khờ dại trợn trừng nhìn lên bầu trời thật trong và xanh lơ…“ (Chương 14)

ƆƆƆƆ

Và những người lính đi vào cái chết vẫn còn ngơ ngác. Niềm tin, sự trong trẻo dường như còn có sự u uất trong mắt họ. Bởi, người lính trẻ ấy, thực sự chưa hiểu hết về chiến tranh với thủ đoạn của những kẻ đầu cơ chính trị và bán mua nó. Do vậy, họ hoàn toàn không chuẩn bị tâm lý cho mình để bước vào nơi mộ địa. Đọc Nguyên Vũ, ta không chỉ thấy tính chân thực, mà còn thấy được tài năng phân tích, miêu tả diễn biến tâm lý nhân vật:

"Tuấn ngước lên nhìn mặt Sanh. Mắt Sanh đã mất hết sinh khí, trọn trừng nhìn nóc nhà đầy mạng nhện và lấm tấm những điểm nắng. Có lẽ Sanh chết mà vẫn chưa tin mình đã chết. Cũng như nhiều người trẻ tuổi đang tham dự chiến cuộc này thường ngơ ngác trước cái chết đột ngột của mình, thường chưa kịp chuẩn bị cho mình một thái độ thích nghi để bước vào nằm trong mộ địa. Tuấn lau nhanh những giọt nước mắt vừa âm thầm nhỏ xuống, vuốt mắt cho Sanh…" (Chương 14)

Trước sự sống, và cái chết trong cuộc chiến tàn khốc thần kinh người lính bị kích động, dẫn đến suy nghĩ, hành động không thể kiểm soát. Do vậy, hình ảnh người sĩ quan trung đội trưởng dưới ngòi bút của Nguyên Vũ hiện lên đầy hận thù. Dường như, đây là lần đầu tôi được đọc về hành động có thể nói dã man dù bột phát của một sĩ quan, dưới ngòi bút của chính đồng đội mình? Ngoài tính chân thực, tôi nghĩ đến bút lực và lòng can đảm, trách nhiệm của nhà văn Nguyên Vũ. Thật vậy, ngòi bút của Nguyên Vũ đã đi sâu vào từng ngõ ngách nhọc nhằn, buồn vui, thù hận (hỉ nộ ái ố) của người lính:

"Hùng đứng dừng lại, quạt nguyên một băng đạn. Tên địch ngã sấp xuống. Tấm lưng trần của hắn chi chít những lỗ máu đỏ sâu hoắm. Hùng nghiến răng lắp một băng đạn khác, lên cơ bấm thật mạnh. Rồi, chậm rãi bước tới bên kẻ hấp hối, mũi bốt-đờ-sô nhê nhếch sình lầy lật ngửa hắn lên. Khẩu M.2 trên tay Hùng dí sát xuống khuôn mặt đẹp trai, sáng sủa của tên thương binh. Hùng chợt cười nức nở nghiến răng siết cò. Cái đầu tên thương binh nát bấy. Máu và óc bắn tung toé dính cả vào đầu tóc quần áo Hùng.

Viên Thiếu tá Tiểu Đoàn Trưởng chợt cau hàng lông mày hơi rậm, hỏi Tuấn: Bộ thằng đó khùng sao? Tuấn lột chiếc nón sắt trao cho Vĩnh cố giấu một tiếng thở dài: Thằng Sanh, bạn nối khố của nó mới chết, Thiếu tá“ (Chương 14)

Thế Hệ Chiến Tranh của Trần Hoài Thư, Những Ngày Gãy Vụn của Phan Nhật Nam, và Mây Trên Đỉnh Núi của Nguyên Vũ là ba tác phẩm được viết cùng một thời điểm, ở ba chiến trường khác nhau. Song ngoài bi hài, nó còn tiêu biểu cho sự quân kỷ của người lính giữa sống và chết, dù lòng tràn đầy mâu thuẫn, và uất hận. Về ngôn ngữ, lời thoại đều mang đậm chất điện ảnh. Do vậy, nó tạo nên những trang văn thật sinh động. Ta có thể thấy, không chỉ ở mặt trận Đồng Xoài, với Những Ngày Gãy Vụn (Phan Nhật Nam) người trung đội trưởng gọi pháo binh chi viện, bị bác bỏ:

“ - Báo cáo không thể tiến thêm được nữa, địch quá đông, xin pháo binh. Tôi gọi về đại đội nói như hét.

- Không bắn pháo binh được, khu đồn điền có dân và có nhà thờ.

- Dân con mẹ gì! Tôi la muốn vỡ phổi để phản đối: Không phải dân đâu, toàn là Việt cộng thôi...

- Bộ chỉ huy hành quân quyết định không cho bắn, anh về đó mà kiện“

ꙮꙮꙮ

Mà ở mặt trận Tây Nam: Mây Trên Đỉnh Núi của Nguyên Vũ cũng y chang vậy. Pilot từ chối, khi người đại đội trưởng cầu cứu. Có thể nói, đây là nỗi đau bất lực của người lính. Và chính sự trói buột trớ trêu này góp phần không nhỏ cho những thất bại trên chiến trường:

"– Đ.m… tại sao UTT không chịu yểm trợ cho tụi tôi tiến quân.

– Tôi bảo tụi cố vấn của mình xin rồi. Nhưng bọn Pilot bảo đó là một ngôi chùa.

– Trung úy bảo nó cứ bắn nát chỗ đó đi, tội vạ đâu tôi chịu. Nhà máy chứ chùa chiền, con C… gì. Mà chùa chiền đi nữa, nếu cần dùng cũng làm cỏ luôn. Sống chết trong đường tơ kẽ tóc mà còn nhân đạo gì nữa. (Chương 14)

Hình ảnh cháu bé bảy tuổi chết bởi bom mìn giữa nơi chiến trường, Nguyên Vũ đã đẩy chiến tranh đến mức tận cùng khốc liệt. Sự bất lực của người lính trước bi thương, mất mát đó, lại là mảnh đất màu mỡ để nhà văn đi sâu khai thác. Và hình ảnh, tâm trạng của của họ hiện lên trang viết Nguyên Vũ rất sâu sắc, nhân bản và chân thật. Và dường như, dưới ngòi bút của Nguyên Vũ, người lính hay cấp chỉ huy nào đi chăng nữa đều mang tính cách dân dã, nặng tinh thần trách nhiệm đối với đất nước và con người. Do vậy, ngoài hành động trên chiến trường, tâm hồn đa cảm của người lính in đậm trên trang viết của Nguyên Vũ. Chúng ta hãy đọc lại đoạn văn tự sự dưới đây, để thấy rõ sự dằn vặt, tâm trạng bi quan và chán chường của người lính, cũng như một lần nữa chứng minh thêm tài năng miêu tả, phân tích nội tâm nhân vật của Nguyên Vũ:

"Đứa bé đã chết rồi. Một cái chết mà chỉ chiến tranh mới tạo nên được. Chết không toàn thây. Tội cho cháu...Một ngày, một giờ trên đất nước tôi bao nhiêu đứa trẻ chết oan uổng...Ai bảo, ai xui cháu sinh ra trên đất nước này. Đất nước hơi thở nồng mùi diêm sinh, mặt trời mọc đủ hai mươi bốn giờ, người già chưa cạn nước mắt. Con gái biến thành góa phụ từ tuổi vị thành niên. Anh em, bố con...phải bắn giết nhau. Chú làm được gì cho cháu vì chú chỉ là một người lính, kẻ cầm súng...Xóm làng nào cũng là quê hương chú và cũng có thể là tử địa của chú. Chú nằm trong vòng tay quê hương mà thực ra vẫn chẳng có quê hương. Thế hệ này là thế hệ yêu quỷ cháu ạ." (Chương 17)

Cái bi thương ấy được nhân lên gấp bội, bởi Nguyên Vũ đã lồng giây phút hấp hối, lời trăng trối, hay tự sự cuối cùng của người lính với mẹ vào khung cảnh tàn khốc nơi chiến trường. Ở đó, ta không chỉ thấy tình yêu, mà còn thấy sự can trường của người lính. Nó đã làm cho nước mắt tôi rơi ngay trên bàn phím, khi ngồi viết những dòng chữ này, và có lẽ nhiều người đọc cũng vậy. Và tiếng khóc ấy, không hẳn vì cái chết của người lính, mà bởi sợi dây liên tưởng đến mẹ, đến kỷ niệm, với những hình ảnh đã xa vời vợi. Vâng, ngòi bút Nguyên Vũ đã chạm đến tận cùng cảm xúc của người đọc:

"Tuấn lờ đờ mở mắt nhìn, chỉ thấy một lớp sương mù. Y tá đâu. Chết rồi. Em cõng Đại úy chạy nghe. Tuấn lắc đầu nặng nhọc... Không nằm im đây. Tao chưa biết chạy là gì. Tôi chưa biết lùi bước là gì... Còn mấy người. Sáu người, Đại úy là bảy. Bị thương nhiều lắm. Tôi sắp hôn mê rồi. Mẹ... Con sắp cướp công mẹ rồi. Nhớ ngày nào mẹ còn gánh con đi tản cư. Nhớ ngày nào con còn nằm dài trên phản để mẹ vừa khóc vừa đánh con bằng ngọn roi thâm tím bờ mông. Con chết được không mẹ…Hình như có một tiếng nổ nào thật gần, Thật lớn. Hình như nhiều mảnh kim khí đục trên xương sọ, trên thân thể tôi. Tất cả tối sầm lại. Tôi không biết gì nữa“. (Chương 18)

*** Việt Nam một bức tranh tối màu - thay cho lời kết.**

Có thể nói, giai đoạn thập niên sáu mươi, Văn học về chiến tranh ở miền Nam phát triển rất mạnh mẽ và đa dạng. Phần đông tác giả văn xuôi như: Trần Hoài Thư, Thảo Trường, Phan Nhật Nam, Lữ Quỳnh, hay Nguyên Vũ… vừa cầm súng, vừa cầm bút. Do vậy, những trang viết của họ còn sặc mùi khói súng. Sự sinh động và chân thực ấy đưa đến nhiều cảm xúc cho người đọc. Mỗi tác giả đều có bút pháp, đặc trưng riêng. Do vậy, khi đọc Mây Trên Đỉnh Núi của Nguyên Vũ làm cho ta chợt liên tưởng đến một bức tranh. Vâng, đó là một bức tranh tối màu cho toàn đất Việt dưới cái nhìn chân thực của nhà văn. Cái chết của những đứa trẻ, hay những nhân vật như Tuấn, Hélène… càng tô đậm cho bức tranh sặc mùi tử khí đó. Và tôi xin mượn trích đoạn trong: Mây Trên Đỉnh Núi, tuy buồn, nhưng có lời văn, hình ảnh ẩn dụ rất đẹp và sâu sắc về nỗi bất hạnh của cả một dân tộc để kết thúc bài viết này:

“Một tràng trung liên vang lên chát chúa cùng với tiếng hét thất thanh của Hélène. Chết tôi rồi. Tiếp theo là tiếng đổ nặng nề của một vật cứng nào đó trên mặt đất. Để rồi là im lặng. Chỉ còn tiếng gió núi từ xa vọng lại, những âm thanh se sắt buồn phiền, hờn tủi. Và chỉ có những vạt sương muối mỗi lúc một đặc quánh lại, quấn quít lấy thân thể người con gái bất hạnh như một tấm khăn liệm khổng lồ.“ (Chương 20)

Leipzig ngày 17-1-2024

ထထထ

TUYỂN TẬP 1- VỚI SÁU MƯƠI HAI NĂM THƠ PHƯƠNG TẤN

Tôi thật vui, và cảm động, ngày 15/5/2022 này nhận được bản thảo Tuyển tập 1 của nhà thơ Phương Tấn gửi tặng. Một tuyển tập quan trọng bậc nhất trong sự nghiệp (sáu mươi hai năm) sáng tạo của Phương Tấn. Dù Tuyển tập được rút, chọn ở những thi tập đã xuất bản từ đầu thập niên sáu mươi cho đến nay, nhưng khi đọc kỹ ta thấy, dường như có sự sắp xếp chương mục, chủ đề rõ ràng. Do vậy, nội dung bố cục khá chặt chẽ, mạch lạc với những: Tình yêu đôi lứa, tình yêu gia đình, và bạn bè, quê hương, đất nước, cùng thơ thế sự xã hội xuyên suốt Tuyển tập 1 này.

Tôi yêu mến và tìm đọc Phương Tấn rải rác ở đâu đó đã khá lâu. Tuy nhiên, nhận Tuyển tập này, tôi mới được thực sự đọc ông một cách có hệ thống. Sự tiếp cận có hệ thống ấy, cho tôi nắm bắt được hồn vía tư tưởng, thủ pháp nghệ thuật cũng như diễn biến tâm lý Phương Tấn qua những biến động của đất nước, con người.

Nhà thơ Phương Tấn tên đầy đủ là Nguyễn Tấn Phương, sinh năm 1946 tại Đà Nẵng. Năm 1960, tức 14 tuổi, ông đã bắt đầu làm thơ và viết văn. Thơ văn ông đã được đăng tải, phổ biến hầu hết trên các báo chí ở miền Nam trước 1975. Ngoài ra, ông còn làm báo, cũng như nghiên cứu và đưa võ thuật Việt Nam đến với các đấu trường quốc tế. Hiện nhà thơ Phương Tấn đang sống và viết tại Cali-Hoa Kỳ.

*** Ấy tim anh hé, riêng em khẽ vào.**

Vâng, và tôi xin mượn câu thơ "Ấy tim anh hé, riêng em khẽ vào" này của Phương Tấn, để làm tiêu đề cho phần viết về tình yêu cùng nỗi buồn thi nhân. Có thể nói, tình yêu và cái thuở ban đầu ấy, không chỉ chiếm vị trí số một ở Tuyển tập này, mà còn quan trọng nhất trong đời thơ Phương Tấn. Và cũng chính nó làm nên tên tuổi, hồn thơ ông.

Tôi không rõ, tình yêu đầu của Phương Tấn diễn ra như thế nào, nhưng đọc câu thơ viết cho cô gái tên Phương, năm ông16 tuổi, cảm thấy rạo rực lắm: "Guốc ai khuất mà hồn ai còn gõ". Với tôi, có lẽ đây là một trong những câu thơ tình với phép tương phản hay nhất ở Tuyển tập 1 của Phương Tấn. Và tiếng gõ của mối tình đầu ấy, chẳng biết có làm lạc hồn lạc vía cậu học trò Nguyễn Tấn Phương hay không? Nhưng xem chừng thi sĩ Phương Tấn lung linh và tự tin lắm: "Im nghe bàn ghế thầm thì/ Nghe trong sách vở li ti là tình/ Phấn cười bảng cũng lung linh/ Mực vui chữ cũng chia tình cho em" (Lung linh tình đầu). Từ cái lung linh, sự tự tin đó, cho thi sĩ Phương Tấn đủ can đảm hé mở trái tim mình. Song dường như, cô bé lọ lem ấy có một chút ngập ngừng chăng… Và như một tiếng gọi, dụ mời, Phương Tấn muốn em bước vào nơi cửa mở trái tim, với không gian đầy lãng mạn:"Này này cô bé lọ lem/ Ấy tim anh hé riêng em khẽ vào/ Mình căn lều ở trong sao/ Vui nghe tình thở rạt rào hơi trăng“ (Lọ lem). Có lẽ, trái tim thi nhân vẫn chưa đủ rộng, hay cô nữ sinh chưa đủ can đảm bước đến tận cùng. Do vậy, thơ tình Phương Tấn vẫn buộc phải kẹp vào trang sách. Và Thư Xanh là một bài thơ hồn nhiên, trong trẻo, với hình ảnh ẩn dụ, lời thơ rất đẹp được viết trong cái không gian, tâm trạng ấy của cậu học trò Phương Tấn: “Một vườn chim hót trong thơ/ Líu lo líu lít thơm tờ thư xanh/ Một tà nắng khép bên cành/ Khép trong vạt chữ xanh xanh là tình.“. Ở cái tuổi học trò như vậy, có lẽ không ai yêu đến điên cuồng, mãnh liệt, và dám viết câu thơ táo bạo như Phương Tấn. Có thể nói, đây cũng là nét đặc trưng thơ tình ở giai đoạn này của ông. Đọc nó chỉ một lần, cứ làm tôi nghĩ đến ngày còn cắp sách đến trường, và ám ảnh mãi không thôi: “Anh quỳ lót lụa dưới chân/ Lụa thơm đầy gió cho thân là là/ Là là cánh én bay ra/ Én tha đầy mộng ngậm tà áo xuân.” (Nàng tiên).

Thuở còn đến trường, dường như Phương Tấn chủ yếu đã gửi hồn mình vào thơ lục bát. Một thể thơ dễ làm, và thật khó hay, song ông đã chinh phục được người đọc không chỉ nơi học đường. Vâng, ngoài sự tìm tòi, học hỏi, âu đó cũng là tài năng thiên bẩm của người cầm bút vậy. Và Nai vàng, Tan trường, Bông hồng, Trên đường, Lẽo đẽo, cùng Vẫn đợi… là những bài lục bát 4 câu chắt lọc, với từ ngữ mộc mạc, song giầu hình ảnh cùng các biện pháp tu từ nhân hóa, ẩn dụ ở trong Tuyển tập 1 chứng minh cho tài năng ấy của Phương Tấn: “E chừng trong guốc đầy hương/ Sao nghe chim chóc bên đường xuýt xoa.“ (Nai vàng).

Rồi người con gái tên Phương đã khe khẽ bước được vào trái tim hé mở của cậu học trò Nguyễn Tấn Phương. Và từ cái rạo rực và cảm hứng ấy, thi sĩ Phương Tấn viết nên: Ở Huế nhớ

Phương, Ngồi giữa ruộng ngắm trăng nhấm trà nhớ Phương, Cười nghiêng ngửa bóng, hay Phương ơi, những ngày ngày trốn học... Đó là những bài bát ngôn, hoặc ông trộn (lộn) các thể loại thơ vào nhau, theo cảm xúc ngắn dài của mình. Có thể nói, đây là những bài thơ mãnh liệt, thiết tha, chân thực và cảm động nhất của Phương Tấn: "Phương nghe đó trời thu lên lành lạnh/ Lòng cũng vàng theo lá ở trong cây/ Vui cũng bay theo gió ở trong ngày/ Một chút lệ thêm chút buồn vừa chín." (Ở Huế nhớ Phương).

Có lẽ, trái tim trở nên chật chội chăng? Nên sự rạn vỡ, chia ly buộc Phương Tấn phải ôm sầu muộn, để viết: Quẫy tình, Tình cay, Bến khuya hay Tình sầu... Và trở về với lục bát, nỗi buồn thương ấy, dù có ngàn năm không tát cạn trong lòng thi nhân. Vẫn biện pháp tu từ, với những hình ảnh ẩn dụ, Phương Tấn như rắc muối vào trong lòng người đọc vậy: "Sầu tình, dẫu lấy gàu sòng/ Tát thiên thu vẫn không mong cạn sầu/ Bóng câu khoe trúc bạc đầu/ Khoe mai tàn cánh khoe màu thời gian" (Tình sầu).

Chia ly, với nỗi đau là thế, song sự hoài vọng vẫn còn ăm ắp trong lòng thi nhân. Sự ngóng trông, và chờ đợi dài đằng đẵng ấy, tưởng chừng:"... như pho tượng bên triền núi". Nhưng không! Tình yêu dường như có lý lẽ riêng. Thật vậy, sức sống tình yêu, (hay một sức mạnh vô hình nào đó) không thể cân đong đo đếm. Cho nên, Phương Tấn vẫn thấy: "Ô hay, mình cứ tuổi hai mươi". Và "Chờ đến thiên thu một bóng người" là một bài thơ thất ngôn, viết trong tâm trạng như vậy của Phương Tấn. Khi viết bài thơ này, ông đã bước vào cái tuổi thất thập. Nếu được phép tuyển chọn, với tôi đây là một bài thơ hay, và toàn bích nhất trong Tuyển tập 1 của Phương Tấn. Vâng, chỉ một trích đoạn ăm ắp hình tượng, mang mang hồn cổ thi sau đây, sẽ cho ta thấy rõ điều đó: "Sóng xô thuyền mắc bờ nước lạ/ Mình, kẻ lạc loài giữa gió đông./ Và như pho tượng bên triền núi/ Chờ đến thiên thu một bóng người".

*** Ván khua lách cách hồn khe khẽ về.**

Cũng như thi sĩ Nguyễn Nho Sa Mạc, thơ Phương Tấn đã chín trước tuổi. Ở tuổi 14 ông viết những câu thơ già dặn, cô đơn, bi thảm trong thành phố chết hay, và rợn đến kinh người: "Đêm lên phố vào sa mạc/ Tìm đâu rộn rã kinh kỳ/ Lầu dinh mà như cồn cát/ Thênh thang một nẻo sầu bi." (Đà Nẵng, trời ni đất nớ). Và với những hình ảnh mang tính ẩn dụ sâu sắc, tôi cứ ngỡ Phương Tấn đã ở cái tuổi 41 vậy: "Đà Nẵng mình buồn em hỉ/ Hôm nào em ghé vô chơi/ Mùa ni có bông chung thủy/ Nở nơi khóe mắt thay lời." (Đà Nẵng, trời ni đất nớ). Với Tuyển tập 1 này, tình bạn trong thơ Phương Tấn rất đậm sâu. Tuy nhiên, những bài thơ hay về bạn bè, anh em lại nằm trong phần thơ Cát Bụi, với những cuộc chia ly vĩnh cửu. Đó cũng là nỗi buồn trong lòng thi nhân và trong thơ vậy. Sự ra đi bất ngờ của nhà thơ tài hoa Nguyễn Nho Sa Mạc ở cái tuổi đôi mươi làm cho Phương Tấn xúc động mạnh. Hình ảnh bạn luôn hiện về trong nỗi nhớ thương, tiếc nuối của Phương Tấn. Ván khua lách cách hồn khe khẽ về, một bài thơ lục bát được ra đời trong cái chập chờn ấy của ông. Từ ngữ, hình ảnh lạnh sắc làm cho tôi chờn chờn, rợn rợn, khi đọc. Đọc nó, chợt làm tôi nhớ đến: Gửi người dưới mộ của Đinh Hùng. Có thể nói, cùng với Lật trang kinh, tụng chữ tình, Bên đời hưu quạnh, và Buồn như trăng nhớ ai… Ván khua lách cách hồn khe khẽ về là bài thơ hay, điển hình nhất trong Tuyển tập 1 của Phương Tấn: "Khuya xa xác đổ về trời/ Phố cao sầu cũng nghe dời vóc hoa/ Tay lùa con nước xót xa/ Chân lùa bóng vỡ phôi pha thiên tài/ Từ anh bỏ lại tuổi mai/ Cát vàng thả gió chia hai bạn bè/ Bừng bừng xô dạt lòng khe/ Ván khua lách cách hồn khe khẽ về.".

Khi đi sâu vào đọc, ta thấy Phương Tấn rất dụng công với thơ lục bát. Không chỉ tìm tòi làm mới từ ngữ, hình ảnh, ông còn sử dụng thủ pháp ngắt nhịp, xuống dòng trong câu thơ, nhằm diễn tả cảm xúc, diễn biến nội tâm sâu sắc và chân thực nhất. Và Ngày gặp nhau ngày vĩnh biệt, là bài thơ tiêu biểu nhất cho hình thức nghệ thuật này trong Tuyển tập 1 của Phương Tấn:

"Thôi rồi
bỏ tuổi
hai mươi
Dưng nghe
huyệt lạnh
nổi cười
lạnh căm…"

Cơn mưa chiều úa rã, bài thơ ngũ ngôn, được Phương Tấn viết năm 1972 ngay tại bến xe Biên Hòa. Tuy không nằm trong số những bài hay nhất của Tuyển tập 1, nhưng đọc nó, tôi thấy được nỗi buồn đau, cùng sự quạnh hiu đến tột cùng của thi nhân. Và mượn cảnh vật thiên nhiên một cách mộc mạc, dung dị để miêu tả diễn biến nội tâm đã đạt đến đỉnh cao nghệ thuật của Phương Tấn. Buồn là vậy, song cái ngôn ngữ giàu nhạc tính làm nên nét đặc trưng thơ Phương Tấn: "…Từng giọt từng giọt buồn/ Nhỏ xuống lòng nhân gian/ Lăn trong đời hiu quạnh/ Nhỏ xuống lòng nhân gian/ Cơn mưa chiều úa rã."

ꙮꙮꙮ

Nếu lục bát Phương Tấn đậm chất trữ tình, thì thơ ngũ ngôn của ông mang tính triết lý cuộc sống. Chợt thấy đời đã cạn, Phương Tấn viết năm 21 tuổi, là bài thơ ngũ ngôn điển hình cho đặc điểm này của ông. Có thể nói, đạo đức, hay chân lý đã được nhà thơ rút tỉa ra từ những cạm bẫy của cuộc đời vậy: "…Đừng soi vào mắt ta/ Chiếc lồng không bóng chim/ Treo một đời để nhử/ Chết ngọt những đường kim./ Đừng soi vào mắt ta/ Cánh hồng đen lã chã/ Nhạt nhòa giữa lòng ta/ Cơn mưa chiều rệu rã./ Nào, dốc ngược tim mình/ Ngã chúi vào dĩ vãng/ Ta dốc ngược tim mình/ Chợt thấy đời đã cạn."

*** Mẹ và quê hương đất nước.**

Sinh ra và lớn lên trong chiến tranh, do vậy ngay từ buổi đầu hồn thơ Phương Tấn bi đát, và vô vọng. Mười bảy tuổi, Phương Tấn đã viết: Reo vui giữa huyệt đời, lời thơ chán chường, lạnh tanh như thể tự kết thúc cuộc đời tuổi trẻ vậy: "…Tóc đà trắng buồn bã/ Sao chẳng thấy Phật đâu/ Nhào lộn trên thánh giá/ Vẫn chẳng thấy Chúa đâu/ Thôi đêm còn hai tay/ Bức tóc vo lấy đầu/ Và ngày còn hai chân/ Giẫm lên cùng nỗi khổ./ Thôi tôi còn một tôi/ Reo vui giữa huyệt đời…". Và đi giữa phố thị mà nhà thơ vẫn cảm thấy cô đơn, không tìm thấy một con người đích thực. Chiến tranh đưa đến sự lưu manh, giả dối đã làm cho ông và thế hệ ông mất hết niềm tin vào xã hội, con người. Ngày xuống ngày không lên, là một bài thơ ngũ ngôn, mang tâm trạng như vậy của Phương Tấn. Bài thơ được viết tại Saigon năm 1966, có lẽ chiến tranh bước vào giai đoạn mới, khi Quân đội Mỹ và đồng minh tham chiến ở chiến trường miền Nam:"…Nào bước khỏi đám đông/ Khỏi những khuôn mặt kịch/ Xin bước khỏi đám đông/ Lòng mở lòng nguội ngắt./ Hãy xem tôi đà chết/ Tôi đã chết lâu rồi/...Này da vàng đầy phố/ Vẫn không thấy anh em/ Sao da vàng đầy phố/ Vẫn không thấy mặt người!".

Từ những nhận thức như vậy, cho nên ta thấy tính chân thực sâu sắc trong thơ Phương Tấn. Ông dám cả gan đánh giá cái sự lầm lạc của người cha, và vén bức màn ẩn khuất, buồn đau ngay trong gia đình mình:"Cha tôi theo cách mạng/ Huyễn mộng giữa đất trời/ Sầu đùn theo năm tháng/ Mẹ đợi bóng ma trơi." (Đợi bóng). Cái điều tối kỵ này dường như rất ít gặp trong thi ca Việt. Có chăng, tôi mới được đọc ở: Chuyện hai bố con tôi của nhà thơ Nguyễn Bắc Sơn mà thôi.

Tôi không rõ, bài thơ Thưa Mẹ, Phương Tấn viết (năm 19 tuổi,) trong hoàn cảnh nào? Là người lính từ mặt trận, hay sau những ngày lang thang đâu đó mệt mỏi trở về nhà, và viết về mẹ thật cảm động. Có một điều đặc biệt, đoạn kết của bài có những hình ảnh hoán dụ, và cụm từ thật mới lạ. Nó làm câu thơ hay đến độ, tưởng chừng chưa bao giờ được đọc câu thơ về mẹ hay, cảm động, sâu sắc đến vậy: "Mẹ so đũa gắp lòng reo trong mắt/ Gắp một đời rót xuống chén cơm con". Vì vậy, hình bóng người mẹ khốn khó, sống hay thác cũng vì con ấy, Phương Tấn đã mang theo suốt cuộc đời, dù ở quê nhà hay nơi đất khách:"Mẹ cười bưng bát cơm thiu/ Ầu ơ, móm mém hắt hiu phận bèo/ Mặc lòng trời đất cheo leo/ Ầu ơ, con ẵm bóng theo tạ đời. (Tạ đời). Không có nỗi đau nào bằng nỗi đau mất mẹ. Phương Tấn cũng vậy. Lời thơ nghẹn ngào như được vắt ra từ tâm khảm với nỗi đau tận cùng trong ngày mẹ mất của ông. Có thể nói, rất nhiều áng văn đã viết về mẹ, song viết được như Phương Tấn rất ít: "Thế gian chụm giữa cơn đau/ Vỡ ra thành lệ rụng vào mộ sâu/ Khuya đi trăng dọi mối sầu/ Cõi xa vằng vặc một màu quạnh hiu.”.

Chiến tranh và sự bất lực của con người: “Tay ốm quá làm sao con che hết/ Biển xô nhanh trên cùng suốt dân mình”. Cho nên, Phương Tấn hiểu hơn ai hết nỗi đau của đất nước, thân phận con người. Sự đồng cảm ấy, để ông viết nên: Bên kia sông Bến Hải. Một bài thơ về tình yêu quê hương đất nước rất sinh động, và chân thực qua biện pháp tu từ so sánh: “Ơi giải phóng - phóng bùa vong bản/ Tiêu máu nhân dân - đỏ phố đỏ cờ/ Chân vô thức bủa quanh đầu cách mạng/ Con gõ hồn thân bỗng úa mênh mang.”. Và trước cái dã man, tàn bạo: “Đừng. Đừng giết con tôi/ Súng bắn thẳng người mẹ/ “Mẹ ơi, con mồ côi…”/ Súng bồi thêm người con” Phương Tấn chợt nhận ra, tự do là con đường duy nhất quê hương phải đến. Và cái lý tưởng ấy, chỉ có tình yêu cùng lương tri mới làm nên hiện thực. Vâng, lời thơ có giai điệu du ca dưới đây, như một lời dự báo, và giải thoát trong thơ Phương Tấn vậy:“Việt Nam phơi hồn cốt/ Lồng lộng giữa đêm đen/ Quê hương chỉ có một/ Đường đi đến tự do/ Tuổi trẻ chỉ có một/ Lý tưởng và lương tri/ Quỷ đỏ đeo mặt nạ/ Giết cả mẹ cùng con/ Cướp cả non cùng nước” (Nước và non). Bài Túy Ngọa Sa Trường Quân Mạc Tiếu, được Phương Tấn viết vào năm 1963, khi ông mới 17 tuổi. Nếu không nghiên cứu, đọc sâu về văn học miền Nam ở giai đoạn này, thì tôi không thể tin như vậy. Bởi, cái vốn Hán Nôm và hồn vía cổ phong trong thơ Phương Tấn. Ở đây, không chỉ thấy được đổ nát của chiến tranh, thân phận lưu lạc của con người, mà còn chứng minh thêm tài năng, tính dự báo trong thơ của Phương Tấn, (đã thành hiện thực). Với tôi, đây là một trong những bài thơ hay nhất trong Tuyển tập 1 thơ Phương Tấn: “Từ tâm thu lại di truyền/

Chân con giải phóng bóng thuyền vong lưu/ Hồn xô tay phất oan cừu/ Tiền thân tự đó thu mình quạnh hiu…"

***Hồn thơ thế sự xã hội**

Biết Phương Tấn đã lâu, nhưng tôi chỉ đọc lõm bõm trên mạng, do vậy cứ nghĩ ông chỉ viết thơ tình. Song nhận được Tuyển tập 1 thơ Phương Tấn, tôi hơi bị bất ngờ, có đến mấy chục bài thơ thế sự xã hội. Rất mừng, có một số bài hay, mang sức sống lâu dài, và không có bài nào dở, hoặc quá dở như ta thường gặp ở dòng thơ thế sự xã hội này.

Phương Tấn đứng hẳn về lẽ phải, về đất nước, thân phận con người để viết. Do vậy, thơ thế sự của ông mang tính nhân đạo sâu sắc, và nhận được sự đồng cảm của người đọc. Ngay từ năm 1966, (tức cách nay gần sáu chục năm) đọc lại bài thơ Nam mô a di đà và Thánh thần A men, tôi vẫn thấy mới, và còn tính thời sự. Vâng, sự tranh giành, bắn giết nhau giữa đạo hay đời đều mang lại những hậu quả đến nay chúng ta vẫn phải lưu vong gánh chịu. Có thể nói, thơ thế sự Phương Tấn có sức sống như vậy, ngoài tính nhân bản, còn có giá trị dự báo: "Này đồng bào tôi đó/ Các người thật nghĩ gì/ Khi cam lòng giết nhau/ Để giành phần nô lệ/ Để giành phần lưu vong/ Này đồng bào tôi đó/ Các người thật nghĩ gì/ Một Việt Nam vô phúc/ Thăm thẳm những hận thù/ Nằm giữa áo chùng tu/ Chen nhau vào triệt lộ…". Và Phương Tấn đã ghi lại cái tang thương, nỗi đau của đồng bào, đồng loại để từ đó phỉ nhổ vào những kẻ bán mua chiến tranh. Không đao to búa lớn, nhưng lời thơ Phương Tấn đã làm cho người đọc thấy được thực chất của cuộc chiến này: "Còng lưng thay trâu cày qua luống đất/ Qua những luống đời ròng rã chiến chinh/… Mỗi sáng ra đồng cờ vàng cờ đỏ/ Cờ của bên này cờ của bên kia/ Đây đạn Trung-Xô đấy bom Mỹ quốc/ Kia xác đồng bào nọ xác anh em" (Thương cây nhớ cội).

Tình yêu nước cho Phương Tấn lòng can đảm vạch trần bộ mặt bán và cướp nước của cường quyền, cùng giặc phương Bắc dưới mọi hình thức che đậy. Và từ đó ông khơi dậy chí khí, truyền thống chống giặc ngoại xâm của dân tộc: "Chúng nó bán quê hương/ Chúng nó bán mình rồi/ Làm người dân khi chết/ Không cọng cỏ che thân/ Giặc tràn từ phương Bắc/ Chảo lửa trụng cơ đồ/ Cháy ngàn năm chưa tắt/ Chảo lửa trụng cơ đồ/ Quê hương bầm vết cắt/ Cứa mối sầu khôn nguôi. (Chảo lửa trụng cơ đồ).

Với từ ngữ mộc mạc, giản dị, thơ Phương Tấn đến được với mọi tầng lớp người đọc. Do vậy, thơ thế sự của ông có giá trị hiện thực, và lâu dài. Thiên An Môn là một trong những bài thơ điển hình nhất cho đặc điểm này của ông. Thật vậy, Phương Tấn đã không ngần ngại chọc thẳng ngòi bút vào thượng tầng của đám quỷ đỏ, và chỉ ra cái giá trị đạo đức, lòng tin đảo lộn tùng phèo trong xã hội vô luân ấy: "Trước hàng song sắt đỏ/ Quỷ đánh rơi mặt trời/ Sau hàng song sắt đó/ Chờn vờn bóng xương phơi/ Phật cũng vừa treo cổ/ Chết cùng Chúa đêm qua!".

Có thể nói, 154 bài chọn ra từ 6 tập thơ cho Tuyển tập 1, chưa phải là nhiều của đời thơ Phương Tấn. Song nó đã khẳng định lại một lần nữa về giá trị nội dung cũng như nghệ thuật thơ Phương Tấn. Sự đó góp này của ông làm phong phú thêm cho văn học nước nhà, và để lại những bài học, kinh nghiệm thật quí cho thế hệ người đọc, người viết như chúng tôi.

Ribnitz-Damgarten - kỳ nghỉ hè (3-6-2022)

THẢO TRƯỜNG: NHỮNG MẢNH GHÉP CỦA CHIẾN TRANH

Khi đi sâu vào đọc, nghiên cứu Văn học miền Nam, nhất là trang sách của những người lính cho ta nhiều điều thú vị về cả nội dung tư tưởng lẫn hình thức nghệ thuật. Sự phong phú về thể loại, ngôn ngữ, cùng tính thẩm mỹ mang dấu ấn cá nhân độc đáo ấy, như một luồng gió mới làm dịu đi cái không khí hừng hực của chiến tranh. Tuy còn một số hạn chế về kiểm duyệt in ấn, song tư tưởng, tính chân thực của nhà văn, và tác phẩm (hầu như) vẫn giữ được những giá trị ban đầu. Thật vậy, không phải đến khi chiến tranh bước vào giai đoạn khốc liệt, ta mới bắt gặp tư tưởng cùng cái nhìn khác về chiến tranh của những Trần Hoài Thư, hay Nguyễn Bắc Sơn… mà ngay từ đầu cuộc chiến nó đã đậm nét trên trang văn của người lính, nhà văn Thảo Trường: "Nói năng tiếp xúc với nhau mà lúc nào cũng phải giữ thế thủ, lúc nào cũng phải đề phòng…Đời sống chúng ta đã bị chi phối bởi vật chất và nhất là đã bị ảnh hưởng nặng nề bởi cuộc chiến tranh xảo trá này… Trong hoàn cảnh hiện nay nhìn đâu chúng ta cũng thấy địch. Địch như bủa vây chung quanh ta, địch đôi khi luẩn quất ngay trong chính ta" (sđd). Sự hoài nghi, mâu thuẫn ấy, ảnh hưởng rất lớn đến tư tưởng Thảo Trường. Do vậy, tuy trực tiếp cầm súng nơi chiến trường, nhưng với ông đây là cuộc chiến vô nghĩa, và bẩn thỉu. Từ đó, Thảo Trường bóc trần bộ mặt thật từ ông Nga, Tàu cho đến cả ông Mỹ và sổ toẹt tuốt tuồn tuột nó:"Bộ cứ của Mỹ là không giả sao…Ông có vẻ tin tưởng vào mấy thằng cha đó hơi nhiều. Ông có biết không, Mỹ nó làm được… người giả nữa là rượu…Nó có thể chế ra được bất cứ cái gì. Nó có thể chế ra người máy, vệ tinh, phi thuyền, mà nó lại còn có thể chế ra tự do, dân chủ, độc lập. Nó chế ra được hết. Nó có thể chế ra được nó nữa…Ông đừng có tin ở tụi nó kỹ quá, có ngày nó chế ra được ông đấy". (sđd)

Sinh năm 1936 với cái tên cúng cơm Trần Duy Hinh tại Nam Định, một trong những chiếc nôi của văn học dân gian. Cho nên, ngôn ngữ dân dã đi thẳng vào trang văn Thảo Trường như một lẽ tự nhiên vậy. Và cái chất trào phúng là một trong nghệ thuật xuyên suốt sự nghiệp sáng tạo của ông. Với những mâu thuẫn hiện thực ấy, Thảo Trường đưa vào tác phẩm của mình, tạo nên tiếng cười đau đớn, sự cảm thông sâu sắc, hay mỉa mai, châm biếm một cách chua cay. Có thể nói, Thảo Trường là một trong những giọng văn trào phúng tiêu biểu nhất của nền Văn học miền Nam, kể từ năm 1954 cho đến cả năm tháng tị nạn sau 1975. Với 17 năm cầm súng, cùng 17 năm tù cải tạo sau 1975 là vốn sống, là nguồn thực phẩm phong phú đã đẻ ra, và nuôi dưỡng những tác phẩm giá trị hiện thực Thảo Trường. Mất bởi ung thư gan vào mùa thu năm 2010 tại Hoa Kỳ, Thảo Trường để lại 22 tác phẩm, với nhiều thể loại cho nền Văn học Việt Nam. Có thể nói, đó là một gia tài đồ sộ của một đời văn. Thảo Trường viết văn ngay từ khi còn ngồi trên ghế nhà trường. Những truyện ngắn: Hương Gió Lướt Đi, Đò Dọc, hay Làm

Quen… là thẻ thông hành đưa ông đến với làng văn. Nhưng phải đến tác phẩm: Người Đàn Bà Mang Thai Trên Kinh Đồng Tháp, mới thực sự khẳng định tên tuổi Thảo Trường trên văn đàn. Tuy nhiên, những tác phẩm cũng như thân phận Thảo Trường được chia cắt ra từng giai đoạn, gắn liền với những biến động cùng nỗi đau của đất nước. Với tôi, ba truyện ngắn (đều có tính trào phúng) tiêu biểu nhất về tư tưởng cũng như bút pháp cho những giai đoạn sáng tạo ấy của ông là: Người Đàn Bà Mang Thai Trên Kinh Đồng Tháp, Những Đứa Trẻ Đầu Thai Giữa Hàng Rào và Hộ Khẩu Ở Ngoại Thành.

*** Nhà văn người lính một góc nhìn về chiến tranh.**

Là người lính cầm súng, ngay từ những ngày đầu cuộc chiến, Thảo Trường đã thấy được đêm đen đang trùm lên hình đất nước. Bởi mảnh đất, con người nơi tận cùng của sự khốn khổ ấy đang bị chính những học thuyết, đảng phái ngoại lai quái đản giằng xé, và cưỡng hiếp: "Nhưng rồi những anh cán bộ lại ẩn hiện, lại mò mẫm rỉ tai trong đêm tối. Rồi đồn dân vệ lại nổ súng và cháy trụi. Ấp chiến lược thành ấp chiến đấu…Chị Tư lúc này đã trở nên một người biết tới hai chủ nghĩa: cộng sản và nhân vị. Chị có thể nói rất trôi chảy về những chủ nghĩa đó vì chị đã được nghe quá nhiều lần.“ (sđd). Vâng! Có thể nói, cái tư tưởng phản đối cuộc chiến ý thức hệ này của Thảo Trường được in đậm nét nhất trong truyện: Người Đàn Bà Mang Thai Trên Kinh Đồng Tháp. Nó là một trong những truyện ngắn hiện thực về chiến tranh hay nhất của ông. Bằng biện pháp tu từ - hoán dụ, hình ảnh (chị Tư) người phụ nữ có chồng tập kết, bị lôi kéo vào công việc binh vận và bị có thai, Thảo Trường đã mở ra cho ta thấy, cuộc chiến ý thức hệ xảo trá đi đến tận cùng của sự tàn nhẫn, và bẩn thỉu: "Chị tự hỏi "nó" là của ai? Của anh cán bộ hay anh binh sĩ truyền tin? Chị thẫn thờ cả người và chị muốn rời ngay cái chốn đó…Cái thai của ai cũng được, nhưng chị phải biết chắc là của người nào…". Không dừng lại ở đó, sự khốn nạn ấy được đẩy lên cao hơn nữa, khi người cán bộ CS buộc chị Tư phải trèo lên treo khẩu hiệu và gài mìn. Nếu ta đã đọc Sông Sương Mù và Những Cơn Mưa Mùa Đông của Lữ Quỳnh viết về hậu phương ở miền Trung xứ Huế, thì sẽ hiểu và đồng cảm hơn cho thân phận con người ở mảnh đất xôi đậu miền Tây Nam Bộ này. Thật vậy, sự hoài thai của Người Đàn Bà Mang Thai Trên Kinh Đồng Tháp dù có mang dòng máu Cộng Sản, hay Cộng Hòa thì đó cũng là nỗi đau, sự giày vò thân xác người mẹ, hay thân xác của cả dân tộc này. Và trích đoạn dưới đây, không chỉ chứng minh tính hiện thực ấy, mà còn làm cho ta bật ra tiếng cười mỉa mai, chua xót về thân phận đất nước, con người, qua giọng văn trào phúng, hài hước của Thảo Trường:

"Chị tuột xuống thang trở vào nhà thay quần áo khác rồi trở ra ngồi ở bậc cửa nhìn lên tấm bảng khẩu hiệu "Đả đảo Đế quốc Mỹ." Anh cán bộ mang hộ chị chiếc thang vào sau nhà…Chị Tư ứa nước mắt nhìn tấm bảng, nhìn anh ta, rồi chị dắt anh ta vào giường. Chị Tư đè ngửa anh cán bộ xuống rồi chị khóc nấc lên thành tiếng: "Tôi đây, tôi là của anh, nhà của tôi là của anh, cái bào thai này cũng là của anh. Nó phải là của anh!" Anh cán bộ ú ớ dưới ngực chị: "Nó là của Đảng! Tất cả là của Đảng!"

Và sự giằng xé, và mâu thuẫn đã đẩy bi kịch lên tột cùng, khi người Sĩ quan Việt Nam Cộng Hòa trở lại, bắt chị Tư, người đàn bà mang thai phải tự trèo lên gỡ mìn, tháo cờ. Sự xâu xé, và hành hạ con người, đất nước trong cái vòng tròn luẩn quẩn không lối thoát như vậy, làm cho người đọc phải giật mình kinh sợ. Là kẻ sinh sau đẻ muộn, rất may mắn không phải lao vào cuộc chiến này, cho nên cái bi hài đó, nằm ngoài sức tưởng tượng của tôi. Và dường như, không thể tin vào điều đó, nên có những giả thiết gợn lên trong tôi: Lẽ nào, Thảo Trường đã nhân cách hóa tính cách, hành động của nhân vật? Nhưng có một người lính viết văn bảo: Chiến tranh điều gì cũng có thể xảy ra… Và tôi cứ tin là vậy. Rồi Thảo Trường đã làm nguội chiến tranh, khi mở thắt nút của bi kịch bằng hình ảnh người Sĩ quan Cộng Hòa tự tay đỡ đẻ, và khai sinh cho đứa trẻ mang dòng họ của mình, làm cho tôi thở phào nhẹ nhõm. Cảm ơn Thảo Trường đã mở ra một lối thoát, và cho ta thấy tình người vẫn lóe lên ở đâu đó ở trong cuộc chiến này:

"Chị Tư bị động thai. Người sĩ quan bế chị vào nhà đặt nằm trên giường săn sóc cho chị…Gần sáng chị Tư sinh một đứa con trai thiếu tháng. Người sĩ quan đỡ đẻ cho chị, anh ta làm công việc đó rất chăm chỉ. Đứa bé khỏe mạnh khóc lên những tiếng làm cho anh ta vui ra mặt. Hắn luôn luôn sờ trán chị Tư. Chị đã tỉnh và mỉm cười với hắn. Hắn cười lại... Mấy hôm sau, người sĩ quan đến hội đồng xã…làm khai sinh cho đứa bé. Hỏi cha nó đâu, chị Tư lắc đầu trả lời không có, nên người sĩ quan bèn khai cho nó mang họ của ông ta…"

Không dừng lại ở đó, lời nhắn thay cho đoạn kết của: "Người Đàn Bà Mang Thai Trên Kinh Đồng Tháp" đã mở ra một thiên truyện khác, mang tên Khẩu Hiệu vào năm 1993, với cái chết sau 15 năm của người sĩ quan ấy, ở nhà tù cải tạo miền núi phía Bắc, bằng tài năng liên tưởng độc đáo của Thảo Trường.

Có thể nói, ở những năm đầu thập niên sáu mươi Thảo Trường viết khỏe, có nhiều truyện ngắn hay với cùng một đề tài này.

Nhãn Hiệu Mỹ, cũng một truyện ngắn như vậy. Vẫn đi sâu vào khai thác đề tài về cuộc chiến ý thứ hệ, đưa đến nỗi thống khổ cho đất nước, và con người. Lời văn tuy mộc mạc, hồn nhiên trong sáng, nhưng Thảo Trường đã gợi cho độc giả nhiều suy nghĩ. Cũng như nhà văn Trần Hoài Thư, Lữ Quỳnh, hay một số nhà văn khác, với đề tài trên, ở thời điểm đó được cho là nhạy cảm, phạm húy. Do vậy, khi in ấn xuất bản Nhãn Hiệu Mỹ của Thảo Trường đã bị đổi tựa thành: Viên Đạn Bắn Vào Nhà Thục, và cắt bỏ một số từ ngữ, câu văn. Tất nhiên, sau này tái bản ở nơi hải ngoại, các bác đều trả nó về nguyên gốc. Và coi đó là một vết thương đã đóng sẹo trên một tác phẩm văn học thời chiến vậy thôi, như có lần nhà văn Trần Hoài Thư đã nói vậy với tôi. Viết ra điều này để thấy rằng, văn thơ trên xứ Việt ta kể cũng lạ, ở thời kỳ nào, chế độ nào cũng vậy, không ít thì nhiều, kiểu chó gì cũng bị sờ nắn, cắt thiến.

*** Thân phận tù đày, với những khát vọng, tính nhân bản qua giọng văn trào phúng.**

Khi đọc, và nghiên cứu về các nhà văn miền Nam mặc áo lính, thấy sau 1975 bác nào cũng bị tù đày cải tạo mút mùa cả. Với14 năm của Phan Nhật Nam, tưởng thế đã kinh, song không ngờ, 17 năm (đến kịch đường tàu) của bác Thảo Trường làm cho người đọc vãi cả linh hồn. Chẳng biết, cái "nhà trường" ấy có gọt rửa, tẩy não được gì các bác không? Chứ riêng Thảo Trường sau 17 năm "tốt nghiệp ra trường" cái chất trào phúng trong văn chương còn đặc sắc, sâu cay hơn là đằng khác. Thật vậy, Những Đứa Trẻ Đầu Thai Giữa Hàng Rào là một truyện ngắn như vậy của ông. Với tôi, đây là truyện ngắn hay nhất trong số những tác phẩm của ông mà tôi đã được đọc. Và nó cũng là một trong những truyện ngắn hay nhất viết về tâm lý, thân phận người tù của các nhà văn sau 1975. Đây là câu chuyện có nhiều tình tiết, nhân vật đủ chất liệu làm nên một trường thiên tiểu thuyết. Tuy nhiên, Thảo Trường đã nén thành một truyện ngắn, song người đọc vẫn không cảm thấy chật chội. Âu đó là cái tài của nhà văn vậy. Dù có bị đày đọa nơi địa ngục, sức sống khát khao của con người vẫn nhen nhúm ở đâu đó. Và cái tình yêu, sức mạnh ấy cho nữ tù nhân đủ can đảm gieo một mầm sống con người. Đoạn văn mang tính trào phúng trong "Những Đứa Trẻ Đầu Thai Giữa Hàng Rào" dưới đây, không chỉ cho thấy trí tưởng phong phú, với những hình ảnh so sánh sinh động, mà Thảo Trường còn buộc ta phải bật ra tiếng cười chua chát:

"Thế rồi chị tính toán theo ý chị. Chị sẽ không mặc đồ lót. Chị sẽ mặc một cái quần mỏng mở chỉ hở dưới đáy. Cái quần cũng được luồn giây thun nhẹ. Chị thử kéo lên tuột xuống thấy nhẹ thì rất ưng ý. Chị cũng thử khom khom lưng và nghĩ làm sao cho anh được dễ dàng nhanh chóng, phải tạo điều kiện thuận tiện nhất cho anh hành sự. Thời gian không có nhiều. Tất cả chỉ trong nhấp nháy. Chớp mắt là phải xong. Thời giờ là vàng bạc. Cái này cũng giống như chiến thuật mà các anh cán bộ cách mạng hay khoe: "đánh mạnh, đánh mau, rút lẹ". Phải dùng sách của các anh mới được. Sách của giới giang hồ chúng tôi là bắn chậm thì chết. Lớ ngớ còn đang thập thò mà các anh bắt được thì tù mọt gông. Chị cũng bàn trước với anh để về phần anh cũng phải chuẩn bị không để một cái gì cản trở, như Mỹ họ lắp ráp phi thuyền trên vũ trụ ấy, như pháo binh nhanh chóng, chính xác và hiệu quả, như cán bộ vẫn leo lẻo "tư tưởng thông hành động đúng" ấy, anh hiểu chưa, khổ quá! Phải tập cho thuộc để khi có dịp là bập liền nghe chưa anh yêu!"

Thành thật mà nói, đọc "Những Đứa Trẻ Đầu Thai Giữa Hàng Rào" với những từ ngữ câu chửi của kẻ quản giáo, khi nữ tù nhân đã mang thai, dù có bịt tên Thảo Trường đi, tôi vẫn nhận quê quán, sinh trưởng của tác giả. Bởi, cái lời văn, ngữ điệu hơi bị đanh đá, dường như chỉ có ở vùng quê Nam Định, Thái Bình. Câu cú, và cái ngữ điệu địa Phương này, làm cho truyện tăng thêm tính chân thật và sinh động hơn: "Địt mẹ mày, mày có biết mày đang ở tù không? Cái thân mày nhà nước còn phải nuôi, bây giờ mày nói mày nuôi con mày. Vậy lấy cái máu đẻ mà nuôi à? Mày có biết mày sướng có một tý mà bao nhiêu người khổ vì mày không?". Vẫn trong vai trò người dẫn truyện, Thảo Trường đi sâu vào trần thuật, với từ ngữ dân dã, thông qua hình ảnh ẩn dụ đôi dép của người quản tù:"Hắn đạp dép bình trị thiên lên mặt chị… hắn giẫm cái dép kháng chiến vào bụng chị". Nó bóc trần cái bộ mặt thật của cái chủ thuyết huyễn tưởng bấy nay hòng che đậy. Tôi đã đọc khá nhiều trang sách đủ loại viết về những năm tháng tù đày sau 1975, nhưng rất ít tác giả viết trần trụi như truyện ngắn này của Thảo Trường. Và hình ảnh tra tấn tàn nhẫn, đê tiện, bỉ ổi của gã quản giáo dường như vượt quá sức tưởng tượng, cũng như sức chịu đựng của con người:

"hắn để cái đèn pin đứng chĩa thẳng lên trần, ánh sáng đèn dội xuống đủ cho chị nhìn thấy hắn là cán bộ giáo dục, hắn cũng đội mũ kết… cũng phù hiệu đỏ của ngành công an nhân dân… cũng sao thượng uý trên cổ áo… cũng mang dép râu ở chân… Hắn đạp dép bình trị thiên lên mặt chị… hắn giẫm cái dép kháng chiến vào bụng chị… chị co mình ôm lấy bụng che chở cho cái bào thai, hắn bèn đạp thí mạng lên người chị, chỗ nào cũng được. Đau quá chị la lên hắn bèn cúi xuống vả vào mồm chị, đấm vào mắt chị nẩy đom đóm, hắn nhổ nước bọt vào mặt chị, hắn chửi "địt mẹ" um sùm. Rồi hắn vạch quần chĩa cái dương vật đen đủi lủng lẳng đái tè tè vào mặt chị làm chị sặc sụa. Chị lợm cổ ói mửa ra nước mật đắng. Chị ngộp thở và khóc oà nức nở. Hắn vẩy vẩy con cu cho những giọt nước đái chót văng xuống rồi mới nhét vào trong quần."

Có thể nói, tính nhân bản là một trong những đặc điểm làm nên tên tuổi nhà văn Thảo Trường. Dù trong lao tù đói khát, cái tình thương bác ái, sự sẻ chia vẫn in đậm trên trang văn, và trong cuộc sống của ông. Hình ảnh những đứa trẻ sinh ra và lớn lên trong tù dưới ngòi bút Thảo Trường dường như, không dừng lại là những nạn nhân, mà nó đã mở ra một khát vọng, sức sống của con người, mà không có chủ thuyết nào, chế độ nào có thể giam cầm và dập tắt. Và đó cũng là chữ "nhân" cao cả nhất trong tư tưởng, và thơ văn của Thảo Trường muốn chuyển tải đến người đọc. Ta hãy đọc lại đoạn kết của truyện ngắn "Những Đứa Trẻ Đầu Thai Giữa Hàng Rào" có lời văn rất đẹp, với cái tâm tĩnh của nhà văn, người tù đi qua 17 năm:

"Kẻng vào phòng đổ hồi, ba đứa trẻ cũng rảo bước chạy nhanh về phòng giam của chúng như những tù nhân khác trong trại. Cái bị cói ông ngoại xách thấy nặng thế mà mấy đứa trẻ mang như bay. Bác già cầm quạt nan che lên đầu dù là trời sắp tối, chậm chạp đi vào phòng bệnh. Bác ở tù đến năm thứ mười bảy và vì là tù binh không có án cho nên bác cũng không biết đến bao giờ mới hết. Bác không thuộc một chế độ nào nữa cả, bác thuộc về lịch sử."

Sau những năm tháng tù đày, tuy sức lực không còn như những năm đầu cầm bút, nhưng tư tưởng, bút pháp của Thảo Trường sâu sắc, và dường như đến gần hơn với cái thuyết hiện sinh. Và dù ông không thuộc về chế độ nào nữa, nhưng văn thơ cũng như con người ông sẽ thuộc về lịch sử. Đúng như những trang văn của ông đã dự báo vậy.

*** Hiện thực xã hội sau chiến tranh.**

Có thể nói, lúc nào cũng vậy, văn thơ Thảo Trường luôn gắn liền với thân phận đất nước và con người. Những hiện tượng xã hội đã và đang xảy ra là chất liệu để ông vẽ nên những bức tranh chân thực và sinh động. Nếu cuộc chiến ý thức hệ ở: Người Đàn Bà Mang Thai Trên Kinh Đồng Tháp đã kết thúc bằng tháng 4-1975, thì đến với truyện ngắn Hộ Khẩu Ở Ngoại Thành, Thảo Trường cho ta thấy: "Thua chưa hẳn đã là thất bại". Đây là một trong những truyện ngắn độc đáo, tiêu biểu nhất về tư tưởng, bút pháp ở thời điểm này của Thảo Trường. Thông qua những mảng ghép thân phận con người và cuộc sống, nhà văn cho ta thấy giá trị con người và đạo đức xã hội đã bị đảo lộn tùng phèo sau 1975. Tình yêu, sự chiếm hữu, hay bán mua của nữ bộ đội (đã có chồng) với một cựu sĩ quan tù cải tạo (VNCH) dưới bút pháp phúng dụ ta có thể thấy, chiếm đoạt không phải đã là chiến thắng trong trận chiến này: "Bắt được tù binh mà để sống thì uổng lắm. Chiến thắng mất cả ý nghĩa. Phải giữ cho bằng được thì thắng lợi mới toàn diện và triệt để… Anh nên ở lại đây với em, anh mà ở lại đây thì em sẽ cung phụng anh theo tiêu chuẩn Trung Ương Đảng, còn hơn cả tiêu chuẩn hưởng thụ của các đồng chí trong Bộ Chính Trị nữa cơ. Chúng ta sẽ là Trung Ương Đảng và là ông bà ngoại của các cu tý tiến sĩ thời đại.". Không dừng lại ở đó, bằng phép so sánh, hình ảnh rừng rú, vô học của người chiến thắng hiện lên một cách trào lộng. Và ngưng tiếng súng không hẳn đã hết chiến tranh, mà cái mâu thuẫn ấy, dường như nó vẫn còn luẩn quất đâu đó trong lòng người: "Em cũng đâu có muốn bỏ tù anh, nếu quyền bính trong tay, thì em đã giam giữ anh ở nhà em cơ". Đọc những lời thoại, câu văn trào phúng nhẹ nhàng, sâu sắc này của Thảo Trường, chợt làm tôi nhớ đến giọng văn trào phúng Trần Kỳ Trung, người Hội An. Đây là hai nhà văn có những tác phẩm mang tính trào phúng hay, và cho tôi nhiều cảm xúc trong thời gian gần đây. Và đoạn trích mang tính tự sự dưới đây của người nữ bộ đội về tình nhân (một Sĩ quan VNCH vừa tù cải tạo ra), không chỉ chứng minh điều đó, mà còn cho ta thấy lối kể chuyện độc đáo, xen lẫn tài năng miêu tả nội tâm nhân vật của Thảo Trường:

"Bà nhìn người tình nhân nằm bên cạnh đang lim dim đôi mắt nhìn lên con nhện chăng tơ trên trần nhà. Đôi mắt chàng ôi chao sao mà quyến rũ mê hồn, bà chưa thấy đôi mắt nào có hấp lực với bà như thế. Bà chợt nhận ra rằng đôi mắt của chồng bà và cả những gì khác nữa của ông cũng đều…tầm thường không thể chịu được. Bà đã không nhìn ra những cái vô duyên của chồng. Cái mặt hô vô duyên, cái tóc bù xù vô duyên…Bà thấy chồng bà in hệt các anh lớn ở trên, từ bác cho đến các anh cả, anh hai, anh ba…anh mười, anh nào cũng giống nhau tai tái, vô duyên… Anh thì xuất thân là một tay hoạn lợn, anh thì làm bồi phòng dưới tầu thủy, anh cạo mủ cao su trong các đồn điền Tây thuộc địa, anh thì đi ở, thế mà các anh ấy nhảy lên ngôi vị đứng đầu cả nước".

Những tình tiết, nhân vật đan xen, chồng chéo làm cho nhiều tình huống trở nên bất ngờ. Song Thảo Trường vẫn giữ được lời văn tự sự sâu sắc, nhẹ nhàng. Do vậy, cùng với những hình ảnh ẩn dụ tác phẩm Hộ Khẩu Ở Ngoại Thành không chỉ chuyển tải được nhiều vấn đề nóng bỏng của xã hội, mà còn cho người đọc có sự tưởng tượng và suy luận đa chiều. Thật vậy, với nghệ thuật phúng dụ, hình ảnh anh bộ đội giải phóng mù lòa, phải vịn vào vợ người lính VNCH đã tử trận dẫn dắt là khung cảnh xã hội đã đi đến sự bần cùng của bế tắc. Và nó chứng minh cái tư tưởng (thua chưa hẳn đã thất bại) như Thảo Trường đã hình tượng hóa:

" Nghĩ cho cùng, mọi tội lỗi cũng chỉ do đôi mắt sáng. Vì có mắt anh thành tên xâm lược, vì có mắt anh thành kẻ buôn lậu, cũng vì có mắt anh mới là một tên ma cô theo đuôi những tên ma cô ăn chơi đàng điếm. Nay đôi mắt sáng không còn, anh không nhìn thấy gì nữa, anh không còn khả năng tác yêu tác quái, anh bị lùa về một góc cuộc đời và anh trở thành người hiền lành an phận. Anh trở thành người tình đáng yêu của chị. Chị xoa xà phòng thơm cho anh, thứ xà phòng ngoại của khách Việt kiều cho, anh sẽ thơm tho, anh sẽ đẹp đẽ…"

Viết nhiều và đầy nội lực như vậy, song dường như những tác phẩm của Thảo Trường rất hạn chế phổ biến, đăng tải trên mạng, sách báo điện tử. Vì khoảng cách địa lý, do vậy rất khó khăn cho độc giả, hoặc những người muốn tìm hiểu, nghiên cứu về ông. Do vậy, tôi hoàn toàn chưa có ý nghĩ sẽ viết ngay về ông. Nhưng đọc đến truyện ngắn Những Đứa Trẻ Đầu Thai Giữa Hàng Rào, và Hộ Khẩu Ở Ngoại Thành đột nhiên cái chất trào phúng Thảo Trường cho tôi một cảm xúc rất lạ. Mỗi mảnh vỡ của chiến tranh, của con người như đang được ông tìm bới và ghép lại vậy. Và tôi buộc phải cầm bút, không thể không viết. Có lẽ, đây chỉ là một vài cảm xúc nhỏ lọt vào cõi văn Thảo Trường mà thôi. Cái cảm xúc bất chợt ấy, chưa hẳn đã chạm đến được tài năng, và tư tưởng, hồn vía Thảo Trường. Song nó như một lời tri ân gửi đến ông của kẻ hậu sinh vậy.

Leipzig ngày 19-4-2021

GIÁO SƯ NGUYỄN XUÂN VINH CHÂN DUNG TỪ MỘT NHÀ VĂN

Hè năm nay đến thật sớm. Tháng bảy, có những lúc nhiệt độ ngoài trời đã đẩy cái nóng ở châu Âu lên đến gần 40 độ. Vì vậy, buộc tôi phải tìm về với biển Sint Philipsland – Holand. Nắng gió nơi đây thêm phần hứng khởi cho việc câu cua, nhặt hào. Đang rung rinh, phấn khích chợt có tin nhắn từ Cali của một bác nhà văn già: Giáo sư, nhà văn Toàn Phong Nguyễn Xuân Vinh đã qua đời. Tôi lặng đi vài giây. Dẫu biết rằng, cái qui luật tự nhiên đó không ai có thể tránh khỏi, nhất là GS Nguyễn Xuân Vinh đã ở tuổi 92. Tuy nhiên, một thiên tài khoa học không gian mất đi để lại sự luyến tiếc trong lòng người. Nhất là nhà văn Toàn Phong Nguyễn Xuân Vinh gốc gác có cùng quê ngoại Nam Định. Do vậy, tôi liền tìm đọc sâu về ông.

Và từ đó tôi nhận ra: Sự tưởng tượng và liên tưởng của nhà văn dường như có mối quan hệ đặc biệt, mang tính logic với tư duy toán học. Và mối quan hệ, tính logic này đã làm nên chân dung bác học, nhà văn Toàn Phong Nguyễn Xuân Vinh. Thật vậy, với ông, nếu toán học gói ghém cái cụ thể nhất, thì văn thơ mở cái trừu tượng của không gian vũ trụ. Hay nói một cách khác, văn thơ Toàn Phong đã vạch ra chân trời, buộc toán học Nguyễn Xuân Vinh mở ra con đường đi đến. Và cái đích ấy, chính là sự phát minh phương pháp quỹ đạo tối ưu từ toán học Nguyễn Xuân Vinh để đưa các Phi thuyền Apollo lên được mặt trăng, rồi thu hồi các Phi thuyền con thoi trở về trái đất an toàn. Vâng, có thể nói, ông đã trộn văn vào toán, trộn tình vào lý, trộn trừu tượng vào cái cụ thể để làm nên những điều kỳ diệu nhất cho khoa học, và cuộc sống: "Đời tổng hợp bởi muôn làn sóng cuộn/ Mà tình anh là quỹ tích của không gian/ Kiếp nhân sinh là hàm số tuần hoàn/ Nên quanh quẩn trên vòng tròn lượng giác." (Sóng Nước).

Nguyễn Xuân Vinh đã từng tham gia giảng dạy, thuyết trình nhiều năm ở các trường đại học lớn, và hội nghị quốc tế khắp nơi trên thế giới. Với nhiều công trình nghiên cứu không gian, và về toán học như vậy, tài năng, tên tuổi ông nổi bật trong giới khoa học vũ trụ thế giới. Và với tôi, ông là một nhà khoa học lớn nhất của Việt Nam kể từ trước đến nay.

Song song viết sách, báo khoa học, Nguyễn Xuân Vinh làm thơ, viết truyện, bút lực thật mạnh mẽ tài hoa, với thể loại văn học đa dạng. Tác phẩm nào của ông cũng để lại những trang văn đẹp, sâu sắc với tư tưởng mới, và truyền cái sinh khí đó đến người đọc một cách sinh động. Những tác phẩm: Đời phi công, Theo ánh tinh cầu, Tìm nhau từ thuở, và Đời vui toán học…là góc cạnh, cho từng giai đoạn gắn liền với cuộc sống của Toàn Phong Nguyễn Xuân Vinh. Nhưng nếu buộc phải đưa ra một lời nhận định, lời bình thì với tôi, Đời phi công là tác phẩm tiêu biểu nhất của ông, xét về cả nội dung lẫn hình thức nghệ thuật. Và đây cũng là tác phẩm viết về không quân hay, lãng mạn nhất mà tôi đã được đọc. Đọc nó, tôi hiểu thêm được phần nào về sự hình thành, củng cố Không lực VNCH (giai đoạn 1955-1962). Và không dừng lại ở đó, tác phẩm Đời phi công còn làm người đọc thấy được phẩm chất, tâm hồn nhà khoa học Nguyễn Xuân Vinh dưới khía cạnh một nhà văn.

Có thể nói, Đời phi công là cuốn sách độc đáo. Độc đáo bởi, Văn học sử Việt dường như chưa có cuốn truyện dài nào hay, sâu sắc được viết dưới hình thức, nghệ thuật thư từ. Và chín bức thư ấy, là chín chương sách gói gọn hồn vía, tự sự, với hành động, diễn biến tâm lý nhân vật. Nếu người viết không có tài thực sự, thì có sự trùng lặp hành động, tâm lý...dẫn đến chín chương tiểu thuyết ấy sẽ "lại gạo" trở về chín trang thư sến, nhạt phèo. Do vậy, sử dụng hình thức, nghệ thuật thư từ để làm nên một tác phẩm văn học, ngoài tài năng, tìm tòi còn cần đến sự can đảm của tác giả nữa. Tuy nhiên, khi đi sâu vào nghiền ngẫm, chợt cho tôi một suy nghĩ, Đời phi công thật ra là những trang hồi ký về một giai đoạn của tác giả mà thôi. Và câu hỏi được đặt ra: Tại sao Toàn Phong Nguyễn Xuân Vinh phải sử dụng thủ pháp nghệ thuật thư từ để viết tác phẩm này. Đây là thể loại dường như chưa có ai thử bút và rất khó thành công cho tiểu thuyết, truyện dài. Nhưng để cái lãng mạn, hào hoa ấy của người phi công (hay nghề phi công) đến với giới trẻ một cách nhanh, sâu sắc nhất, buộc nhà văn phải dùng thể loại, thủ pháp này. Do vậy, không chỉ cô Phượng, mà nhà văn có thể tưởng tượng ra những cô Thu, Lan, hay Đào, Cúc... khác, nhằm xây dựng, thiết lập thành đối tượng, nhân vật giao tiếp. Và thông qua nhân vật này, nhà văn muốn cài cắm cái tư tưởng của mình đến người đọc. Và quả thực, với tác phẩm Đời phi công, nhà văn Nguyễn Xuân Vinh đã thành công. Ông đánh đúng vào tâm lý khát khao cái mới của giới trẻ, và hun đúc thêm tình yêu quê hương, đất nước cho họ ở giai đoạn đó.

Đời phi công được viết, in ấn, phát hành năm 1959, khi tác giả Nguyễn Xuân Vinh đang là Tư lệnh Không quân, một lực lượng non trẻ, mới hình thành. Sự ra đời tác phẩm này mở ra cho thế hệ trẻ một ước mơ, một con đường bay về phía chân trời. Cho nên, tôi nghĩ, tính văn học cùng yếu tố chính trị đã làm nên tác phẩm Đời phi công. Và từ đó, ta có thể thấy, ngoài giá trị văn học, tác phẩm này còn mang lại cái giá trị lịch sử chân thực, sâu sắc về những ngày đầu chiến tranh.

Có thể nói, không chỉ trong thơ văn, mà cái tư tưởng canh tân, giải thoát cho đất nước bằng khoa học kỹ thuật đã có rất sớm trong Nguyễn Xuân Vinh. Bởi, ngay từ khi bước chân vào đời, ông đã nhận ra cái yếu kém, cũng như tư tưởng hủ lậu của con dân đất Việt, kể cả tầng lớp thanh niên: "Em chắc vẫn thường thấy, anh nói rằng, nước mình thiếu ngành chuyên môn và phần đông thanh niên mắc phải bệnh trọng văn khinh võ. Một ngày kia mình sẽ phải tiến kịp với mọi người. Một ngày kia mình phải có một quân đội hùng mạnh." (Đời phi công - chương 1). Cho nên, để thực hiện được những ước mơ, khát vọng đó, đối với Nguyễn Xuân Vinh văn thơ như một công cụ phá bỏ quan niệm cổ hủ ấy. Với biện pháp tu từ, hình ảnh so sánh hai người lính trước đây, và ngày nay, ông cho ta thấy cái giá trị của khoa học đối người lính trong chiến tranh, cũng như xây dựng, bảo vệ đất nước. Và chỉ có sự học hỏi để thay đổi nhận thức của con người, mới hy vọng mang lại tương lai tươi sáng, và cường thịnh. Do vậy, khoa học là con đường tất yếu để Nguyễn Xuân Vinh lựa chọn:

"Cũng vì thế mà anh muốn trở thành một phi công và hơn thế nữa một phi công quân sự. Em cũng đừng vội kêu lên anh là xếp bút nghiên để khoác chiến bào. Trong thời ly loạn này dĩ nhiên mang nhung phục là bổn phận tất cả các thanh niên, nhưng câu chuyện xếp bút nghiên chỉ là câu chuyện cổ khi mà người tráng sĩ chỉ biết độc có một chuyện mài gươm dưới trăng, hát Bài ca chính khí, để rồi sáng hôm sau nghe tiếng tì bà giục lên ngựa, cố uống cạn chén rượu bồ đào cho say túy lúy trước khi ra đi. Người quân nhân hiện nay hơn lúc nào hết phải học hỏi nhiều cho mình mỗi ngày một tiến." (Đời phi công chương 1)

Bằng lời văn nhẹ nhàng, lồng hình ảnh vào không gian lãng mạn như thổi hồn vào chiều thu Paris, Nguyễn Xuân Vinh đưa tuổi trẻ đến gần hơn với tình yêu ánh sáng của khoa học. Vâng, có thể nói, thủ pháp lấy thiên nhiên, cảnh vật để miêu tả tâm trạng của Nguyễn Xuân Vinh không mới, song đọc nó làm tôi nhớ đến những trang thơ tuyệt đẹp về Mùa thu Paris của Cung Trầm Tưởng. Âu đây cũng là tài năng của nhà văn Nguyễn Xuân Vinh vậy. Đoạn văn dưới đây, không chỉ chứng minh điều đó, mà còn gợi lại cuộc sống đầy hứng khởi, thi vị trong cái không gian tĩnh lặng của người học viên không quân, qua những hình ảnh ẩn dụ này:

"Anh viết thư này cho em trong một quán rượu giữa khu Latin, một buổi chiều thu buồn về chầm chậm. Có qua Ba lê và lạc vào khu sinh viên này em mới có thể hiểu được rằng tại sao người ta có thể ngồi viết thư trong một quán rượu. Dọc theo hai bên đại lộ St. Michel từ đầu sông Seine tới vườn Luxembourg người ta chỉ thấy quán rượu, hiệu sách và sạp bán báo. Nói là quán cà phê thì đúng hơn vì thường thì ai cũng chỉ gọi cà phê hơn là gọi rượu. Vào trong quán tìm một bàn trong một góc kín đáo nhất, gọi một tách cà phê rồi trầm ngâm nhìn thiên hạ là một trong những cái thú của người sinh viên ở Ba lê.

Trong quán được sưởi ấm, một cái ấm vừa đủ để khách không đến nỗi co ro vì cái hàn bao la bên ngoài, nhưng cũng chỉ ấm đến độ người ta còn thấy trống trải nếu ngồi cô quạnh một mình." (Đời phi công-chương 2)

Đến với khoa học không chỉ dừng lại ở việc học, mà còn là sự tìm tòi, khám phá. Do vậy, Nguyễn Xuân Vinh dường như đã thi vị hóa từng hành động trong mỗi chuyến bay, để truyền cảm hứng ấy đến với giới trẻ chăng? Có thể nói, Nguyễn Xuân Vinh là một nhà văn có cái nhìn và quan sát tỉ mỉ. Từ những đặc điểm ấy, đã giúp cho lời văn của ông gợi cảm, giàu chất thơ khi miêu tả cảnh vật thiên nhiên hay nội tâm nhân vật. Thật vậy, cái giọng văn truyền cảm, mộc mạc ấy, bật lên những hình ảnh rất đẹp trên trang viết Nguyễn Xuân Vinh:

"Nắng chiều đã tắt hẳn, ánh đêm đã dâng lên. Dưới trăng dải mờ mờ, ánh đèn phi trường huyền ảo. Anh nhìn về phía chiếc xe vô tuyến cuối sân, đợi một ánh đèn xanh. Trong sương đêm mờ mờ một ánh đèn xanh chớp chớp gọi. Anh cho phi cơ từ từ ra sân. Hai hàng đèn chạy thẳng tắp. Địa bàn chỉ hai trăm tám mươi độ. Xa xôi là gió Đại Tây Dương đưa lại. Thêm một ánh đèn xanh chớp trong đêm. Anh nhìn một lần chót trong phòng lái. Mấy kim lân tinh chập chờn. Một đám mây đen lướt qua làm ánh trăng rằm mờ lại. Anh ấn tay ga. Thêm một lần nữa cánh gió quay tít lôi chiếc phi cơ chạy miết vào trong đêm. Thêm một lần nữa thân người phi công được giao cho nhịp máy. Chiếc phi cơ nhẹ nhàng cất cánh. Bóng trăng xuyên qua kẽ mây in hình phi cơ lên nền xi măng đang chạy miết.“ (Đời phi công-chương 3)

Với lời văn tự sự, Nguyễn Xuân Vinh từ thi vị hóa tình yêu đi đến lãng mạn hóa vùng trời bay. Rồi ông trộn tình yêu vào cái lãng mạn ấy, tạo một chất xúc tác dẫn đến phản ứng nội tâm sâu sắc cho người đọc, nhất là giới trẻ:

“Anh đã cất cánh lúc trăng rằm vừa mọc làm mờ ánh sao hôm. Phi cơ sẽ trở về phi trường khi trăng còn đương chếch trên đỉnh đầu. Tuy em không ở gần anh nhưng anh tin rằng em đã cùng anh bay trong ánh trăng rằm đêm nay dưới trời Bắc Phi. Còn thấy giận anh nữa không, em Phượng?“ (Đời phi công-chương 3)

Không có trí tưởng tưởng, và liên tưởng chắc chắn không thể trở thành nhà văn. Những đặc điểm này, không thể tìm, không thể học, mà dường như thiên bẩm vậy. Cho nên, đọc và nghiên cứu Nguyễn Xuân Vinh, ta có thể thấy, sự (bác học) thiên phú ấy không chỉ về khoa học tự nhiên, mà còn ở cả khía cạnh văn chương. Và tất nhiên, sự thiên phú ấy chưa đủ làm nên một Nguyễn Xuân Vinh, nếu không có sự học tập, và nỗ lực tìm tòi nghiên cứu, sáng tạo đến tận cùng của ông.

Tôi không rõ, khi ngồi vào buồng lái, người phi công có được mộng mơ suy tưởng hay phải tập trung tuyệt đối? Nhưng đọc những trang văn, hình ảnh với thủ pháp nghệ thuật nhân cách hóa, thông qua sự tưởng tượng và liên tưởng đến nỗi đau, và tương lai mịt mù của đất nước và con người, được viết khi người Pilot, nhà văn Nguyễn Xuân Vinh bay qua những xóm làng sa mạc ở Phi Châu, làm cho tôi rất khoái cảm. Thật vậy, đoạn trích dưới đây, sẽ cho ta thấy rõ điều đó, và chứng minh thêm tài năng, trí tưởng tượng và liên tưởng phong phú của nhà văn Nguyễn Xuân Vinh:

"Trên trời có muôn vàn vì sao, biết vì sao nào dẫn lộ trong đêm sáng trăng mờ này? Bầu trời trong suốt như pha lê. Vài màn sương mỏng lượn lờ trên thôn xóm. Thấp thoáng còn vài ánh đèn. Mỗi ánh đèn nhỏ bé loãng trong không gian mơ hồ biểu hiệu cho cả một gia đình. Trong đánh đèn le lói kia anh nhìn thấy cả một người cha đang ngồi đọc sách bên khung cửa, một người mẹ đang tính đến những dự định ngày mai và vài đứa nhỏ đang say sưa giấc ngủ. Có những ánh đèn từ những mái nhà khác vắng bóng người cha. Bà mẹ goá ngồi rầu rĩ bên thềm nhìn vao đêm tối như để tìm lấy một chút ánh sáng cho tương lai. Và còn nhiều ánh đèn khác. Trên quảng đường bay này phi cơ đã lướt trên ngàn vạn gia đình. Người phi công theo dòng đời trên mây đường trường ngang dọc có bao giờ nghĩ đến dừng ở một gia đình nào đâu?" (Đời phi công-chương 3)

Tuy là một nhà khoa học luôn tìm tòi, khám phá cái mới, song hồn vía Nguyễn Xuân Vinh đeo nặng cái nếp cũ hồn xưa. Cho nên, đọc thơ văn viết về lính của ông làm tôi nhớ đến hình ảnh người chinh phu xưa của Đặng Trần Côn. Trở về mái nhà xưa, cày bừa, trồng cấy sau chiến tranh, ước mơ giản dị ấy của Nguyễn Xuân Vinh cũng là ước vọng của hàng trăm, hàng ngàn những người lính từ xưa đến nay: "Anh tin rằng, anh sẽ là một trong những người lính chiến đấu đến cùng để giữ lại một phần đất. Anh không dám nghĩ nhiều đến một ngày kia, khi khắp ruộng đồng cùng vang ca những khúc hát thanh bình, anh rời bỏ quân ngũ để về dọn lại thềm nhà cũ, xới lại mảnh vườn xưa, và dựng lên một mái tranh nho nhỏ, trả lại một chút nào niềm vui đã mất của người mẹ hiền." (Đời phi công chương 8).

Dù có xáo trộn thể loại, đổi mới thi pháp, song những thiên truyện Nguyễn Xuân Vinh vẫn mang hồn vía truyền thống cổ, với những cái kết có hậu. Văn ông giàu chất thơ, cùng những hình ảnh, lời văn rất đẹp. Có thể nói, Nguyễn Xuân Vinh là một trong những nhà văn tài năng hàng đầu của Việt Nam về sử dụng biện pháp tu từ. Đoạn kết thiên truyện Đời phi công dưới đây gói gọn toàn bộ đặc điểm ấy của thi ca Nguyễn Xuân Vinh:

"Anh ngồi viết cho em một buổi chiều nắng vàng chưa tắt. Ba năm về trước anh đã hứa những gì với em, chắc em còn nhớ. Chỉ độ hai tuần nữa anh sẽ gặp lại em. Nét cười có phác hồn tang hải, mái tóc có phai màu sương gió nhưng anh vẫn còn là anh của em như độ nào. Anh rời em một ngày đông lạnh lẽo ở Hà Thành và sẽ gặp lại em vào cuối một mùa xuân ở đô thị Sàigòn. Non nước kinh kỳ đà rời chỗ, còn em của anh có khác xưa không?"

Vâng, nhà văn Nguyễn Xuân Vinh không chỉ vẽ ra đường bay cho Phi thuyền Apollo lên mặt trăng, mà ông còn vẽ ra con đường ngắn nhất từ trái tim đến với trái con người bằng thơ văn của mình. Và Đời phi công dù là thể loại tiểu thuyết, hay bức thư dài, hoặc là những trang hồi ký… hoàn toàn không hề đổi thay giá trị đối với người đọc. Bởi, nó được tiết ra từ những cảm xúc chân thật nhất của nhà văn Nguyễn Xuân Vinh. Như một kinh nghiệm sống nhà văn muốn gửi đến những người phi công tương lai, hay thế hệ trẻ vậy. Và có thể nói, Nguyễn Xuân Vinh luôn luôn gắn liền văn thơ, khoa học với cuộc sống và tình yêu. Do vậy, sách của ông dù là khoa học, hay văn chương luôn gây cho người đọc cảm giác rung động nhẹ nhàng, thú vị. Và tôi xin mượn Tình Hư Ảo, một bài thơ điển hình như vậy của ông để kết thúc bài viết này. Bài thơ khá dài, song có bố cục lo gic chặt chẽ, hồn vía toán học rất thú vị, do vậy tôi không thể cắt, trích đoạn:

“Anh tìm em trên vòng tròn lượng giác,
Nét diễm kiều trong tọa độ không gian.
Đôi trái tim theo nhịp độ tuần hoàn,
Còn tất cả chỉ theo chiều hư ảo.
Bao mơ ước, phải chi là nghịch đảo,
Bóng thời gian, quy chiếu xuống giản đồ.
Nghiệm số tìm, giờ chỉ có hư vô,
Đường hội tụ, hay phân kỳ giải tích.
Anh chờ đợi một lời em giải thích,
Qua môi trường có vòng chuẩn chính phương.
Hệ số đo cường độ của tình thương,
Định lý đảo, tìm ra vì giao hoán.
Nếu mai đây tương quan thành gián đoạn,
Tính không ra phương chính của cấp thang.
Anh ra đi theo hàm số ẩn tàng,
Em trọn vẹn thành phương trình vô nghiệm.”

Leipzig ngày 29-8-2022

HỒN VIỆT ĐÓ, TRONG TỪNG CON CHỮ ELENA PUCILLO

Thời gian gần đây, những lúc nhức mỏi, tâm trạng không được thăng bằng cho lắm, tôi thường tìm đến thơ Nguyễn Văn Gia, và đọc văn Elena Pucillo. Lời văn tự sự của chị như một liều Aspirin xoa dịu nỗi nhức nhối trong lòng người vậy. Có thể nói, Elena Pucillo là một hiện tượng đặc biệt trên diễn đàn văn chương Việt trong những năm gần đây. Sự đặc biệt ấy, không hẳn bởi tài văn, mà là sự nhào trộn, hoà tan cái văn hóa Ý- Việt vào những trang sách của chị. Đọc văn Elena Pucillo (qua bản dịch của Trương Văn Dân) nếu không biết trước, có lẽ ai cũng nghĩ, tác giả phải là người Việt. Bởi, bối cảnh, tâm lý, hồn cốt nhân vật như đã được Việt hóa hoàn toàn vậy. Có lẽ, cái món văn hóa spaghetti tan chảy vào cái văn hóa nước mắm chăng? Chẳng vậy, có lần ngồi khật khừ với Nguyễn Đức Minh ở Bischofswerda, người rất thân thiết với vợ chồng Elena Pucillo-Trương Văn Dân, chẳng biết đùa hay thật gã bảo: Làm bất cứ loại Spaghettisoßen nào (nước sốt mì Ý) Elena cũng cho nước mắm cá cơm Bình Định nguyên chất vào. Tôi không tin như vậy. Nhưng mấy năm trước Elena sang thăm tôi, bún mắm tôm cứ thấy chị đả đều đều.

Nhà văn Elena Pucillo người Italia, là tiến sĩ ngôn ngữ và văn học nước ngoài. Chị đã từng là giảng viên Đại học Milano, và Đại học âm nhạc, cũng như Đại học khoa học xã hội, nhân văn Saigon. Nghiên cứu và tiếp xúc với văn chương từ rất sớm, nhưng Elena viết văn muộn. Và chị chỉ viết khi cảm xúc ùa đến bất chợt, buộc phải cầm bút, do vậy văn của chị rất sinh động và chắt lọc. Và nếu không có sự cổ vũ, dịch chuyển sang Việt ngữ của người chồng, nhà văn Trương Văn Dân, thì có lẽ, văn chương của Elena không được nhiều người biết đến như hiện nay. Thật vậy, những tác phẩm: Bóng của ngày, Một phút tự do, Vàng trên biển đá đen, Cùng Bay về Tâm dịch đã xuất bản, và Hạt bụi lênh đênh, cùng Nỗi đau ngọt ngào sắp xuất bản của chị đã được Trương Văn Dân dịch nguyên bản từ tiếng Ý một cách sinh động và tinh tế.

Văn chương Elena gồm hai mảng chính: Truyện ngắn, và tùy bút, tạp văn. Tự sự là nghệ thuật xuyên suốt những trang viết của Elena. Và khi đi sâu vào đọc, ta có thể thấy, Elena là một nhà văn có tài khám phá, miêu tả diễn biến nội tâm, hay mượn cảnh vật thiên nhiên để bộc lộ tâm trạng nhân vật. Nếu được phép tuyển chọn, với tôi Vàng Trên Biển Đá Đen là tập truyện hay và tiêu biểu nhất về nội dung, cũng như thi pháp (hình thức nghệ thuật) sáng tạo này của Elena.

*** Tính chân thực, với cái nhìn nhân bản.**

Có thể nói, ngay từ những ngày đầu nghiên cứu ở Đại học Milano, Elena đã bén duyên với viết lách, nhưng chỉ đến khi về sống và giảng dạy ở các trường Đại học Saigon thì tài năng văn chương của chị mới được phát tiết. Có lẽ, đất và con người nơi đây đã cho chị những cảm xúc đặc biệt chăng? Có được những trang văn chân thực, làm rung động mọi tầng lớp người đọc như vậy, ngoài bút lực, ta có thể thấy, tình yêu, tình người của Elena sâu đậm biết nhường nào. Để có được những cảm xúc ấy, Elena đã đi vào khám phá nội tâm tư tưởng, hồn vía con người nơi đây, từ đó có một sự đồng cảm sâu sắc. Và "Con chim nhỏ trong lồng" là một truyện ngắn như vậy của chị. Nhà văn đã chọc thẳng ngòi bút vào cái vô cảm, sự mâu thuẫn gia đình, xã hội mà bấy lâu nay dường như đã bị chìm lấp. Lời văn tự sự, hay là tiếng kêu bất lực vọng lên từ những mẹ, người già cô đơn, hiu quạnh trước sự thờ ơ, ghẻ lạnh của con cái, gia đình và xã hội: "Bị giam hãm giữa bốn bức tường, tôi như chết từng ngày, lặng lẽ ngồi cô đơn trên thành giường mà chẳng có căn phòng riêng nào để trú ẩn. Những tiếng động bên kia bức tường là của những người xa lạ, của những người hàng xóm không quen, lạnh lùng, vô cảm trước nỗi đau của tôi.". (Con chim nhỏ trong lồng)

Nỗi đau, sự tuyệt vọng ấy, đã đẩy người mẹ đến đường cùng, ngõ cụt. Tự kết thúc cuộc sống là lối thoát duy nhất của bà. Thân phận con người cùng tâm trạng đó đã được nhà văn Elena lồng vào sự vần vũ của đất trời, thiên nhiên. Sự miêu tả độc đáo, cùng những hình ảnh so sánh, với phép ẩn dụ này, dường như nhà văn muốn làm giảm đi nỗi đau của bi kịch đó, và bật lên tấm lòng vị tha của con người, cũng như của chính tác giả chăng? Tuy vậy, từ cái hiện thực đó ta vẫn nhận thấy cái rẻ mạt của tình người, và nhân cách. Và cái luân lý, đạo đức đã bị đảo lộn tùng phèo trong gia đình, xã hội đương thời, gây nhức nhối cho người đọc. Đoạn kết của thiên truyện: Con chim nhỏ trong lồng (dưới đây), tuy rất buồn, nhưng có lời văn nhẹ nhàng, và tuyệt đẹp. Nó không chỉ cho ta thấy rõ những điều đó, mà còn chứng minh tài năng sử dụng biện pháp tu từ của nhà văn Elena:

"Đêm nay có một vầng trăng tuyệt đẹp trên bầu trời, chỉ có một phần rất nhỏ bị che bởi một sợi mây. Tôi bỏ khung hình vào túi áo, đó là kho tàng của tôi, và từ cửa sổ tôi nhìn xuống thành phố đang ngái ngủ. Tia mắt tôi dõi theo ánh đèn màu đỏ của một chiếc xe hơi dọc theo hàng trụ đèn đường. Yên lặng quá. Từ trên cao ánh sáng chiếu xuống mềm mại như bông làm tôi có cảm giác như mình cũng đang đứng trên một cụm mây. Chỉ vài giây thôi! Tôi nhoài người, bay qua khung cửa sổ, rơi tự do trong không khí. Trên môi tôi vẫn nở một nụ cười thật ngọt ngào, để khỏi phải hét lên, sợ làm phiền người khác".

Từ yêu người, dẫn đến tình yêu mảnh đất nơi đây, làm cho Elena gắn bó chặt chẽ với nó. Sự đi lại tìm tòi, khám phá với cái nhìn, quan sát tỉ mỉ cùng sự sẻ chia, cảm thông sâu sắc, như vốn sống để nhà văn viết nên truyện ngắn: Vàng trên biển đá đen, được in trong tập sách cùng tên. Tình tiết đơn giản, lời văn mộc mạc, song đây là một trong những truyện ngắn cảm động, và hay nhất của Elena. Gieo mầm một động từ, hay là hình ảnh, một phép tu từ so sánh: (gieo hạt, và gieo chữ) làm nên cái tứ của thiên truyện. Cái khát khao sống, buộc con người phải vượt qua khắc nghiệt của thiên nhiên. Và cái tình người (gieo chữ, bồi đắp linh hồn) ấy, nhà văn đã mở ra lối thoát cho đất và người nơi cao nguyên núi đá khô cằn:

"Một hạt giống không thể nảy mầm nếu không có đất, và trên núi đá không phù hợp nên họ đào một cái rãnh và đem đất từ nơi khác lấp vào. Một điều đơn giản, mà từ thời nguyên thủy con người đã chiến đấu với thiên nhiên để sinh tồn. Gieo hạt để nẩy mầm! Công việc của tôi cũng vậy. Bây giờ tôi hiểu là mình cũng đang gieo hạt và tìm cách giúp các cậu học trò nảy mầm cho cuộc sống mới…" (Vàng trên biển đá đen)

Đọc Elena, ta có thể thấy tình yêu, tình người không chỉ dừng lại ở hai người mẹ Việt-Ý, mà sự ấm áp đó của nhà văn làm tan đi giá lạnh của bà cụ cô đơn, hay một bé gái bán vé số… Thật vậy, đọc: Mèo con lạc lõng, và Cho nhau một chút an lành (trong tập truyện Hạt bụi lênh đênh, sắp phát hành) rồi quay lại đọc Thư viết cho mẹ (trong tập Vàng trên biển đen, in năm 2018) tôi bị xúc động mạnh. Cảm xúc tuy khác nhau, song có thể nói, tình yêu, lòng nhân ái ấy làm cho người đọc xa quê, xa tổ quốc gần bốn chục năm như tôi ấm lại. Và hơi ấm đó, dường như xuyên suốt những trang văn Elena. Mỗi truyện ngắn, một tản văn của chị như một bài học luân lý vậy. Nếu đọc Con chim nhỏ trong lồng, ta thấy cái luân lý, đạo đức gia đình, xã hội bị đảo lộn, thì đến Thư viết cho mẹ, Elena đã trả cái luân lý, đạo đức ấy về đúng vị trí của nó. Đọc Elena một cách có hệ thống, ta có thể thấy, dù chị dẫn dắt người đọc đến đâu, và đi đâu chăng nữa, thì cái đích cuối cùng vẫn quay về với chân thiện mỹ.

Cũng như tác phẩm Nụ Hoa Vàng Của Ngày Si Tình của nhà văn Trần Hoài Thư (đã đọc trước đây) Thư viết cho mẹ của Elena (đọc gần đây), khi ngồi viết những dòng chữ này, tôi chưa biết để ở mục truyện ngắn, tùy bút, hay một trang thư. Và cho đây là một bức thư, thì có lẽ, đây là lá thư thứ hai hay nhất mà tôi đã được đọc. Nếu Nụ Hoa Vàng Của Ngày Si Tình như một sự tiếc nuối tình yêu của cái thuở ban đầu, thì Thư viết cho mẹ là tình yêu, lời tự sự về mẹ của Elena. Đằng sau lời tự sự ấy là câu chuyện thật cảm động về những người mẹ. Thư viết cho mẹ gây cho tôi cảm xúc đặc biệt, không hẳn bởi nội dung, mà do thủ thuật dẫn dắt truyện của tác giả. Thủ thuật kết nối từ một người mẹ (đẻ) sang người mẹ (chồng) một cách bất ngờ ấy của Elena làm tôi nhớ đến cái qui tắc bắc cầu trong toán học, từ cái thuở còn ngồi trên ghế nhà trường. Đây cũng là một trong những truyện tiêu biểu về tính chân, thiện của Elena. Và đọc nó, dường như ta thấy, văn chương cũng như con người chị đang đến gần hơn với tư tưởng, triết lý nhà Phật:

"Bây giờ thì con xin báo cho mẹ biết là trong những ngày tới, mẹ sẽ có một cuộc gặp gỡ quan trọng. Đến gặp mẹ là một người đàn bà mà mẹ đã từng gặp rất nhiều năm trước: mẹ của chồng con. Con tin chắc rằng hai người sẽ trở thành bạn, sẽ kể cho nhau nghe nhiều rất chuyện, về những cuộc đời ở mãi tận phía bên kia trái đất. Bà ấy hay cười và thích nói đùa. Đây là điều mà con đang tưởng tượng: Hai người ngồi bên nhau như thể là hai người bạn lâu năm, vui đùa, cười nói. Mẹ chồng của con sẽ nói về Việt Nam, sẽ giải thích về lễ Vu Lan, một ngày lễ Phật giáo rất đặc biệt dành cho các bà mẹ vì họ giữ một vai trò quan trọng trong gia đình cũng như ngoài xã hội" (Thư viết cho mẹ)

Có thể nói, truyện ngắn nào của Elena cũng đầy ắp hình ảnh, tình tiết so sánh, liên tưởng. Cùng với lời văn nhẹ nhàng, tinh tế như vậy, hiển nhiên chị đã mang đến người đọc sự rung động và cảm thông sâu sắc.

*** Tùy bút, tạp văn… với những nét đặc trưng.**

Như có lần phân tích tác phẩm Miền Ấu Thơ của Vũ Thư Hiên và Sông Lam của Trần Mạnh Hảo, tôi đã viết: Có người cho rằng, chỉ có các nhà thơ, nhà văn viết về chính quê hương của mình mới có những tác phẩm hay, và chân thực. Song đi sâu vào văn học sử, cho tôi suy nghĩ ngược lại: Thường những mảnh đất, đồng quê xa lạ mới là đề tài để các nhà văn, thi sĩ đẻ ra những tác phẩm hay. Thật vậy, nếu không có cái nhìn xa lạ, tò mò khám phá của cậu bé đến từ nơi phố thị, thì sau này Vũ Thư Hiên khó có thể viết được tác phẩm Miền Ấu Thơ về đồng quê hay, đặc sắc có sức sống bền bỉ và lâu dài. Hay nếu sinh ra, và lớn lên ở Nghệ Tĩnh, chưa chắc Trần Mạnh Hảo đã viết được Sông Lam, với những hình tượng mới lạ, sâu sắc làm rung động không chỉ người đọc nơi xứ Nghệ. Và nhà văn Elena Pucillo cũng vậy. Đến từ Italia, khi Elena viết về Hà Nội hay Trà Sư, hoặc một vùng đất Việt nào đó sẽ khách quan, mang tính khám phá, sinh động hơn. Nó gây cho người đọc cảm giác thú vị như được tìm hiểu, khám phá vùng quê ấy cùng nhà văn. Hà Nội, nét đẹp bí ẩn là một tùy bút như vậy của Elena. Từ một tiếng rao đêm, hay một gánh đậu hũ non nóng giữa phố thị, hoặc những hàng trái cây bên đường, dưới lăng kính của mình, Elena cho người đọc cùng liên tưởng đến hình tượng (so sánh) thật độc đáo và mới lạ: "Tôi kinh ngạc nhìn các kim tự tháp bằng trái cây đặt trước các cửa hàng bên lề đường, trái nọ chồng lên trái kia, màu sắc chen nhau, như thách thức quy luật thăng bằng.". Là tiến sĩ văn học Pháp, do vậy Elena đọc, nghiên cứu khá rõ về văn hóa của các nước thuộc địa ở những năm đầu thế kỷ 20. Có được sự đồng cảm và tình yêu ấy, dường như Elena muốn bộc lộ cái tư tưởng, ước vọng của mình. Trở về cái thuở ban sơ của thành phố, như một cánh chim tự do muốn thoát ra khỏi những rào sắt vô tình đó. Vâng, đó cũng là khát khao, ước muốn không chỉ riêng của nhà văn. Một tiệm thuốc, hay nơi bán đồ lưu niệm ở góc phố, hoặc quán bia nơi vỉa hè cũng gây Elena một ấn tượng, một cảm xúc để chị đặt lên trang viết của mình. Có thể nói, Elena Pucillo là một nhà văn giầu trí tưởng tượng, có lời văn nhẹ nhàng, sâu sắc, ngữ nghĩa đa tầng. Và có lẽ, không chỉ tôi mà nhiều người sinh trưởng, gắn bó với Hà Nội đọc trang văn này, ít nhiều sẽ được hiểu biết thêm về nó:

"Giống như một giấc mơ giữa ban ngày, tôi tưởng mình đang cưỡi rồng bay trên thành phố, lướt qua khu biệt thự Pháp và những căn nhà thời thuộc địa được che chắn bởi những hàng rào và cổng vào bằng sắt trang trí theo kiểu Liberty của đầu thế kỷ 20. Tôi muốn mình được bay như một cánh chim vừa thoát khỏi lồng, lơ lửng trên những con đường thuốc, với những dụng cụ chưng cất đang hâm nóng bát thuốc trường sinh hay cỡi trên lưng một con cá vàng bơi dọc theo sông Hồng." (Hà Nội, nét đẹp bí ẩn)

Mượn cảnh vật thiên nhiên để miêu tả nội tâm nhân vật là nghệ thuật không hề mới, gần đây được nhiều nhà văn quay lại sử dụng. Tuy nhiên, không phải ai cũng thành công ở loại hình nghệ thuật này. Đọc Một đêm huyền diệu của Elena chợt làm tôi nhớ đến cái tài, lấy động tả tĩnh trong Thu Điếu của cụ Nguyễn Khuyến"Cá đâu đớp động dưới chân bèo". Hay ngược lại, mượn cái tĩnh của căn phòng tả tâm trạng động trong "Hộ Chiếu Buồn Những Biên Cương" của Thế Dũng. Và khi đến thăm nhà văn Nguyễn Hoàng Đức, Elena đã mượn đồ vật, cảnh trí trong căn phòng dường như để miêu tả, khắc sâu cuộc sống, tính cách cũng như tâm hồn gia chủ. Thật vậy, với sự liên tưởng độc đáo ấy của Elena, nhà văn Paul Đức (Nguyễn Hoàng Đức) hiện lên lịch lãm như một triết gia, nghệ sĩ, hay hình ảnh chiến binh của Phong trào khai sáng Tây Âu ở thế kỷ 18 vậy. Trích đoạn có lời văn tinh tế dưới đây, không chỉ thấy rõ điều đó, mà còn cho ta thấy tài năng, cũng như sự quan sát tỉ mỉ của nhà văn Elena:

"Tôi có cảm giác như không phải mình đang ở trong một căn nhà ở Hà Nội, Việt Nam. Tôi tưởng mình là cô bé Alice đang đứng trước chiếc gương thần để khám phá ra một thế giới khác. Tôi tưởng mình đang ở Paris, trên tầng nhà áp mái của một họa sĩ, một nghệ nhân Bohémien, đang ở vùng Montmartre hay ở khu Quartier Latin. Tôi đứng ngây người nhìn những bức tranh treo trên tường. Những tủ sách, ôi chao cơ man là sách, nhiều lắm và những bản nhạc mở rộng đặt trên chiếc dương cầm, như thể chàng nghệ sĩ vừa dạo đàn trước đó và trong không gian vẫn còn vang vang những nốt nhạc du dương của Beethoven, của Liszt hay Chopin... Tôi không thể nào rời mắt khỏi những thứ đồ vật vây xung quanh mình. Trên một bức tượng bán thân có phảng phất nét mặt của Paul Đức, được lập lại trong một bức chân dung được phóng cọ theo phong cách hiện đại, anh xuất hiện như một chiến binh tân thời." (Một đêm huyền diệu)

Nếu truyện ngắn Elena sắc lạnh, thì tùy bút, chân dung của chị mềm mại, ấm áp. Tình bạn, tình người ủ ấm những trang viết của chị. Tùy bút, tạp văn Elena thường là những ký ức nhỏ, hay cảm xúc bất chợt từ một bạn văn, một nhà sư, một em bé bán vé số, hoặc về một miền quê nào đó…mà chị đã bắt gặp, trải qua. Thật vậy, mỗi (một) người bạn đều cho Elena cảm hứng viết. Và cái hơi ấm tình bạn, tình người ấy, với chị: "thật bình an và sảng khoái, hơn hẳn các loại thuốc hay liệu pháp trị liệu nhóm nào hiện hữu trên thế giới" (Trị liệu nhóm). Tuy nhiên, đọc tùy bút Elena, tôi khoái nhất những trang viết về chân quê, cùng những hình ảnh thân thuộc dưới góc nhìn của chị. Vâng, hình ảnh bà cụ, với tiếng gà kêu quang quác dưới cái lạnh của mưa gió như kéo hồn vía chúng tôi về với đất mẹ vậy. Cái mộc mạc và chân thực ấy, Elena làm cho lòng tôi ấm lại, khi ngồi viết những dòng chữ này, bởi cái tình người còn sót lại:

"trời mưa lất phất, nên chúng tôi phải nép vào một mái hiên của một căn nhà nhỏ. Bỗng tôi nghe có tiếng lục đục rồi có một bà cụ bước ra mời chúng tôi vào trong nhà nghỉ ngơi cho ấm. Lát sau tôi nghe có tiếng gà đập cánh và kêu lên quang quác. Con gà có thể là của để dành của bà, nhưng bà cụ đem ra nấu cháo mời chúng tôi mà chẳng chút đắn đo. Cho đến hôm nay, tôi vẫn còn nhớ như in bóng dáng bà nhỏ con, chiếc áo bà ba màu nâu phủ lên một thân hình mảnh khảnh và nhất là nụ cười hiền hậu, thương quá, hai khóe miệng còn thẫm đỏ màu trầu." (Một đêm huyền diệu)

Không biết Elena có phải là một Phật tử hay không, song đi sâu vào đọc và nghiên cứu, ta có thể thấy Phật giáo, hình ảnh, đức tin thấm đẫm những trang văn của chị. Với cái tư tưởng này, Elena luôn hướng nhân vật hành động, ứng xử nhân hậu, nhìn nhận con người, sự việc ở mặt tích cực, hay mở ra một lối thoát cho họ và xã hội. Khi đọc: Hạt bụi lênh đênh, trong tập truyện cùng tên, sắp in của Elena, càng cho tôi những cảm nhận hơn nữa: Cái chánh tin ấy của chị không chỉ trong sinh hoạt thường nhật, mà ngay cả những lúc ốm đau sinh tử. Sự bình tâm, thanh thản từ nơi Đức Phật chính liều thuốc đã giúp con người vượt qua những đớn đau, ưu phiền đó. Thật vậy, đây cũng là một trong những đặc điểm nổi bật nhất trong tùy bút, văn xuôi của Elena:

"Tôi biết là mình đang ngầy ngật vì thuốc. Có lúc tôi cảm thấy như mình đang lơ lửng trong một cái bong bóng đang tan biến.

Điều lạ lùng là nằm trong đó tôi không còn nghe đau đớn, chỉ có bình an. Tôi giật mình thức giấc vì bất ngờ có ai đó ngồi bên cạnh mình. Tôi nghe một bàn tay đang đặt lên trái tim và cùng lúc đó cũng có một bàn tay khác đang nắm lấy cổ tay mình. Tôi mở mắt một cách khó nhọc và trời ơi, trước mặt tôi là ánh mắt sáng rỡ của nhà sư mà mình đã gặp trên chuyến bay. Nhà sư nhìn tôi mỉm cười và bàn tay ông dời từ trái tim để đặt lên trán tôi. Ông không nói gì, nhưng sự hiện diện của ông ở nơi đây đã ban tặng cho tôi một sự bình yên không thể nào nói được nên lời" (Hạt bụi lênh đênh)

Có thể nói, mỗi truyện ngắn, tùy bút của Elena Pucillo là một lát cắt của cuộc sống. Cái ác, và sự giả dối, chị vẫn đặt lên trang văn một cách sâu đậm, như để răn mình, răn đời vậy. Và cùng tính nhân văn, khát vọng sống, khát vọng tự do đã làm nên văn chương, tên tuổi Elena Pucillo. Tuy nhiên, văn tự sự, độc thoại nội tâm, dù sâu sắc, nhưng ít đối thoại làm lời văn chậm, cho ta cảm giác mệt mỏi khi đọc. Đây cũng là nhược điểm của loại hình nghệ thuật này.

Leipzig ngày 8-1-2022

TRẦN MẠNH HẢO - NGƯỜI ĐÃ CHẾT VỚI TÂM HỒN BIA MỘ

Có lẽ, đã nhiều lần tôi viết về thơ văn cũng như chân dung thi sĩ Trần Mạnh Hảo. Và lần nào cũng vậy, viết xong đều cho tôi một cảm giác, như mới chỉ làm được cái công việc gãi ngứa vào khối kiến thức, với những tác phẩm thật sâu sắc, đa tầng ở mọi thể loại của Trần Mạnh Hảo mà thôi. Cho nên, vài tuần trước Trần Mạnh Hảo gửi tặng Tuyển tập thơ, tôi đọc ngay, đọc một cách chậm rãi, ngâm nga. Vâng, một món ăn khoái khẩu. Một Tuyển tập thơ đồ sộ cho tôi nhiều cảm xúc khi đọc.

Khi đi sâu vào đọc, và nghiên cứu Trần Mạnh Hảo, có thể thấy, không chỉ ở trong thơ, mà ở văn xuôi, hay phê bình vẫn hiển hiện lên những trăn trở, đớn đau của ông, của tha nhân. Với tài năng phát tiết cả ba mảng: thơ, văn và phê bình làm tôi chợt nghĩ, bác Trần Mạnh Hảo hiện lên giữa sóng gió cuộc đời, sóng gió văn học cứ như thể kiềng ba chân vậy.

Trần Mạnh Hảo họ Phạm, sinh năm 1947 tại Nam Định. Năm 1968, tốt nghiệp trung học (cấp 3), nhưng ông không thể vào đại học. Bởi, cái lý lịch nhọ như đít chảo (của gia đình), dù Trần

Mạnh Hảo vừa thi học sinh giỏi văn và đạt giải nhất miền Bắc ở thời điểm đó. Bi đát và chán chường, ông hối lộ để được đi lính. Và đi vào chiến trường, nghĩa là đã cầm sẵn giấy báo tử trên tay. Song với Trần Mạnh Hảo ra trận, tôi tin đó là một sự giải thoát. Giải thoát bế tắc cuộc sống, và buộc phải chôn vùi mối tình đầu văn học: "Nàng thơ hỡi của mối tình đầu văn học/ Phủ vàng thu lên mắt biếc ban đầu" (Vàng xưa ơi). Buộc phải lấy chiến tranh thay cho cuộc tình ấy. Chẳng vậy, mà cho đến nay ở cái tuổi thất thập, ông vẫn còn đau đớn thốt lên: "Em bỏ lại tuổi xuân anh chùa Hưng Lộc/ Gió lên trời mây đại học em sâu/ Không còn em tuổi mưa ngâu trúng độc/ Lấy chiến tranh làm cuộc tình đầu." (Ai đền anh tuổi hai mươi đã mất).

Có thể nói, Trần Mạnh Hảo đã thành công và ghim vào lòng nhiều tầng lớp người đọc ở cả ba lĩnh vực: thi ca, văn xuôi và phê bình văn học. Với sáu mươi năm cầm bút, và trên (dưới) ba chục tác phẩm đã in ấn, phát hành chứng minh bút lực, tài năng, cũng như tình yêu đất nước, con người của Trần Mạnh Hảo: "Ôi đất nước, anh yêu em đến băng hoại cả đời". Tuy nhiên, trong khuôn khổ bài viết này, tôi chỉ đi sâu vào khía cạnh thơ ca. Và đây cũng là mảng chính làm nên tên tuổi, chân dung thi sĩ tài hoa Trần Mạnh Hảo.

Cũng như các thi sĩ cùng thời ở hai bên chiến tuyến, thơ ca Trần Mạnh Hảo đi sâu thân phận người lính, cùng nỗi buồn chiến tranh. Song mảng đề tài về tình yêu quê hương, đất nước con người sâu sắc và quan trọng bậc nhất trong sự nghiệp sáng tạo của ông. Những năm gần đây thơ thế sự, xã hội đã góp phần không nhỏ làm nên khí phách, hồn thơ Trần Mạnh Hảo.

Gần đây, trong lúc khật khừ, có vài bác sâu rượu hỏi: Đỗ Trường khoái đọc nhà thơ đương đại nào nhất? Một câu hỏi thật khó trả lời. Bởi, nhà thơ tài năng từ trong nước ra đến hải ngoại, khoái và yêu thì nhiều lắm. Song nhà thơ nào cũng vậy, đã có hay chắc chắn phải có dở. Gu của mỗi người đọc cũng như thưởng thức món ăn. Ngon với người này, chưa hẳn đã hợp khẩu vị của người khác. Tuy nhiên, nếu buộc phải đưa ra một nhận định, sau hồn thơ Huy Cận tôi nghĩ ngay đến Trần Mạnh Hảo.

Có được như vậy, có lẽ bởi tài năng (đặc biệt) sử dụng biện pháp tu từ trong thơ ca của Trần Mạnh Hảo. Với hình ảnh, trí tưởng tượng phong phú, và sự liên tưởng độc đáo, cùng từ ngữ giản dị, hoán đổi ngữ nghĩa, do vậy thơ ông sắc, nhọn, hồn khí ấy đi thẳng vào lòng người. Và đó cũng là nghệ thuật chính làm nên thi ca Trần Mạnh Hảo.

*** Lấy chiến tranh làm cuộc tình đầu.**

Chủ nghĩa lý lịch đã bịt kín tương lai, cuộc sống Trần Mạnh Hảo. Do vậy, ngay từ thuở hoa niên cho đến khi bước vào đời, nhất là những năm tháng khói lửa nơi chiến trường đã giết chết tâm hồn ông. Sự bi quan, chán chường ấy, được Trần Mạnh Hảo khái quát bằng câu thơ với hình ảnh hay đến rợn cả người: " Tôi đã chết với tâm hồn bia mộ". (Gió thổi tôi đi). Và tôi xin mượn nó để làm lời tựa cho bài viết này.

Vịn vào thi ca để đứng dậy và bước đi ngay từ năm tháng đói khát, khổ đau đầu đời Trần Mạnh Hảo. Do vậy, với ông văn học ví như (mối) tình đầu vậy. Và chính mối tình đầu (văn học) ấy đã khước từ tuổi xuân, an táng linh hồn Trần Mạnh Hảo ngay nơi chùa Hưng Lộc quê hương, để hình hài ông lao vào: "Anh khói lửa phóng mình yêu viên đạn/ Máu xanh rơi khổ nạn chết trong rừng?“. Có thể nói, “Ai đền anh tuổi hai mươi đã mất“ là bài thơ mang tâm trạng đầu như vậy, và nó cũng là một trong những bài thơ hay nhất trong Tuyển tập thơ Trần Mạnh Hảo. Đọc bài thơ này, tôi bị ám ảnh. Sự ám ảnh ấy không hẳn vì chiến tranh chết chóc, mà bởi cái rung động, ước mơ hẹn hò thi ca ấy đã được hình tượng hóa, so sánh trong biện pháp tu từ một cách lạnh tanh, rờn rợn: “Anh hẹn hò cùng lưỡi lê đại bác/ Rung động đầu đời ôm xác bạn bè chôn“. Để rồi linh hồn người lính Trần Mạnh Hảo dường như: “Ta đã chết ở hai đầu trận chiến“. Và vẫn là em (một hình tượng thi ca) từ một phép nhân hóa đã cứu rỗi linh hồn người lính trận: “Em chợt lẻn vào giấc mơ giải thoát/ Mắt em sâu chết khát cả tâm hồn“. Vẫn biết, tình yêu và lối đi đầu đời ấy mịt mùng, tối tăm, song Trần Mạnh Hảo buộc phải bước. Thật vậy, đọc “Ai đền anh tuổi hai mươi đã mất“ làm cho tôi không thể phân biệt được tiếng khóc của thi sĩ Trần Mạnh Hảo hay nỗi đau Lê Lựu với Giang Minh Sài, sống và yêu buộc phải theo suy nghĩ sắp đặt của kẻ khác. Và trích đoạn dưới đây sẽ cho ta thấy rõ nỗi đau, sự bất lực ấy của người lính Trần Mạnh Hảo:

“Anh phải yêu một bóng hình man rợ

Không chân dung xin món nợ tử hình

Ai đã ước cưới cơn mơ làm vợ

Em xa mờ xin nấm mộ cầu kinh“.

Và con đường ấy, không chỉ riêng Trần Mạnh Hảo, mà cả thế hệ ông buộc đi vào nơi cửa tử: “Những con đường của thế hệ tôi/ Lao thẳng vào cái chết“. Lời thơ tự sự, với những câu hỏi tu từ, “Một mình tôi một đường“ là bài thơ điển hình như vậy. Đọc nó, không hề thấy kẻ thù, cùng bom rơi đạn nổ, song ta vẫn thấy sự tàn khốc của chiến tranh. Bởi, tài năng, trí tưởng tượng với những hình ảnh mang tính ẩn dụ sâu sắc, độc đáo của Trần Mạnh Hảo: "Chôn sống tôi hỡi cánh rừng khốc liệt/ Đất nhú bàn tay bia mộ lỡ thì?". Và con đường nào, chủ thuyết nào đã đưa con người, đất nước xuống vực sâu, ngõ cụt. Đứng trước sự sống và cái chết đó, mà dường như Trần Mạnh Hảo vẫn còn bâng khuâng tự hỏi: "Đất nước tôi cháy nhà/ Dù nghìn lần bị giết/ Biết lối nào tôi đi". Nhẹ nhàng, nhưng đau như những ngọn roi quất vào lòng người vậy. Có thể nói, đây là những câu thơ bất hủ được viết trong nỗi xúc động tột cùng của Trần Mạnh Hảo. Và có lẽ, lịch sử văn học nước nhà, không có nhiều câu thơ với những hình ảnh so sánh hay đến vậy: "Những con đường như những lằn roi/ Lịch sử quất lên mình đất nước/ Những nẻo đường trên xứ sở tôi/ Như nước mắt của người yêu chảy suốt".

Giữa sống và chết nơi khói lửa chiến tranh, lời thơ của người lính Trần Mạnh Hảo vẫn nhẹ nhàng. Nếu đặt trang thơ này, bên cạnh những tiểu luận phê bình mạnh mẽ, quyết liệt đến tận cùng của Trần Mạnh Hảo, thì có lẽ không ai nghĩ, nó được viết ra từ cùng một tác giả. Với tôi, "Khi chưa có mùa thu" là một bài thơ điển hình nhất của Trần Mạnh Hảo viết ở nơi chiến trường. Và nó cũng là một trong những bài hay nhất ở thể ngũ ngôn của Văn học Việt. Cùng viết về sự tàn khốc, cũng như cái chết của người lính, song không gian, hình ảnh, lời thơ Trần Mạnh Hảo rất đẹp, và nhẹ nhàng: "Chưa ai yêu mùa thu/ Như bạn mình mơ mộng/Ai xui tiếng chim gù/ Kéo trời lên xanh thẳm". Sợ bạn mình đau chăng? Nên tuyệt nhiên, người đọc không thấy từ ngữ chết chóc nặng nề kia. Và nhà thơ đã mượn cảnh vật, thiên nhiên bộc lộ tâm trạng, diễn tả sự ra đi của bạn mình: "Khi chưa có mùa thu/ Hoa phượng còn dang dở/ Bạn nằm xuống lưng đồi/ Mùa thu dừng lại đó". Tuy vậy, nỗi đau, tình thương yêu bạn bè ấy của thi nhân làm tôi phải ứa nước mắt khi ngồi viết lại những câu thơ làm dẫn chứng này: "Có ai ngờ đêm ấy/ Bạn không về liên hoan/ Vắt cơm nhòa nước suối/ Viếng bạn mình không ăn".

Và chiến tranh kết thúc, người lính Trần Mạnh Hảo may mắn còn sống sót trở về, nhưng linh hồn dường như đã chết. Đất nước liền một dải, núi xương chồng chất, lòng người ly tan, với Trần Mạnh Hảo đó là cuộc chiến vô nghĩa. Gió thổi tôi đi, tuy không phải là bài thơ hay nhất trong Tuyển tập của Trần Mạnh Hảo, nhưng nó như một lời tổng kết thân phận của cả dân tộc trong thế kỷ khổ đau vậy. Đọc nó, những người thế hệ tôi trở lên, có lẽ ai cũng phải nghẹn ngào, và tìm thấy mình ở trong đó:

"Thế kỷ hai mươi núi xương oan khổ
Người với người chém giết để thành ma
Tôi đã chết với tâm hồn bia mộ
Cuộc chiến tang thương thống nhất sơn hà"

Do vậy, đứng giữa Saigon Trần Mạnh Hảo vẫn cảm thấy bơ vơ, lời thơ ông nghẹn đắng: "Tôi sẽ về thành phố/ Ai nói với tôi lời trăn trối cuối cùng/ Chiến tranh xóa tên làng, tên đất" (Tôi sẽ về). Và không chỉ những ngày đầu về thành phố, mà nửa thế kỷ sau nỗi ám ảnh, khổ đau, hiu quạnh đó vẫn giày vò Trần Mạnh Hảo. Nỗi buồn đó, đưa ông trở lại Long Bình tìm về những hoài niệm xưa. Song mảnh đất không thể hồi sinh, và cái chết chực chờ trong hành trình khép lại, càng cho ông bi quan, chán nản hơn: "Năm mươi năm gặp lại/ Bạn bè thành cỏ cây/ Trên đầu mình phơi muối/ Sống chết ồ đâu đây".

Viết về hậu phương, về những người vợ, người mẹ của người lính, thì rất ít người viết sâu sắc được như hai thi sĩ ở hai đầu chiến tuyến Tô Thùy Yên, và Trần Mạnh Hảo. Nếu ta đã đọc những câu thơ về người Góa Phụ trong bài thơ cùng tên của Tô Thùy Yên: "Ngọn đèn hư ảo chong linh vị/ Thắp trắng thời gian mái tóc em." thì mới thấy hết được cái bi kịch thân phận người vợ trong thi phẩm Làm Dâu của Trần Mạnh Hảo. Và ở đó, ta cũng thấy được tính nhân bản, sự cảm thông của người thi sĩ: "Mỗi khi chim lợn kêu dồn/ Khói hương khấn gió Trường Sơn tìm mồ/ Đêm về đội lén khăn xô/ Thương người nằm khoác ba lô mối đùn.../ Gọi thầm nấm đất bằng anh/ Chị xin nhận tấm cỏ xanh làm chồng".

Trần Mạnh Hảo đến với thi ca rất sớm. Tuy nhiên, phải đến đầu thập niên bảy mươi (thế kỷ trước) thơ ông mới đạt đến độ chín. Giai đoạn 1968-1975 như trụ móng đã xây, từ đó để Trần Mạnh Hảo viết nên những trường ca, thi phẩm về Tổ quốc và tình yêu đầy cảm xúc và trí tuệ.

*** Tổ quốc và tình yêu.**

Mỗi thể loại văn học đều có đặc tính riêng. Và các văn nghệ sỹ cũng vậy, mỗi bác có cái tạng viết của mình. Cho nên, không phải cứ bác nào viết được truyện ngắn, thì có thể viết được tiểu thuyết, hoặc viết được tiểu thuyết, sẽ viết được tùy bút, tâm bút hay. Bằng chứng, tài văn như Nguyễn Huy Thiệp đang ngon lành với truyện ngắn, ấy vậy mà đảo bút sang tiểu thuyết là thất bại ngay. Thi ca cũng vậy. Không phải nhà thơ nào cũng viết được trường ca. Đây là một thể loại tương đối đỏng đảnh, khó nhằn. Nếu người viết không đủ tài, vốn liếng dài hơi, thiếu cái tôi trữ tình, câu thơ trở nên nhàn nhạt, như canh thiếu mắm muối, gia vị vậy. Cho nên, những năm gần đây có nhiều người viết trường ca, song không phải ai cũng thành công. Tôi đã tìm đọc khá nhiều trường ca. Tuy nhiên, cho đến lúc ngồi viết những dòng chữ này, với riêng tôi, thành công nhất ở thể loại này là hai trường ca: Mặt Trời Trong Lòng Đất và Đất Nước Hình Tia Chớp của Trần Mạnh Hảo. Và hai tác phẩm duy nhất này, tôi đều không phải đọc nhảy cóc.

Đem đến cho người đọc sự rung động, với cảm xúc luôn mới mẻ như vậy, bởi ngoài kiến thức, trường ca Trần Mạnh Hảo có nhân vật. Dù (nhân vật) mang tính ước lệ tượng trưng, song sự hóa thân vào nhân vật của cái tôi trữ tình (Trần Mạnh Hảo) thật đa dạng, phong phú. Cho nên, ta có thể thấy, trường ca Trần Mạnh Hảo giàu trí tưởng tượng với nghệ thuật nhân hóa, ví von gần gũi, dân dã, song tạo ra hình ảnh mới, gây bất ngờ cho người đọc: "Chắc mẹ rửa tay con bằng mồ hôi từ bé/ Mà bàn tay khoẻ tựa lưỡi cày" (Đất nước hình tia chớp).

Nếu tiểu thuyết, hay trường ca tình tiết, tâm lý, hành động nhân vật luôn được mở ra, thì đọc trường ca Trần Mạnh Hảo cho tôi cảm giác dường như nhà thơ đang muốn cô lại. Do vậy, trường ca Trần Mạnh Hảo không chỉ từ ngữ, hình ảnh súc tích và cô đọng, mà ta còn thấy được sự hoán đổi ngữ nghĩa do từ hay cụm từ mới tạo ra. Từ mới, hay cụm từ này không có nghĩa tự sáng tạo ra, mà do tài năng sử dụng từ ngữ của nhà thơ. Nhiều từ, cụm rất cũ, nhưng Trần Mạnh Hảo đặt hoặc ghép trong câu đúng văn cảnh, gây bất ngờ cho người đọc, nó trở thành câu mới, nghĩa mới. Đất Nước Hình Tia Chớp tiêu biểu nhất cho đặc điểm này của trường ca Trần Mạnh Hảo. Và ông có nhiều hình ảnh, câu hoặc khổ thơ hay. Nhưng với tôi, khổ thơ dưới đây có thể nói, hay (toàn bích) nhất trong trường ca của Trần

Mạnh Hảo: "Thương bàn chân mẹ, chân em/ Sánh phù sa có in lên chân trời/ Chỉ nhìn vào móng chân thôi/ Biết em đã lội qua thời trẻ trung" (Chương 5- Đất nước hình tia chớp). Vâng, chỉ nhìn vào móng chân thôi, cái móng chân vàng màu váng đồng ấy, biết được cái gian nan đã trải qua của người mẹ, người em, những nông dân đặc quánh bùn đất. Lội là động từ chỉ hành động, song trong câu thơ trên lội đã hoán chuyển thành tính từ, lột tả sự nghèo khó, và lam lũ.

Và nếu Đất Nước Hình Tia Chớp dành cho những người mẹ, người em đất Bắc, thì Mặt Trời Trong Lòng Đất gói trọn cái gian nan, vất vả ấy của các má, các em đất trời phương Nam. Vẫn những hình ảnh so sánh, ẩn dụ, Trần Mạnh Hảo như cho ta ngửi được hương đất, ngơ ngẩn trước dáng hình em, và chạm được vào bàn tay chai sạn, uống mồ hôi mặn chát của của má, của ba:

"Đồng bọc lấy làng như kén bọc

Má ra đồng bạc tóc vẫn chưa hay

Mồ hôi má chỉ luống cày đếm được

Khăn rằn như dòng kinh phơ phất sau nhà

Má cuốc đất như chèo thuyền trước bão

Đám mây nào bạc phếch áo bà ba" (Mặt Trời Trong Lòng Đất)

Những câu thơ trích ở trong hai trường ca này, tôi đã viết, và nhắc nhiều lần trên các bài viết khác nhau gần đây. Bởi, ngoài nghệ thuật, thẩm mĩ, ta còn thấy giá trị hiện thực, và giá trị giáo dục. Nhất là đối với cuộc chiến chống giặc phương Bắc. Do vậy, mỗi lần đọc những câu thơ trên của Trần Mạnh Hảo, tôi lại nghĩ đến sách giáo khoa, nghĩ đến giá trị truyện ngắn Tôi Đi Học của Thanh Tịnh, thuở còn đến trường.

Có được cái nhìn sâu sắc, nhân bản, cảm thông như vậy, bởi Trần Mạnh Hảo sinh ra, và lớn lên trong chiến tranh. Tuổi thơ ông phải trải qua những đắng cay, gian khó, dưới một xã hội không bình thường. Với tài năng bẩm sinh, tâm hồn mẫn cảm, cùng sự học, nghiên cứu độc lập, nên Trần Mạnh Hảo có cái nhìn sự vật, con người cùng sự liên tưởng rất độc đáo, khác lạ. Thật vậy, sự hoài thai, sinh nở cùng nỗi đau của mẹ dưới màn đêm bão bùng ấy, được Trần Mạnh Hảo liên tưởng với những hình ảnh, từ ngữ rất gần gũi, mộc mạc. Song nó không chỉ toát lên hình tượng mẹ vĩ đại, mà còn gây cho người đọc sự xúc động trong nỗi ám ánh sâu sắc. Đêm mẹ sinh con là một trong những bài thơ điển hình như vậy. Đọc nó, ta thấy, dường như Trần Mạnh Hảo đang quyện con người vào với tổ quốc, với vũ trụ thiên nhiên, hồi sinh cho thế giới lụi tàn bởi chiến tranh:

"Mẹ xé đêm đen làm tã lót

Cột con vào vũ trụ cuống nhau thai

Mẹ cắt rốn cho con bằng tiếng khóc

Đau xé mình cho thế giới hình hài" (Đêm mẹ sinh con)

Với Trần Mạnh Hảo, không chỉ mẹ lồng vào tổ quốc, mà từ vật dụng nhỏ nhoi, hay một làn gió bấc vẫn cong hình dáng mẹ tổ quốc, cùng cất lên tiếng gọi thiêng liêng. Và nếu Đêm mẹ sinh con, mới dừng ở: "Mẹ xé đêm đen làm tã lót" thì đến thi phẩm Tổ quốc của tình yêu, vẫn mạch thơ ấy, song với phép hoán dụ, dường như Trần Mạnh Hảo đang muốn cuộn tròn đất nước, con người vào câu thơ của mình, trong cái đêm đen bão tố, chiến loạn chăng: "Bằng tiếng khóc chào đời như súng nổ/ Tôi gọi tên Tổ quốc lần đầu/ Lấy gió bấc làm tã lót/ Người cuốn cho tôi trong một đêm thâu". Có thể nói, Tổ quốc của tình yêu, một bài thơ đầy ăm ắp hình ảnh gợi cảm, sinh động, sắc như cứa vào lòng người đọc. Nếu ngồi một mình, nghe Trần Mạnh Hảo rút ruột ra để đọc bài thơ này, lần nào người tôi cũng sởn sởn, gai gai, nước mắt như muốn trào ra:

"Tôi mở mắt đã thấy vầng trăng vỡ

Gấu đã ăn hết nửa mảnh trăng trời

Gió mùa đông đập cửa hoài xin núp

Thấy mẹ gội tóc bằng mồ hôi

Thấy ngọn lửa rét run trên củi ướt

Cháy lem nhem một dáng dấp con người"

Có một điều thú vị, gần đây nhất tôi có được đọc Tuyển Tập Thơ Phương Tấn, và Tuyển Tập Thơ Trần Mạnh Hảo. Cả hai tuyển tập này đều có những bài thơ về mẹ rất hay và cảm động. Nếu bài thơ Thưa Mẹ của Phương Tấn có hình ảnh, cụm từ thật mới lạ: "Mẹ so đũa gắp lòng reo trong mắt/ Gắp một đời rót xuống chén cơm con" thì từ ngữ, hình ảnh mẹ trong thơ Trần Mạnh Hảo dân dã, mang mang hồn vía ca dao. Song cả hai vẫn toát lên cái gian khó, sự hy sinh thầm lặng, cùng tình yêu của mẹ: "Con đã ăn bầu vú mẹ canh trường/ Ngày đói khát mẹ ru bằng nước mắt/ Mẹ gánh con chạy vòng quanh đất nước/ Đất nước là chăn đụp mẹ trùm con" (Hỡi mưa phùn quê mẹ bạc đầu con).

Rồi khi bóng hình mẹ đã chập chờn trong sương khói, thơ Phương Tấn nhẹ như một lời ru: "Mẹ cười bưng bát cơm thiu/ Ầu ơ, móm mém hắt hiu phận bèo/ Mặc lòng trời đất cheo leo/ Ầu ơ, con ẵm bóng theo tạ đời.". Và thơ Trần Mạnh Hảo cất lên lời khẩn cầu da diết: "Hỡi mưa phùn quê mẹ bạc đầu con/ Nhớ mùi ổ rơm thơm lừng gió bấc/ Mẹ đang nằm ngoài trời xin cỏ đắp/ Đêm cơ hàn ngọn nến thắp mùa đông". Có thể nói, cùng một cảm xúc, một tình yêu về mẹ, nhưng mỗi nhà thơ có bút pháp, cách thể hiện khác nhau. Từ phép so sánh này cho ta thấy, thơ Trần Mạnh Hảo thường đi vào đi vào sự vật, hiện tượng cụ thể, gần gũi nhất như: một cơn mưa phùn, hay nắm cỏ xanh… Từ đó, với tài năng của mình nhà thơ nhào nặn nên một nhân vật, một hình tượng văn học, rất độc đáo. Nó đi sâu vào lòng mọi tầng lớp người đọc. Được như vậy, bởi, thi ca Trần Mạnh Hảo đầy ăm ắp hình ảnh, cùng sự liên tưởng, với nhiều tầng ngữ nghĩa. Cho nên có thể nói, thơ ông, từ bác lao công, đến ông giáo sư đều có thể đọc, cảm nhận theo suy nghĩ của riêng mình.

Đi sâu vào văn học sử, ta có thể thấy, Trần Mạnh Hảo là một trong những nhà thơ viết nhiều, và viết hay nhất về quê hương đất nước của nền Văn học Việt. Không chỉ Nam Định quê hương, với sông Đào, sông Đáy, Ninh Cơ, mà Trần Mạnh Hảo viết hầu hết về sông núi, đất và người, những nơi ông đã từng đi qua. Tuy nhiên, với tôi: Sông Lam, và Gửi Lai Châu là hai bài thơ hay, và điển hình nhất về đề tài này của Trần Mạnh Hảo. Và cũng chính các tác phẩm này của Trần Mạnh Hảo đã phủ nhận những lập luận từ trước đến nay: Chỉ có các nhà thơ, nhà văn viết về chính quê hương của mình mới có những tác phẩm hay, và chân thực.

Thật vậy, Trần Mạnh Hảo có những bài viết về Nam Định như: Hỡi kẻ chôn chân xuống đất hóa quên nhà, Nhớ Nghĩa Hưng quê nhà, hoặc Nhớ con rạm sông Ninh Cơ… hay. Song với tôi, không bài nào vượt qua được Sông Lam và Gửi Lai Châu. Do vậy, có thể nói, nếu sinh ra, và lớn lên ở Nghệ Tĩnh, hoặc Lai Châu chưa chắc ông đã viết được Sông Lam, và Gửi Lai Châu hay, và rung động đến vậy.

Và xin nhắc lại trích đoạn trong bài "Lai Châu đó, để cả đời anh mắc nợ" của tôi viết trong thời gian gần đây, nhằm sáng tỏ cho nhận định này, và chứng minh thêm tài năng của thi sĩ Trần Mạnh Hảo: Thật vậy, nếu không có sự tìm tòi, khám phá, để rồi hóa thân vào đó, thì chắc chắn Trần Mạnh Hảo không thể viết được những câu thơ có tính đặc trưng núi rừng Tây Bắc đến vậy. Sự quan sát tỉ mỉ ấy của thi sĩ, Lai Châu hiện lên sinh động, chân thực, song vô cùng kỳ bí, mờ ảo như một bức tranh chiều hoài cổ vậy. Bức tranh động trong tĩnh này, chợt làm tôi nhớ đến nghệ thuật lấy động tả cái tĩnh (trời thu) của cụ Nguyễn Khuyến:"Cá đâu đớp động dưới chân bèo". Vậy tiếng gõ ngựa kia, phải chăng đó là sự tĩnh lặng, cô liêu trong lòng nhà thơ, tĩnh lặng của núi rừng: "Tiếng ngựa thồ gõ vào mây rậm rịch". Và với khổ thơ dưới đây, có thể nói, phép liên tưởng của Trần Mạnh Hảo đã đạt đến đỉnh cao nghệ thuật. Khổ thơ này, nếu tách ra, nó hoàn toàn có thể trở thành một bài thơ bát ngôn (độc lập), với những hình ảnh, cùng lời thơ tuyệt đẹp, tuy dân dã, song cũng rất sang trọng:

"Nơi ngủ dậy núi đã đầy trong mắt

Trong chiêm bao còn vọng tiếng nai chiều

Tiếng ngựa thồ gõ vào mây rậm rịch

Em gội đầu để suối suốt đời reo.".

Tôi đã tìm tòi, đọc thơ tình yêu đôi lứa ở trong cũng như ngoài Tuyển tập, song chắc chắn mới được một phần nào đó ở mảng đề tài này của Trần Mạnh Hảo. Có một điều đặc biệt, ở mảng quê hương đất nước, Trần Mạnh Hảo thường đi vào cái cụ thể, hay hình ảnh giản dị nhất như: thúng, mủng, nong, nia, dần, sàng, thì ở mảng tình yêu đôi lứa ông đưa người đọc đến gần hơn với triết lý và mang tính trừu tượng hơn: "Thức đêm mới biết đêm thật ngắn/ Chỉ có em thôi mới thật dài/ Hôn em từ gót hôn lên trán/ Hôn đến nửa chừng đã sớm mai" (Thức đêm). Thật vậy, đọc thơ tình Du Tử Lê, hay Nguyễn Tất Nhiên, ta có thể thấy, các tên gọi Thụy, Duyên, Thủy với những mối tình cuồng si cụ thể: "hãy cho anh được ôm/ em, ngang bằng sự chết/ tình yêu như ngọn dao/ anh đâm mình, lút cán/ thuỵ ơi và thuỵ ơi" (Khúc thụy du). Ở Trần Mạnh Hảo tình yêu ấy, dường như được ủ rấm ở đâu đó. Không cuồng si, ngang bằng sự chết như Du Tử Lê, nhưng sự ủ rấm đó bất chợt bùng cháy: "Lửa dẫu tắt tình than còn nghi ngút" để (mắt) em ấm lại giữa giá lạnh mùa đông chăng? Nhưng dường như không phải vậy. Trần Mạnh Hảo vẫn chưa thể cời lên được ngọn lửa ủ trong tro (trấu) đó. Do vậy, sự cô đơn lạnh lẽo hay sắc cầu vồng vẫn để lại mãi trong lòng thi nhân:

"Ai cất mắt em vào trong đống rấm

Lửa vùi vào tro trấu trốn mùa đông

Anh đã khoác mưa phùn làm áo ấm

Đi tìm thương sao chỉ gặp cầu vồng." (Anh cất giấu một khoảng trời miền Bắc)

Không điên cuồng như Đinh Hùng: "Thu ơi! Đánh thức hồn ma dậy/ Ta muốn vào thăm nấm mộ sâu" hay mãnh liệt, ám ảnh như Đinh Thị Thu Vân: "những câu thơ em viết mất linh hồn", nhưng yêu đến độ không còn gì nữa, tận cùng của tận cùng, thì quả thật, sự liên tưởng, ví von độc đáo đó chỉ có trong thơ Trần Mạnh Hảo: "Yêu như đào huyệt để chôn nhau". Và Nghi ngút là một bài thơ lửa tình như vậy của Trần Mạnh Hảo. Bài thơ này Trần Mạnh Hảo viết vào nửa đêm ngày 26-1-2018 tức cách nay tròn 5 năm, cũng rất ngẫu nhiên thôi, khi tôi ngồi viết những dòng chữ này cũng nửa đêm 26-1-2023. Trần Mạnh Hảo viết bài thơ Nghi Ngút, khi ông đã ngoài bảy mươi tuổi. Tuy không đề viết tặng ai, cảm xúc đến từ đâu, nhưng tôi nghĩ, bài thơ có tính trải nghiệm sâu sắc này, có lẽ thi sĩ viết cho vợ mình. Tôi cho rằng, cùng với Anh cất giấu một khoảng trời miền Bắc, đây bài thơ tình yêu đôi lứa hay nhất ở Tuyển tập này:

"Yêu đến độ hai ta cùng mất hút
Gió cuốn đi không còn chút áo quần
Như sao trời quên để lại dấu chân
Ta cứ thế xoay vần theo nhật nguyệt" (Nghi ngút)

Có thể nói, tổ quốc và tình yêu là mảng viết quan trọng, độc đáo nhất trong sự nghiệp sáng tạo của thi sĩ Trần Mạnh Hảo. Sự độc đáo ấy, ta không chỉ thấy ở giá trị nghệ thuật, mà còn thấy được cái giá trị nội dung, tư tưởng của nhà thơ. Những yếu tố này, đã làm nên chân dung thật vạm vỡ, và tài hoa Trần Mạnh Hảo. Và chính nó là nền tảng cũng như điểm tựa cho ông chí khí, sự can đảm đến với hồn thơ thế sự, xã hội một cách sâu sắc, và thẳng thắn.

*** Trần Mạnh Hảo với hồn thơ thế sự, xã hội.**

Nhiều người cho rằng, mãi đến năm1989 với tiểu thuyết Ly Thân, Trần Mạnh Hảo mới cởi được chiếc vòng kim cô bấy lâu siết chặt ở trên đầu. Với tôi, có lẽ không phải vậy. Khi đi sâu vào đọc một cách có hệ thống, cho tôi thấy, ngay từ tháng 4-1975, khi Trần Mạnh Hảo bước chân vào tới Saigon, chiếc vòng kim cô ấy, dường như chẳng còn tí tẹo ma lực nào nữa. Cho nên, Trần Mạnh Hảo thấy rõ hơn cái ngõ cụt, đường cùng cho thế hệ ông, và cho cả đất nước ông. Trong cái hỗn loạn ấy, không ngồi bệt xuống đường phố Saigon mà khóc như Dương Thu Hương, nhưng nỗi buồn chợt nhói lên, làm cho lời thơ Trần Mạnh Hảo thật chua xót: "Cháu vào tìm ông, sao ông nội vội lên tàu chạy trốn?/ Chưa giải phóng nổi mình, đòi giải phóng cho ông" (Vào Saigon tìm ông nội). Từ nhận thức, tư tưởng như vậy, cho nên thơ văn Trần Mạnh Hảo luôn gắn chặt thân phận đất nước và con người. Và ông cũng nhận ra, đất nước liền một dải, song lòng người càng phân ly. Nhìn những con dân đất Việt buộc phải trốn chạy, xác chết chìm, chết nổi kín cả biển Vũng Tàu, làm cho Trần Mạnh Hảo xúc động mạnh. Sự đồng cảm, và xót thương ấy đã cho người thi sĩ đủ can đảm viết: Cho Một Nhà Văn Nằm Xuống. Một bài thơ rất hay và cảm động. Bởi, ông đã mượn cái chết của nhà văn Nguyên Hồng, để nói về nỗi đau của đồng loại, khi xã hội ngoảnh mặt, hay chính các văn nghệ sĩ cũng quay lưng. Đây là đề tài cấm kỵ, nhạy cảm, vô cùng nguy hiểm của năm đầu thập niên tám mươi. Và Trần Mạnh Hảo là một trong số rất ít các nhà thơ dám viết:

"Bãi biển Vũng Tầu đầy những xác chết trôi

Những người Việt Nam vượt biên chết chìm trên biển

Chết rồi còn giơ tay cầu cứu

Chết rồi còn quờ tay tìm lối thoát

Đâu nhà văn, đâu người cầm bút

Sao nỡ để nhân vật của mình

Chết trôi chết dạt

ꝏꝏꝏ

Biển ơi! Nỡ vô tình
Như ngàn trang sách
Những tay sóng kia, sao không vuốt mắt
Cho những nhân vật của chúng ta?"

Và như lời chất vấn, hay một bản án dành cho mỗi con người và xã hội này. Một xã hội vô trách nhiệm, giả dối, vắng tình người: "Biển không nhận/ Bờ không nhận/ Những trang sách không nhận/ Không ai nhận những con người/ Ở thời đại mình đang sống?".

Trần Mạnh Hảo có tài lục bát, sở trường tứ tuyệt, song tôi khoái đọc thơ tự do của ông hơn cả. Bởi, dường như ở đó tôi mới thấy hết được những bộc bạch, tư tưởng, và cái chất tinh tế, tài hoa Trần Mạnh Hảo. Và Con trai tôi và bức tranh tĩnh vật, tuy không phải nằm trong nhóm những bài thơ hay nhất, nhưng nó điển hình cho đặc điểm này trong thơ thế sự, xã hội của Trần Mạnh Hảo. Thật vậy, với lời thơ tự sự, ta không chỉ thấy cái khốn khó về vật chất, mà còn thấy nỗi đau trong tâm hồn, cùng thân phận bọt bèo của thi nhân. Để từ đó, hiển hiện lên chí khí, lương tâm của một con người, một nhà thơ chân chính:

"Bữa cơm nghèo rau dưa muối mắm
Con còi xương, bụng ỏng nhô đầu
Cha còn cái cuối cùng không thể đem ra bán
Là lương tâm mình là một trái tim đau
Cha đã xỉu bao lần trên bản thảo
Mà câu thơ còn hồi hộp lo âu
Lương tháng cha đây chưa đủ mua ký thịt
Ngòi bút cha đây thơ rẻ hơn bèo

Cái nghề văn chương tai ương bất chợt

Bút cha cầm, khi được viết khi treo"

Đọc thơ thế sự, xã hội Trần Mạnh Hảo, không hiểu sao, tôi thường nghĩ, liên tưởng đến nhà thơ Bùi Minh Quốc. Có lẽ, hai bác này có cái "tật" rất thật, giống nhau không chỉ trong thi ca, mà còn trong cả cuộc sống nữa chăng? Và nếu Bùi Minh Quốc phải rùng mình, để rồi vẽ nên bức tranh chân thực, Tổ quốc rùng mình trong cơn nhậu nhoẹt, làm cho người đọc xót xa, căm phẫn: "Chúng nó nhậu từng cánh rừng dải núi/ Từng khoảng trời miệt đất lòng khơi/ Nhậu tất cả từ Vua Hùng để lại/ Nhậu đến nàng Tô Thị hóa thành vôi/ Chúng nó nhậu trên thân em trinh bạch/ Trên lưng mẹ già còm cõi một đời bom" thì Trần Mạnh Hảo đi tìm nguồn gốc, căn nguyên và cất lên Bài ca sự thật: "Bệnh hình thức gọi sai tên sự thật/ Người đói phải nói lời no/ Vị đắng sao lại kêu là mật?". Có thể nói, Bài ca sự thật là một bài thơ viết về xã hội, song rất sâu sắc, nhẹ nhàng, hay về cả nội dung, tư tưởng, nghệ thuật. Nó không chỉ được viết bằng cảm xúc, còn bằng cả trí tuệ của Trần Mạnh Hảo. Nhưng thật đáng tiếc, bài thơ này không có trong Tuyển tập:

"Nhân loại có bao thời

Sự thật bị thiêu trên giàn lửa

Bruno ơi trái đất vẫn tròn

Mà chân lí nghìn sau còn trả giá

Lịch sử quê hương tôi

Người nói thẳng đã có thời chết chém

Nhưng đất nước

Vẫn đi tìm sự thật

Trong câu hát có mồ hôi nước mắt" (Trích đoạn Bài ca sự thật)

Do vậy, từ hai bài thơ trên của Bùi Minh Quốc và Trần Mạnh Hảo đã gây cảm hứng cho tôi viết bài: Những nhà thơ không thể bóp méo linh hồn, cũng khá lâu rồi, ngay sau Đại hội nhà văn, nhà veo gì đó. Chúng ta hãy đọc lại một trích đoạn dưới đây để rõ tính khí, và cái món sự thật này có khác gì trong thơ của bác Trần Mạnh Hảo hay không:

Kỳ đại hội nhà văn vừa rồi, không hiểu sao, những bài diễn văn, dạng xã luận báo nhân dân, Micro nghe cứ sang sảng làm nhức cả tai người nghe. Ấy vậy mà đến lúc bác Bùi Minh Quốc và Trần Mạnh Hảo phát biểu là cái Micro giở chứng tắc tị, làm hai bác đứng như phỗng, tịt ngòi luôn. Khùng lên, hai bác đổ nghiến cho cái đại hội nhà văn là đại hội bịt miệng. Dù Hữu Thỉnh có giải thích, do trục trặc kỹ thuật, sẽ nghiêm túc kiểm điểm rút kinh nghiệm. Nhưng hai bác lại cho đây là chủ trương của Hữu Thỉnh và ban tổ chức. Nói như vậy có lẽ oan cho Hữu Thỉnh. Cùng đồng đội, nhà văn với nhau, hơn nữa bác Thỉnh là đảng viên ưu tú, lẽ nào đê tiện, bẩn thỉu đến như vậy?

Nghe nói, sau đó bác Quốc, bác Hảo tuyên bố giã từ đại hội bịt mồm, giã từ Hội viên của hội nhà văn. Mấy thằng chúng em ở bên này xin kiến nghị, hai bác đừng tự vất bỏ cái danh hiệu này. Bởi, cái thẻ nhà văn nhiều thằng rất thèm. Cùng bất đắc dĩ, các bác cà thằng nào rửng mỡ, hám danh, bán lấy tiền ăn chơi dối già. Vứt đi uổng lắm. Nếu ở lại, lần đại hội tới các bác cứ việc tham dự và xung phong phát biểu. Chúng em đã bàn nhau mua tặng hai bác cái Micro và âmly. Phòng khi các bác đang phát biểu, Micro của bác Thỉnh, bác Thiều giở chứng như lần trước, các bác chỉ việc rút Micro này ra, bấm và tiếp tục đăng đàn như thường. Chắc các bác cũng biết, loa và âmly của thằng Đức tốt nhất thế giới. Nhỏ như cái Camera thôi nhưng cũng đủ cả hội trường nghe rõ ràng. Dẫu biết rằng, ý kiến của các bác cũng như đàn gảy tai trâu, nước đổ đầu vịt mà thôi, nhưng nó sẽ thoát được cái ấm ức lâu ngày ở trong người. Chứ để lâu ngày dồn nén, đóng cục xộc huyết áp lên đỉnh đầu chứ chẳng chơi.

Trước tổ quốc, thái độ, nhân cách của con người, một đề tài dường như không bao giờ cạn trong ngòi bút Trần Mạnh Hảo. Nếu ở Bài ca sự thật, Trần Mạnh Hảo đi tìm nguyên nhân, thì đến Tổ quốc con âm thầm yêu mẹ là kết quả. Với những khổ thơ, hình ảnh so sánh gần gũi, nhưng rất sâu sắc, ông đã điểm mặt chỉ tên thật rõ ràng. Và từ phép so sánh ấy, ta thấy được bộ mặt tráo trở, lưu manh của những kẻ chức quyền: "Có ai đó hay bàn về Tổ Quốc/ Nằm trong vỏ ốc nói hy sinh/ Ai mặc ấm mà ngồi thương Mẹ rét/ Trước khi yêu Tổ Quốc họ yêu mình/ Có kẻ một thời từng nhân danh Mẹ/ Bán quê hương đổi lấy sang giàu". Và ở đó, hiện lên tâm hồn giản dị, âm thầm, yêu quê hương, đất nước nồng nàn của những người dân chân lấm, tay bùn: "Mẹ ơi, bao người chưa từng nói về Tổ Quốc/ Lấy mồ hôi gieo hạt lúa nhọc nhằn/ Tâm hồn họ như khoai vùi trong bếp/ Lúc đói lòng, xin được bới ra ăn". Có thể nói, Tổ quốc con âm thầm yêu mẹ là bài thơ có bố cục rất lạ. Lạ bởi có sự so sánh đối lập của các khổ thơ làm nên những nét riêng biệt, mới lạ đó.

Đọc phê bình, đôi khi cả văn xuôi cho tôi cảm giác bác Trần Mạnh Hảo cứ như trái bom chùm vậy. Người không có kỹ thuật, nghiệp vụ táy máy động vào, nổ liền tù tì ngay tức khắc. Nhưng quái lạ, trong thơ hồn khí bác lại khác hẳn. Kể cả thơ thế sự, xã hội đôi khi nhẹ nhàng, mềm mại, làm người đọc cứ ngỡ thơ tình. Đến đất Hàn, Trần Mạnh Hảo bị thôi miên ngay tắp lự, bác đứng nghiêm Chào Seoul. Sự liên tưởng vắt hồn thi sĩ ngược về đất Việt quê nhà. Và trong cái mơ màng ấy, chợt bật ra cho nhà thơ một cảm xúc, một thi tứ. Có thể nói, Chào Seoul một bài thơ lục bát (tứ tuyệt) điển hình cho đặc trên, được Trần Mạnh Hảo viết trong hoàn cảnh như vậy. Với phép so sánh, hoán dụ, hiển hiện lên trong lòng thi sĩ một giấc mơ Seoul cho chốn quê nhà chăng? Hay nỗi đau Việt đang chìm trong cơn ác mộng của thi nhân:

"Seoul năm độ mù sa

Máu xương nghìn thuở bừng hoa anh đào

Chợt nhìn mây Việt trên cao

Đi đâu cũng có chiêm bao che đầu" (Chào Seoul)

Với tình yêu đất nước và con người, cho nên Trần Mạnh Hảo luôn đứng về lẽ phải, ngòi bút ông chọc thẳng vào cái ung nhọt của xã hội. Ông viết nhiều, bài thơ nào cũng nóng hổi tính thời sự. Dù thơ thế sự, nhưng do tài năng sử dụng các biện pháp nghệ thuật, nên một số bài của Trần Mạnh Hảo có giá trị văn học lâu dài. Rất tiếc, những bài như: Tôi yêu tổ quốc mà tôi bị bắt, hay Nếu Tổ Quốc Tôi Không Còn Biển…không được tuyển chọn. Và Ở Cần Thơ, viết về thân phận của văn nghệ sĩ, song (với riêng tôi) không phải là bài thơ hay của Trần Mạnh Hảo, tuy nhiên vẫn có trong Tuyển tập. Dường như, đây là một trong những bài thơ ứng khẩu trong lúc vui đùa của thi sĩ chăng: "Ở Cần Thơ ít ai cần thơ/ Văn chương phải lũ cá trong lờ?/ Thà đến Ninh Kiều dòm gái gú/ Hơn mò chữ nghĩa viết vu vơ".

Vấn đề này, tôi không rõ, do khâu tuyển chọn, hay do kiểm duyệt?

Có lẽ, sinh ra và lớn lên từ biển, nên Trần Mạnh Hảo hiểu giá trị, yêu biển hơn ai hết. Hầu như bài nào viết về biển của ông cũng hay. Trong thơ như có ngọn lửa hun đúc hồn khí cha ông vậy. Từ những nhận thức: "Nếu Tổ Quốc không còn biển/ Dân tộc tôi sẽ chết đuối trên bờ/ Chết đuối trên cao nguyên/ Chết đuối trong bùn boxit" đã cho Trần Mạnh Hảo can đảm để viết: Người Anh Hùng Họ Ngụy. Đây là bài thơ thế sự, xã hội rất đặc biệt. Đặc biệt bởi, có rất ít nhà thơ ở trong nước đủ dũng khí viết ngợi ca, và tạc chân dung người lính Việt Nam Cộng Hòa sừng sững giữa biển cả như vậy. Dù rằng, người người lính ấy, can đảm hy sinh chống giặc Tàu. Hơn thế nữa, tác giả đã từng là bộ đội ở bên kia chiến tuyến. Có lẽ, ngoài lòng can đảm, còn phải nói đến bút lực của Trần Mạnh Hảo nữa:

"Người yêu nước không thể nào là ngụy

Người chết vì nước như anh không thể nào là ngụy

Nhưng anh: Là Ngụy Văn Thà

Anh – hạm trưởng chiến hạm Nhật Tảo

Lao thẳng vào tàu giặc cướp

Tên anh còn mãi với Hoàng Sa

Biển vật mình thét đại bác

Giặc bủa vây chiến dịch biển người

Lửa dựng trời dìm tàu giặc

Máu anh cùng đồng đội ngời ngời

Ôm chặt tàu

Ôm chặt đảo

Anh hóa thành Tổ Quốc giữa trùng khơi"

Tôi rất khoái đọc những bài thơ chiêm nghiệm, liên tưởng với mối quan hệ thống nhất, hoặc đối nghịch, dưới cái quan sát tỉ mỉ của Trần Mạnh Hảo. Những bài thơ ngũ ngôn này, thường từ bốn đến sáu câu ngắn gọn, song có tính triết lý về vũ trụ, tự nhiên. Với góc nhìn sâu sắc của mình, nhà thơ đã cho ta thấy được giá trị thực khác nhau của mỗi sự vật, con người ở đằng sau hiện tượng ấy: "Mặt trời quá vĩ đại/ Hạt sương quá nhỏ nhoi/ Mặt trời không mang nổi/ Dù một hạt sương rơi/ Nhưng trong hạt sương ấy/ Có bao nhiêu mặt trời?" (Mặt trời và hạt sương). Và ở đó cho ta thấy, tính triết luận, liên tưởng về con người, cùng giá trị của tâm hồn và lẽ sống. "Đâu dám chê bùn đen/ Từ bùn sâu sen nở/ Khi em ngắm hoa sen/ Có nghe bùn nín thở?" (Bùn và sen). Rồi như để lại cho ta một sự trải nghiệm về mối quan hệ cuộc sống trong quy luật tự nhiên ấy: "Ta đã ngủ triệu năm/ Trước ngày oa oa khóc/ Ta còn cả triệu năm/ Để ngủ hoài trong đất" (Đừng sợ mất ngủ).

Là người nghiên cứu, am hiểu sâu sắc về tôn giáo, do vậy cuộc sống, cũng như thi ca Trần Mạnh Hảo đến gần hơn giáo lý Nhà Phật. Với nền tư tưởng đó, Trần Mạnh Hảo viết nên Sát Phật. Một bài thơ ngũ ngôn rất hay, với cái nhìn khác lạ, ở mảng xã hội của ông. Ngoài cái tâm, Trần Mạnh Hảo còn có cái nhìn ngược lại với những quan niệm cuộc sống, tu hành cũ kỹ từ bấy lâu nay. Cái sự cảm thông, nhân bản ấy: "Thuý Kiều vừa thành Phật/ Mười lăm năm tu hành" làm cho tôi liên tưởng đến cái đẹp, sự trinh tiết tâm hồn, chứ không phải ở thể xác trong tiểu thuyết: Bàn tay nhỏ dưới mưa của nhà văn Trương Văn Dân. Có lẽ, bài thơ này ra đời trước đây dăm, bảy chục năm, Trần Mạnh Hảo bị nọc ra giữa sân đình, đánh cho toét đít là cái chắc:

"Thuý Kiều vừa thành Phật

Mười lăm năm tu hành

Cõi tâm thành cõi Phật

Lầu không lầu không xanh“ (Sát Phật)

Có thể nói, cả cuộc đời Trần Mạnh Hảo gắn chặt với văn học nghệ thuật, kể cả khi sự nghiệp, và cuộc đời bị vứt bỏ ra ngoài xã hội. Tình yêu văn học ấy, đã cho ông nghị lực sống, và viết. Đọc Trần Mạnh Hảo, có những lúc, tôi cứ ngỡ ông đang tự vắt kiệt mình cho văn học. Do vậy, khi Trần Mạnh Hảo viết về Nguyễn Bính, mà như viết về chính mình vậy: “Đêm sao sáng cạn hoàng hôn/ Bút đào huyệt giấy mà chôn mình dần”

Leipzig ngày 31-1-2023

LAI CHÂU ĐÓ ĐỂ CẢ ĐỜI ANH MẮC NỢ

Nắng lên, và tiêm chủng đã đến giai đoạn đại trà, dịch cúm Tàu ở Đức dường như đang được khống chế dần tới mức thấp nhất. Tôi và bạn bè, ông nào chậm nhất cũng được chích một nhát rồi. Phấn khởi lắm, vợ chồng (ông bạn) Bình Thu từ Dresden vọt lên tôi ngay. Mấy tháng mới được khật khừ cùng nhau, các bố chiến đấu rất quyết liệt. Rượu vào lời ra, tự nhiên Bình Thu (Nguyễn Văn Bình) ôm mặt khóc cứ hu hu, rồi sụt sịt đọc thơ, nghe thống thiết lắm. Đọc chán, hắn quay sang hỏi: Đỗ Trường có biết thơ của ai không? Biết sao không: Gửi Lai Châu của Trần Mạnh Hảo. Không những thế, tôi còn được chính chủ đọc cho nghe nữa kìa. Hắn gật gù bảo, nhớ Lai Châu. Nhớ cái thời còn mặc quần thủng đít theo cha Nguyễn Văn Xã, Bí thư tỉnh ủy Lai Châu đi dọc núi rừng Tây Bắc, rồi trở về rầm rịch với Chi Luông, bản Xá.

Gã Bình Thu này sống nội tâm, dễ bị xúc động theo học Đại học y khoa, nơi mẹ đang làm việc là đúng rồi. Vậy mà, chẳng hiểu thế chó nào, lại đùng đùng chuyển sang học an ninh, cùng lớp, cùng trường với nhà văn, nhà biên kịch Thùy Linh. Cho nên, mà dạo này ngồi với tôi, cứ có chút cay cay vào, hắn mang Thùy Linh ra dọa: Thùy Linh như thế này…Thùy Linh như thế kia… Ông phải viết như vầy… như vầy…

Ra trường, hắn làm việc ở một quận ngay trung tâm Hà Nội. Rồi cưới vợ cũng là bạn học cùng Trường an ninh. Duyên nợ với Lai Châu, buồn hay vui năm nào hắn cũng ngược lên đó mấy lần. Rồi hắn chợt nhận ra, ngành an ninh, cảnh sát bó chặt không gian, bào mòn tâm hồn sống của mình. Vậy là, vợ chồng hắn giã từ, khoác balo cùng chúng tôi sang Đức cày thuê cuốc mướn. Và ba mươi tư năm lăn lộn trời Âu ấy, hắn vẫn không thể quên: Tiếng ngựa thồ gõ vào mây rậm rịch. Vâng, có lẽ Lai Châu, mùa hoa ban nở không chỉ hóa vào người con gái Thái, mà còn hóa vào linh hồn gã trai Hà Nội mất rồi…

Cái hoài vọng, nhớ thương ấy, Bình Thu gợi cho tôi nhớ về tác giả cũng như bài thơ Gửi Lai Châu của mấy năm trước. Ngày tôi lái xe chở vợ chồng nhà thơ Trần Mạnh Hảo - Giáng Tiên dọc Frankfurt - Leipzig- Praha - Berlin. Hôm ở Praha, nhà văn Trần Ngọc Tuấn và anh em văn nghệ ngả bàn đèn ngay Hồ Sen Quán ngắc ngư, rồi thơ ca hò vè khí thế lắm. Hai ông họ Trần (Trần Ngọc Tuấn, Trần Mạnh Hảo) có trí nhớ thật tuyệt vời. Thơ bắn giòn giã liên tục không sai, không chệch phát nào. Thực ra, nhà thơ Trần Mạnh Hảo họ Phạm (Phạm Mạnh Hảo) chứ không phải họ Trần. Như tôi biết, cụ Trần Văn Hiền (tức ba) của nhà thơ Trần Mạnh Hảo có cha đỡ đầu họ Trần. Không biết, có phải cha nuôi không có con trai hay vì lý do nào đó? Cụ Hiền mới đổi từ họ Phạm sang họ Trần. Viết ra điều này, tôi chỉ nhằm mục đích cho thế hệ sau, khi nghiên cứu, hay viết văn học sử nước nhà được rõ ràng, chính xác hơn mà thôi. Bởi, Trần

Mạnh Hảo là một trong những nhà thơ tên tuổi, quan trọng của Văn học VN đương đại.

Thành thật mà nói, tôi đã nghe nhiều người đọc thơ, song chưa ai có cái giọng ấm, sắc khỏe như Trần Mạnh Hảo. Chương trình thơ ca hôm ấy kết bằng bài Gửi Lai Châu do chính anh đọc. Một bài thơ trữ tình về đất và người Tây Bắc, vậy mà cũng làm tôi rợn hết cả người. Sự truyền cảm, có tính ma mị ấy ám ảnh tôi cho đến tận bây giờ, khi ngồi viết những dòng chữ này.

Có thể nói, Trần Mạnh Hảo viết Gửi Lai Châu không chỉ bằng cảm xúc, mà còn bằng trí tuệ của mình. Nếu ở (bài) Sông Lam, Trần Mạnh Hảo đã hình tượng hóa dòng sông như một cơ thể sống, làm bật lên cái khô cằn, gian khó của đất và người, thì đến với Gửi Lai Châu ta thấy, cái đẹp, sự mượt mà ấy được hình tượng cụ thể hơn, trong chất trữ tình: "Hoa ban nở thành người con gái Thái/ Đám mây bay trong thau nước gội đầu". Vâng, ta có thể thấy một phép so sánh rất cân xứng giữa đất và người, giữa hoa ban và cô gái Thái. Vậy thì, hoa ban đã hóa vào em, hay em đang nở thành hoa ban đó. Tuy nhiên, "Hoa ban nở thành người con gái Thái" hay, và tuyệt đẹp như vậy, chỉ khi được ghép cùng câu thơ giầu trí tưởng tượng, với những hình ảnh liên tưởng rất gần gũi, mộc mạc, song vô cùng nhẹ nhàng, quyến rũ:"Đám mây bay trong thau nước gội đầu". Những câu thơ này, dường như chứng minh thêm cho ta thấy, tài năng đặc biệt sử dụng biện pháp tu từ trong thơ văn của Trần Mạnh Hảo.

Có lẽ, (cái khó) để viết một bài thơ về đất và người, trước nhất người thi sĩ phải chạm vào được hồn cốt, đặc trưng riêng của vùng miền đó. Và trước sự rung động ấy, đưa đến những cảm xúc chân thực nhất để nhà thơ trải lên những trang viết của mình. Và Gửi Lai Châu là một bài thơ như vậy. Trần Mạnh Hảo đã gõ được vào trái tim, đi vào linh hồn của Tây Bắc. Trái tim, hình hài chìm ẩn, e ấp, thẹn thùng đó, dường như chưa một ai nhìn thấy, và phân định được: Là Lai Châu hay là người con gái Thái: "Trái tim đập không một ai nhìn thấy/ Ở ven trời Tây Bắc có Lai Châu".

Với đề tài này, ta thấy, Trần Mạnh Hảo thường viết ở thể tự do, những câu thơ ngắn dài trải theo cảm xúc ban đầu của mình. Vẫn lối so sánh ẩn dụ, hình ảnh con đường đến với Ma Ly Pho huyền bí, mong manh như sợi chỉ xuyên qua váy cô gái Mèo vậy. Và xuyên qua cái mong manh, nhỏ nhoi ấy, ở đó ta còn thấy được cái kỳ vĩ, oai hùng của Lai Châu. Vâng, những trang thơ Trần Mạnh Hảo đóng đinh vào lòng người đọc như vậy, bởi nó ăm ắp hình tượng cùng trí tưởng tượng độc đáo, và phong phú: "Nơi sông Đà vặn mình rung núi/ "Lối Ma Ly Pho là sợi chỉ xuyên qua xống váy mèo"/ Thị xã nhỏ như chiếc cúc áo cài trên ngực đất nước/ Núi hai đầu mây đến đá lông nheo".

Nếu không có sự trải nghiệm, sự hóa thân vào đó, thì chắc chắn Trần Mạnh Hảo không thể viết được những câu thơ có tính đặc trưng núi rừng Tây Bắc đến vậy. Sự quan sát tỉ mỉ ấy của thi sĩ, Lai Châu hiện lên sinh động, chân thực, song vô cùng kỳ bí, mờ ảo như một bức tranh chiều cổ vậy. Bức tranh động trong tĩnh này, chợt làm tôi nhớ đến nghệ thuật lấy động tả cái tĩnh (trời thu) của cụ Nguyễn Khuyến:"Cá đâu đớp động dưới chân bèo". Vậy tiếng gõ ngựa kia, phải chăng đó là sự tĩnh lặng, cô liêu trong lòng nhà thơ, tĩnh lặng của núi rừng: "Tiếng ngựa thồ gõ vào mây rậm rịch". Và với khổ thơ dưới đây, có thể nói, phép liên tưởng của Trần Mạnh Hảo đã đạt đến đỉnh cao nghệ thuật. Khổ thơ này, nếu tách ra, nó hoàn toàn có thể trở thành một bài thơ bát ngôn (độc lập), với những hình ảnh, cùng lời thơ tuyệt đẹp, tuy dân dã, song cũng rất sang trọng: "Nơi ngủ dậy núi đã đầy trong mắt/ Trong chiêm bao còn vọng tiếng nai chiều/ Tiếng ngựa thồ gõ vào mây rậm rịch/ Em gội đầu để suối suốt đời reo.".

Sự hồi sinh: "Chỗ em khóc sân vua Đèo giờ biếc cỏ" nhưng nỗi đau kia dường như vẫn còn chìm ở đâu đó. Dù Trần Mạnh Hảo gặp được lời ca, khi đi tìm quá khứ, thì vết chém của lịch sử kia, vẫn hằn sâu trong lòng người Lai Châu. Và có lẽ, họ tìm lại được chính mình từ những câu thơ ấy chăng. Vâng, và tôi cũng không thể hiểu, cái lạc quan, vô tư ấy, đã vượt qua thân phận, hay tình thương, sự nhân bản của người thi sĩ mở ra một lối thoát cho con người nơi đây:" Nơi dấu tích còn ghi thời thống khổ/ Cô gái xòe xưa lao mình xuống sông Đà/ Chỗ em khóc sân vua Đèo giờ biếc cỏ/ Anh đi tìm nước mắt gặp lời ca.".

Có thể nói, Gửi Lai Châu vẫn là sự nối tiếp nối mạch thơ của những: Đất Nước Hình Tia Chớp, Mặt Trời Trong Lòng Đất, hay Tổ Quốc Tình Yêu… của Trần Mạnh Hảo. Hình ảnh, trí tưởng tượng phong phú cùng sự liên tưởng độc đáo là chất liệu chính làm nên thơ ca của ông. Từ ngữ giản dị, dễ hiểu, nhưng do tài năng sử dụng, làm mới, hoán đổi ngữ nghĩa, do vậy thơ Trần Mạnh Hảo sắc, nhọn đi sâu vào lòng người. Thành thật mà nói, nếu ngồi một mình, nghe ông đọc bài Tổ Quốc Tình Yêu, lần nào tôi cũng khóc, bởi xúc động. Và tôi xin dừng bài viết ở đây, để hồn vía Trần Mạnh Hảo còn ở lại với Lai Châu. Bằng không ông mang tuốt tuồn tuột về với biển Nam Định, thì món nợ này trả thế chó nào được: "Anh xin mang tiếng sông Đà về với biển/ Để lòng em tìm lại buổi ban đầu/ Em đứng đó mây ven trời vô kể/ Để suốt đời anh mắc nợ Lai Châu..."

Leipzig ngày 21-5-2021

Gửi Lai Châu

Trái tim đập không một ai nhìn thấy
Ở ven trời Tây Bắc có Lai Châu
Hoa ban nở thành người con gái Thái
Đám mây bay trong thau nước gội đầu.

Nơi sông Đà vặn mình rung núi
"Lối Ma Ly Pho là sợi chỉ xuyên qua xống váy mèo"
Thị xã nhỏ như chiếc áo cài trên ngực đất nước
Núi hai đầu mây đến đá lông nheo

Nơi con thác giữ nụ cười em lại
Tiếng Thái thương như cầm được giữa tay mình
Tóc em đó như mùa màng gặt hái
Mỗi cái nhìn ẩn chứa một bình minh.

Nơi ngủ dậy núi đã đầy trong mắt
Trong chiêm bao còn vọng tiếng nai chiều
Tiếng ngựa thồ gõ vào mây rậm rịch
Em gội đầu để suối suốt đời reo.

Nơi em về bản Chi Luông, bản Xá
Hoa rừng thơm như có kẻ theo cùng
Bản mới dựng mắt em là chiếc lá
Rơi bập bùng chân cứ muốn đi chung.

Nơi vách đá còn ghi bia Lê Lợi
Lịch sử ngược sông Đà, nước réo tiếng gươm xưa
Em đứng đó mỉm cười khi anh hỏi
Như hoa ban chỉ nở lúc sang mùa.

Nơi dấu tích còn ghi thời thống khổ
Cô gái xòe xưa lao mình xuống sông Đà
Chỗ em khóc sân vua Đèo giờ biếc cỏ
Anh đi tìm nước mắt gặp lời ca.

Anh đã gặp những con người như lửa
Giấu khói lửa đi như thời bếp Hoàng Cầm
Điện Biên của mọi người dành riêng em điệu múa
Những đời thường nhập lai hoá nhân dân.

Lai Châu của lúa thơm sắn ngọt
Của tình em cho thị xã trăng rằm
Của ngọn gió kéo mặt trời qua dốc
Tiếng khèn Mèo làm suối cứ băn khuăn.

Anh xin mang tiếng sông Đà về với biển
Để lòng em tìm lại buổi ban đầu
Em đứng đó mây ven trời vô kể
Để suốt đời anh mắc nợ Lai Châu...

Trần Mạnh Hảo

HỒ ĐÌNH NGHIÊM CÙNG SỰ PHÁT TRIỂN VĂN HỌC VIỆT HẢI NGOẠI

Khi đọc, nghiền ngẫm Văn học Việt Nam ở hải ngoại từ sau1975 đến nay, tôi thường (tạm) chia ra thành ba giai đoạn để tiện theo dõi, đánh giá. Có thể nói, giai đoạn đầu từ năm 1975 đến cuối 1979 như một sự chuyển tiếp của Văn học miền Nam ra vùng đất mới, với những nhà văn, nhà thơ tên tuổi: Võ Phiến, Mặc Đỗ, Du Tử Lê, Viên Linh, Thanh Nam, Túy Hồng…

Giai đoạn hai, từ đầu năm 1980 đến 1990 sự khởi sắc Văn học hải ngoại. Bởi, có thêm sự góp mặt của các nhà văn, nhà thơ thuyền nhân, hay đoàn tụ như: Mai Thảo, Duyên Anh, Trần Hoài Thư, Luân Hoán, Nguyễn Mộng Giác…Và đặc biệt sự xuất hiện của các nhà văn trẻ: Lê Thị Huệ, Hoàng Mai Đạt, Đỗ K (Khiêm) hay Trần Vũ, Hồ Đình Nghiêm với giọng văn mới lạ, đưa sinh khí mới đến văn thơ Việt hải ngoại. Tuy nhiên, ở giai đoạn này, Văn học hải ngoại vẫn mờ nhạt dấu ấn của phê bình, hoặc chưa xuất hiện những cây viết phê bình thực sự, đưa các tác giả, tác phẩm đến gần hơn với người đọc, cùng khơi nguồn chảy cho Văn học hải ngoại.

ଓଓଓ

Từ 1990 đến nay với sự xuất hiện các nhà văn H.O như: Phan Nhật Nam, Tô Thùy Yên, Thảo Trường…cùng những người lính, tù nhân cũng là chứng nhân của lịch sử buộc phải cầm bút: Phạm Tín An Ninh, Song Vũ, Trạch Gầm, Lâm Chương, Khánh Trường, Tưởng Năng Tiến, Cao Xuân Huy hay Vương Mộng Long…Do đó có thể nói, Văn học hải ngoại đã bước sang trang mới, với nhiều đề tài, đa sắc (màu). Song mảng phê bình vẫn ậm ạch, chưa thể song hành cùng sự phát triển đa dạng của thơ, văn. Thật vậy, ở hải ngoại có nhiều nhà lý luận, phê bình, biên khảo tài năng hàng đầu, với nhiều bài viết giá trị và tâm huyết. Tuy nhiên, (có điều đáng tiếc, thật khó hiểu) đôi khi các bác vẫn giữ lối viết chung chung, lừng khừng, chưa đi thẳng vào từng tác phẩm, tác giả một cách rạch ròi, né tránh những vấn đề mang tính thời sự, hoặc tác phẩm gai góc, va chạm. Nhất là đối với những nhà văn mới và các tác phẩm gần đây. Mà phần đông tác giả là những người lính thất trận, trải qua năm tháng dài tù tội.

Tuy nhiên, công bằng mà nói, đôi khi chúng ta (độc giả) vẫn có thể tìm đọc, và nhận ra những bài viết công phu, nhận định sâu sắc ở đâu đó của Nguyễn Vy Khanh, Bùi Vĩnh Phúc hay Nguyễn Mạnh Trinh…

Trong bối cảnh phê bình gà gật như vậy, thì thật may mắn Tạp chí Ngôn Ngữ ra đời, với sự chung tay của các nhà văn, nhà thơ tên tuổi, đầy tâm huyết: Luân Hoán, Song Thao, Nguyễn Vy Khanh, Lê Hân, Hồ Đình Nghiêm. Với 26 số đã phát hành từ hải ngoại về đến quốc nội, nói lên giá trị cũng như sự cần thiết của Tạp chí Ngôn Ngữ đối với Văn học hải ngoại nói riêng, cũng như Văn học Việt Nam nói chung. Và Tạp chí Ngôn Ngữ số 27 sẽ phát hành vào tháng 9/ 2023 tới, với phần 1 đặc biệt giới thiệu nhà văn Hồ Đình Nghiêm. Do vậy, mấy ngày nay, tôi nhận được thư điện tử của các bác không chỉ trong nước, mà cả ở Hoa kỳ, Úc châu hỏi về Hồ Đình Nghiêm. Có một số chưa được đọc, chưa từng nghe tên tuổi nhà văn này. Vâng, âu cũng một phần lỗi thuộc về giới thiệu, phê bình, dẫn đến thiệt thòi cho người đọc chăng?

Có thể nói, là một người chịu khó mày mò tìm đọc, song quả thực tôi cũng chỉ tình cờ đọc được vài ba truyện ngắn ở đâu đó của Hồ Đình Nghiêm, khi nghiền ngẫm về các tác giả khác. Do vậy, tôi buộc phải tìm đọc, và viết về ông. Hy vọng sẽ giúp được phần nào cho các bác hiểu hơn về tác giả Hồ Đình Nghiêm, cũng như Văn chương Việt hải ngoại.

Vâng! Hồ Đình Nghiêm sinh năm 1957 tại Huế, và hiện nay đang sống và làm việc tại Montreal, Canada. Sau khi tốt nghiệp Cao đẳng mỹ thuật Huế (năm 1978) ông vượt biển. Ngay những ngày đầu ở trại tạm dung, cuộc sống đảo lộn, dẫn đến biến đổi tâm lý cùng cảm hứng bất chợt cho Hồ Đình Nghiêm cầm bút viết về những ước vọng, nỗi đau của con người trước thực trạng xã hội. Và vợ chồng nhà văn Thanh Nam, Túy Hồng chính là bà đỡ cho truyện ngắn đầu tay này của Hồ Đình Nghiêm (trên báo Đất Mới - Hoa kỳ), cũng như thể đỡ cho một nhà văn ra đời vậy. Và có thể nói, hội họa là sự lựa chọn, song văn thơ đã vận vào cả cuộc đời Hồ Đình Nghiêm. Vì vậy, ông hoàn toàn không có sự chuẩn bị để trở thành nhà văn. Ngoài 6 tập truyện ngắn đã in: Nguyệt Thực (1988) Tờ Mộng Rách Rồi (1991) Vầng Trăng Nội Thành (1997) Mùi Hương Trên Đồi (2005) Kẻ Âm Lịch (2017) Ngoại vực (2018), ta còn thấy, Hồ Đình Nghiêm làm thơ, tùy bút, viết chân dung, cũng như phỏng vấn phê bình. Lãnh vực nào Hồ Đình Nghiêm cũng cho người đọc sự rung cảm sâu sắc. Điều đó nói lên tài năng, vốn kiến thức, cũng như bút lực của ông. Đi sâu vào đọc, ta có thể thấy, hài hước, giễu nhại, cùng với sự liên tưởng, đan xen tình tiết cũ mới là một trong những thủ pháp nghệ thuật làm nên hồn vía trang viết Hồ Đình Nghiêm. Do vậy, ở khuôn khổ bài viết này, tôi đi sâu vào truyện ngắn, tùy bút với tính chân thực qua giọng điệu giễu nhại, dí dỏm Hồ Đình Nghiêm.

*** Tư tưởng - tính chân thực qua giọng điệu hài hước.**

Thành thực mà nói, tôi chỉ mới tìm và đọc được vài ba chục truyện nằm rải rác trong 6 tập truyện ngắn của Hồ Đình Nghiêm. Một cách đọc không có hệ thống, do vậy thật sự khó khăn cho tôi khi viết tùy bút, cảm nhận này. Tuy nhiên, thật may mắn truyện ngắn nào cũng vậy, đều cho tôi thấy cái tư tưởng tự do thấm đẫm trang viết Hồ Đình Nghiêm: "Mẹ mừng cho Mỹ đã thoát ra được cái công việc nọ. Hãy làm một người tự do, một nghề mình tự lựa chọn. Chớ dính dáng tới cái guồng máy kia, hãy đứng bên lề, có vậy con người mình mới thôi bị nhiễm độc, thôi bạo lực, thôi vô cảm, thôi sử dụng ngôn ngữ của loài chim két". (Sông không trôi ra biển).

Với tư tưởng như vậy, nên mỗi đoản văn, truyện ngắn Hồ Đình Nghiêm đều đi sâu vào lột tả cái hiện thực xã hội một cách trần trụi. Thủ pháp đưa những câu ngạn ngữ, khẩu ngữ hài hước ngoài xã hội vào trang viết, cho người đọc tiếng cười đau đớn, xót xa, hay mỉa mai, châm biếm, tuy không mới, song sâu sắc, sinh động như Hồ Đình Nghiêm, không phải nhà văn nào cũng làm được: "Sản phụ phải vỡ nước ối thai nhi mới được trồi đầu, muốn vượt cạn êm đẹp ta phải chịu khó bôi trơn, bồi dưỡng từ y công, y tá cho tới các ông bà bác sĩ sản khoa. Theo trình tự từng công đoạn: đếm tiền, đút túi quần, lê chân đi rửa tay, đeo găng cao su, uể oải bày biện dao kéo bông băng lu hủ. Và nạt nộ. Và bắt bẻ: Khóc à? Vậy thì khi làm tình mấy người có khóc không? Đã ăn chơi thì chớ sợ mưa rơi! Dạng chân ra". (Sông không trôi ra biển).

Khi đọc Khánh Trường, tôi nghĩ đến nhà văn Tưởng Năng Tiến. Và viết về Hồ Đình Nghiêm tôi liên tưởng đến Khánh Trường. Thật vậy, nếu ở truyện ngắn Đêm mưa, Khánh Trường mượn thân phận người lính thất trận ở Saigon vào 30.4.1975 cùng nhà thổ, đĩ điếm để phơi bày bản chất ươn hèn của giới cầm quyền, thì ở Mô Phật, Hồ Đình Nghiêm miêu tả thân phận giới sinh viên trí thức, với những cô gái bán thân, trong giờ phút hấp hối của Đà Nẵng. Có thể nói, Đêm mưa của Khánh Trường và Mô Phật của Hồ Đình Nghiêm, tuy hoàn cảnh, tâm lý, ngôn ngữ diễn ra hoàn toàn khác nhau, nhưng là hai truyện ngắn đều cho tôi chung một cảm xúc. Và với tôi đây là những truyện ngắn hay nhất mà tôi đã được đọc trong thời gian gần đây. Trích đoạn trong truyện ngắn Mô Phật dưới đây, không chỉ cho ta thấy thân phận của con người, mà còn thấy đằng sau đó là cái ung nhọt, dẫn đến miền Nam đang tan rã và sụp đổ, thông qua tài năng sử dụng biện pháp tu từ, với những hình ảnh ẩn dụ miêu tả của Hồ Đình Nghiêm:

"Giường trải chiếu, in lem luốc chữ Phúc nằm chật chội trong vòng tròn. Chữ Phúc bốc mùi, không là mùi của ẩm mục thiếu nắng mốc meo…Hoa trút bỏ áo quần. Tôi quen thuộc với cơ thể ấy, nhưng vùng kín đáo của Hoa là nơi chưa một thằng sinh viên mỹ thuật nào được ngắm nhìn, ngoại trừ tôi, hôm nay…Hoa ôm cứng lấy tôi. Hoa bảo: Hãy yêu Hoa đi. Nắng buổi chiều chiếu rọi xuyên qua bản vẽ làm rách nát từng đường trên cơ thể Hoa. Tôi nằm dát người trên chiếu, nghe tiếng súng nổ và hiểu Đà-nẵng đang cơn hấp hối".

Nếu ta đã đọc truyện Hộ Khẩu Ở Ngoại Thành của Thảo Trường, thì khi đọc truyện ngắn Một Tay thấy rõ nét hơn cái tính độc đáo, tiêu biểu hơn về tư tưởng, bút pháp của Hồ Đình Nghiêm. Và cái tư tưởng: "Thất bại chưa hẳn đã là thua" đều được lột tả qua hình ảnh, diễn biến tâm lý của những người lính phía bắc (bộ đội) sau cuộc chiến. Không chỉ truyện ngắn Một Tay, mà trang văn nào cũng vậy, dường như Hồ Đình Nghiêm viết bằng cảm xúc bất chợt, chứ ít khi bị chi phối bởi lý trí. Do vậy, có những câu thơ, thành ngữ, đoản văn miên man bất chợt, cứ ngỡ ngòi bút nhà văn đã đi lạc cái tứ, hay ý tưởng ban đầu. Nhưng không, rồi ngòi bút ấy cũng ngoắt về đúng đường rày thiên truyện. Thật vậy, sự giễu nhại, với ngôn ngữ sân khấu, kịch trường gây tiếng cười châm biếm nhẹ nhàng, nhưng cũng thật thâm thúy dưới đây, Hồ Đình Nghiêm chứng minh cho ta thấy rõ những điều đó:

"Chú Bê cười tít mắt: Giá mà nhà nước nầy có mầy làm chủ tịch hội thương phế binh thì những gì chúng nó từng hy sinh nghĩ không uổng phí, nhỉ? Nhất Việt kiều nhì bia ôm ba tiền đô bốn gái làng chơi. Tứ khoái nầy e đã có cải biên, nhuận sắc?(...) Chú ra Hà Nội, tôi vào Sài Gòn, tình nghĩa đôi ta có thế thôi. Có ai ngờ đâu, một ông cựu bộ đội từng cầm súng vào sanh ra tử đánh đuổi bọn đế quốc như chú tôi lại phát ngôn: Mầy về rồi mầy đi xúi tao đâm nhớ mùi Mỹ bám thân ở người mầy. Cả đời cầm súng oanh liệt đi qua cuộc chiến thật chả có gì ấn tượng cho bằng những giây phút thư giãn bên mầy khi mầy cho phép được voi đòi tiên". (Một Tay)

ꝏꝏꝏ

Có lẽ, nỗi nhớ quê, sự ám ảnh thường trực trong cuộc sống, tâm hồn Hồ Đình Nghiêm: ngày nơi đất khách, hồn đêm quê nhà. Do vậy, dù sự việc nhỏ nhất xảy ra, ông cũng trộn tâm trạng vào đó, rồi đưa vào trang viết của mình. Và Đi hết chuyến tàu Tết là một truyện ngắn, hay một thiên phóng sự, với lời văn nhẹ nhàng, trau chuốt, điển hình như vậy của Hồ Đình Nghiêm. Vẫn biện pháp tu từ, với hình ảnh ẩn dụ, nhà văn mượn thiên nhiên cảnh vật, nói về nỗi đau (cái chết) con người trong một xã hội trật tự, cũng như luân lý đạo đức bị đảo lộn tùng phèo. Vâng, với một xã hội, một thiên đường ảo ảnh, thì đường cùng ngõ cụt chắc chắn con người phải đi tới:

"Thiên nhiên bên ngoài đóng khung, mất tự do những đám mây dật dờ bị khói tàu nhuộm chất độc màu da đen. Chim ở núi bay về, đậu trên giây giăng chùng giữa những cột điện trông như nốt nhạc phơi thầm lặng trên năm dòng kẻ. Thành phố giờ này rất nhiều dây điện. Người đàn bà kể, mắc cửi, tựa đám màn nhện chực trói mỗi số phận con người. Có cô gái dịu hiền xa nhà trọ học chiều về lội nước chật vật nghĩ tới một chén cơm lưng chờ đợi trong căn hộ tập thể. Vì cớ làm sao chuyện thật hoang đường dây điện đứt sà xuống người em, con rắn đương đại quấn cổ cắn vào giấc mơ bình dị đột tử. Từ đời thường xã hội chủ nghĩa em nhắm mắt bước vào vườn địa đàng mê muội muôn đời không có thật". (Đi hết chuyến tàu Tết)

*** Thế sự, xã hội - cùng những truyện ký, tùy bút mang tính triết lý sinh động.**

Truyện ngắn, văn xuôi Hồ Đình Nghiêm đi vào mọi đề tài, mọi ngóc ngách của cuộc sống. Song có lẽ, thế sự xã hội là những trang viết gây cho tôi (người đọc) nhiều cảm xúc nhất. Có được như vậy, ngoài sự can đảm đứng về lẽ phải, cần lắm lòng nhân đạo, cảm thông của nhà văn. Thật vậy, từ những hình ảnh trong một xã hội (VN) đầy nhiễu nhương, bỉ ổi bắt gặp ở đâu đó, được Hồ Đình Nghiêm thu nhỏ vào thiên truyện: Đi hết chuyến tàu Tết của mình. Và chỉ là những đoạn văn miêu tả, trần thuật, song thân phận con người dưới ngòi bút Hồ Đình Nghiêm hiện lên không bằng loài súc vật:

"Bắt nó. Địt mẹ, chúng ông theo mày lâu rồi. Chớ để nó thoát lần này. Cây đàn guitar nổ khi bị đập vỡ nghe như tiếng pháo chuột đốt lẻ loi. Thằng cụt chân bị đè lưng bằng bốn năm bàn chân mang giày dép đường bệ. Đám đông bu lại thành một vòng tròn khép kín, hiếu kỳ. Chuyện gì vậy? Sao không dưng lại ức hiếp kẻ tàn tật? Bà con cô bác không biết đó thôi. Thằng này chúa phản động, nó biên tập một bài hát toàn vần H nhằm bôi xấu hình ảnh bác Hồ thân thương (...) Mếu máo, giọng run, nước mắt chảy, thằng cụt chân bị lôi đi. Chẳng được cẩn trọng cho lắm, tệ hơn người ta lôi con chó đi trấn nước, về làm thịt ở quán Hương Đồng Quê. Ngay tình, con chó có giá hơn thằng người tàn tật ấy. Ông bạc tóc bình phẩm". (Đi hết chuyến tàu Tết)

Tôi không rõ, Hồ Đình Nghiêm viết truyện ngắn Án Mạng vào thời gian nào? Nhưng đọc nó, ta có thể thấy tính thời sự đậm nét trên trang văn của ông một cách chân thực. Và cái sự mông muội ấy, làm cho người đọc kinh sợ, song cũng phải bật ra tiếng cười chua chát, bởi giọng văn, lời thoại dân dã hài hước của Hồ Đình Nghiêm. Với đặc điểm này, văn thơ Hồ Đình Nghiêm không gây cảm giác nặng nề cho người đọc, dù đi sâu vào miêu tả, hay phân tích những tình tiết bi đát nhất:

"Hoá ra Trung tá chẳng nắm bắt thời sự? Theo Vietnam net đưa tin bác sĩ Nguyễn Minh Đức, trưởng khoa sản bệnh viện Đức Thọ ở Hà Tĩnh đã kéo đứt cổ trẻ sơ sinh rồi tự tay khâu lại. Sản phụ chính là em gái của đồng chí công an khu vực đang vắng mặt đột xuất. Mộc hỏi: Cái gì? Kéo đứt cổ là sao? Dạ, là chỉ lôi được cái đầu của em bé ra thôi ạ. Thi thể vẫn kẹt cứng đằng sau cửa mình. Thế mới sinh chuyện chứ ạ. Vị Trung tá cằn nhằn: Mẹ nó chứ. Chỉ dùng tay thôi à? Làm cái đéo gì mà mạnh tay thế" (Án Mạng)

Với truyện ngắn Án Mạng, Hồ Đình Nghiêm không dừng ở mức độ giết người, thú tính hay bọn cường quyền cấu kết với xã hội đen, mà dường như ông muốn khai thác, và gửi đến người đọc cái đằng sau của sự lừa lọc, tranh giành, chém giết lẫn nhau ấy. Và đề tài thế sự xã hội (bóc trần sự thối nát, mục ruỗng ăn sâu từ thượng tầng cho xuống hạ tầng cơ sở này) được khá nhiều nhà văn hải ngoại cũng như trong nước khai thác. Bởi, nó luôn nhận được đồng cảm nơi bạn đọc. Tôi cũng đã đọc nhiều ở truyện ngắn của Trần Kỳ Trung (Hội An), hay của cố nhà văn Phạm Văn Biển (Quảng Ngãi). Mỗi nhà văn đều cho tôi cảm xúc khác nhau. Nhưng giữ nguyên tên tuổi nhân vật, tình tiết, sự kiện và đưa thẳng vào trang văn như Hồ Đình Nghiêm, quả thực nếu người viết không có tài, truyện dễ trở thành tẻ nhạt lắm. Thật vậy, ta hãy đọc lại trích đoạn dưới đây để thấy cái mưu mô, tàn bạo của con người và sự thối nát của xã hội, cũng như từ ngữ, lời văn sinh động của Hồ Đình Nghiêm:

"Tầm mười giờ tối mai tôi cùng con mồi, hắn cũng là công an, đi vào bằng lối này. Sau đó tuỳ cách động binh của đại ca. Tám Tàng nhổ bãi đờm xuống đất: Công an à? Nói anh hai đừng ngầy ngà chớ khử được ông nào tốt ông đó. Mức độ tàn phế?

Chất nói, lời gọn, nhai chỉ một chữ: Chết. Tám Tàng quay lưng (…) Hai thứ cần lưu tâm, thứ nhất nạn nhân là công an, thứ hai buộc nó phải chết. Do vậy anh hai nên hiểu giá cả có hơi khác thường, đắt chút đỉnh. Không thành vấn đề. Tôi chẳng có sẵn ngân lượng xứ mình, đại ca chấp nhận thu nhận 700 Đô Mỹ nghen. Sao lại đề ra con số trông chơ vơ ấy? Nhằm giải quyết êm đẹp, tính luôn cả việc không gây ra hậu hoạn, Tám này đóng chốt 1000“. (Án Mạng)

Tôi đã đọc khá nhiều ký sự, tùy bút của nhiều nhà văn trong nước cũng như hải ngoại, nhưng có thể nói, Hồ Đình Nghiêm là một trong số không nhiều nhà văn viết hay ở thể loại này. Có bác cho rằng: viết hay, có cái nhìn tỉ mỉ như vậy, bởi Hồ Đình Nghiêm xuất thân từ họa sĩ. Với tôi, không hẳn là thế. Bởi, cũng có nhiều họa sĩ tên tuổi “phẫu thuật“ bức tranh thiên nhiên rất dở, khi đưa vào trang viết của mình.

Rất may mắn, tôi đã tìm được và đọc một số bài tùy bút, tâm bút của Hồ Đình Nghiêm trên Internet. Tùy bút của ông như những lời tự sự, mang tính triết lý sâu sắc với lời văn rất đẹp. Qua Đời, một tùy bút, (hay một câu chuyện) Hồ Đình Nghiêm đã cô tâm trạng, nỗi buồn đau vào đó, khi ông sang Anh Quốc tiễn đưa người bạn về cõi vĩnh hằng. Và đoan văn sớm mai đầy tâm trạng, rất đẹp dưới đây sẽ cho ta thấy tài năng miêu tả, dưới cái quan sát tỉ mỉ của Hồ Đình Nghiêm:

“Sáng sớm tôi ra đứng ngoài góc vườn. Đêm qua mưa nhỏ lá cây ướt trơn màu lục tối. Trời chưa kịp xanh, nứt rạn vết bẩn từng cụm mây run, tần ngần. Bình minh ở xa đang lặng lẽ tới, tôi chờ tiếng nước sôi đổ xuống phin lọc đầu ngày. Gió đi bên trên cây táo cô độc cắm giữa sân, tiếng chuyển động ngắt quãng của underground hộc tốc vừa rời khỏi trạm Canons Park, luân lưu một dòng chảy réo gọi, mang người ta từ giường ngủ gật gà tới một cánh cửa nhốt đời vào với công việc lao lung. Nhàn cư vi bất thiện nhưng lao động e mãi hoài chẳng hề là vinh quang. Nước mắt bao giờ cũng là trạm chót khi anh đi hết những trạm dừng của phiền muộn, của hư hao, của ngộ nhận, của thứ nỗi niềm khó thốt lời minh giải". (Qua Đời)

Có thể nói, với tôi Dáng Lụa là truyện ký hay nhất (trong tất cả những trang văn mà tôi đã đọc) của Hồ Đình Nghiêm. Thiên truyện như một bài thơ trong bức tranh thu nhỏ về tình bạn, tình yêu của tác giả (tạm gọi) và cô sinh viên Trường mỹ thuật Huế (trôi theo phận nước) dưới góc nhìn, và ngòi bút miêu tả đầy cảm xúc (thay cho nét vẽ) thật tài năng, sinh động của Hồ Đình Nghiêm:

"Tôi chẳng ngạc nhiên vì con người chị là tổng thể những đường nét dịu mềm, mong manh, dễ thẩm thấu, dễ hoen ướt. Tà áo dài, mái tóc đổ xuống ngang lưng, da trắng, năm ngón búp măng và mãi mãi rụt rè khi nhác trông ra tôi. Khép nép, mắc cỡ như thể suốt đời chưa lần nào phải ngồi ăn trưa trước kẻ lạ mặt. (...) Hương vị đó không thể dồn lên thứ mùi dịu ngọt mà mũi tôi đang hít lấy để phân chất. Nó phát ra từ chân tóc chị? Từ cổ chị? Từ ngực chị? Từ thể hình chị? Tự thân chị là một bức tranh lụa mà dù là danh họa, bạn chẳng thể thêm thắt một nét dư thừa nào cả." (Dáng Lụa).

Và ở đó, ta không chỉ thấy tài năng phân tích nội tâm, mà còn thấy sự liên tưởng thật phong phú và độc đáo của Hồ Đình Nghiêm nữa: "Mưa rơi ngoài trời làm bóng tối co lại, màu đêm mềm ra, đầy sũng lạnh... Hai đứa đều mặc áo đi mưa và đã là mưa Huế thì chẳng có vật thể gì có thể can ngăn sự xâm thực thật lì lợm của nó. Mưa ngoài trời và mưa cả trong lòng. Ướt gì thì ướt nhưng phải giữ cho cuốn sách Mỹ Thuật thật khô ráo, đúng không? Sầu Đông nói. Đêm nay chong đèn xem người nớ viết có đặng không.“ (Dáng Lụa).

Có thể nói, Hồ Đình Nghiêm là một nghệ sĩ đa tài. Lãnh vực nào ông cũng để lại dấu ấn thật rõ ràng. Tuy nhiên, văn xuôi, truyện ngắn đã làm nên chân dung thật vạm vỡ và tài hoa Hồ Đình Nghiêm.

Nhìn lại văn học sử, ta có thể thấy, Hồ Đình Nghiêm xuất hiện đúng lúc, và thổi luồng gió mới Văn thơ hải ngoại đang gà gật ở thời điểm đó. Và ông trải qua gần nửa thế kỷ cầm bút, buồn vui cùng Văn học hải ngoại nói riêng, và Văn học VN nói chung. Do vậy, với bài viết này, tôi chỉ đủ khả năng đi vào một vài khía cạnh đặc điểm, cũng như tài năng của nhà văn Hồ Đình Nghiêm. Và chưa hẳn những điều tôi viết về ông đã đúng và chính xác. Cho nên, cần lắm những nghiên cứu thật sâu, và rộng rãi hơn về nhà văn tài năng này.

Leipzig ngày 11-7-2023

LÊ HÂN - CÂU THƠ BẤT CHỢT THẢ HONG THU CHIỀU

Khi đọc Văn học Việt hải ngoại, ngoài chia ra từng giai đoạn hình thành, phát triển gắn liền với biến cố của xã hội, con người, tôi còn thường đi sâu vào khai thác chân móng, nền tảng làm nên dòng văn học này. Dường như, nói đến Văn học hải ngoại, ta thường nghĩ ngay đến cái mốc 30 tháng 4-1975, khi người Việt ồ ạt trốn chạy, bỏ nước ra đi. Nhưng với tôi, có lẽ không hẳn vậy. Bởi, Văn học hải ngoại đã được manh nha từ trước 1975 khá lâu, với những cây viết phần lớn là du học sinh. Họ đã góp phần tạo dựng, khơi nguồn làm nên dòng Văn học Việt nơi hải ngoại phong phú và đặc sắc sắc.

Thật vậy, ngay từ thập niên 50, ngoài tác phẩm Đời Phi Công của Nguyễn Xuân Vinh, ta thấy đã có hàng loạt bài thơ về Paris rất hay, mới lạ của những Cung Trầm Tưởng, Hoàng Anh Tuấn, Nguyên Sa. Đến thập niên 60, 70, 80 cùng với nhà phê bình Đặng Tiến, các nhà thơ: Đỗ Quỳnh Dao, Mai Ninh, Phan Thị Trọng Tuyến, Minh Đức Hoài Trinh (Pháp Quốc) và đặc biệt nhà văn Ngô Nguyên Dũng (Đức) nhà thơ Lê Hân (Hoa Kỳ/ Canada) để lại ấn tượng khá sâu sắc trong lòng người đọc. Họ đều là sinh viên, do vậy thời gian này viết không nhiều. Tuy còn mờ nhạt, song nó như những viên gạch lót đường cho những sáng tác sau này của họ, cũng như Văn học Việt hải ngoại.

Và trong khuôn khổ bài viết này, tôi đi chỉ sâu vào thơ ca Lê Hân. Một trong những viên gạch ấy, đã đặt nền móng cho Văn học Việt hải ngoại, mà dường như từ trước đến nay ít được nhắc đến.

Lê Hân sinh năm 1947 tại Hội An. Sau khi đậu tú tài tại Saigon, năm 1966 ông sang Mỹ du học, và trở thành kỹ sư hóa học. Canada và Hoa Kỳ là nơi ông sống và làm việc suốt gần sáu chục năm qua. Tài năng thi ca Lê Hân phát tiết sớm. Do vậy, thơ ông được đăng rải rác trên các báo Văn nghệ Saigon, ngay từ khi còn là học sinh trung học: "một hôm vào Sông Đà/ Lật báo đọc lướt qua/ Bài thơ nằm trong báo/ Tên mình thấy lạ ra" (Giờ nghiêm trọng). Đến với thi ca sớm như vậy, nhưng Lê Hân viết không nhiều. Cho đến nay ông mới cho in ấn và phát hành hai tác phẩm: Tình Thơm Mấy Nhánh (2003) và Ngọn Tình Lục Bát (2016). Có người cho rằng: Lê Hân viết ít, bởi sống ở nước ngoài gần hết cả cuộc đời, nên cứ như cây nhiệt đới ép trồng nơi miền ôn đới vậy.

Vâng, một kiểu ví von thật hình tượng, song không hẳn đúng. Bởi, đi sâu vào nghiên cứu, có thể thấy: Lê Hân viết bằng cảm xúc tự nhiên, bất chợt chứ ít bị chi phối bởi lý trí. Do vậy, ông viết không nhiều, song tính mộc mạc, chân thực in đậm trên từng trang thơ: " câu thơ bất chợt thả hong thu chiều". Một câu thơ có hình ảnh rất đẹp trong bài lục bát: Lá Phong Mùa Thu, dường như không chỉ chứng minh điều ấy, mà còn tóm gọn hồn cốt con người, thi ca Lê Hân vào đó vậy. Và tôi xin mượn nó để làm lời tựa cho bài viết này.

*** Tuổi thơ với khát vọng.**

Sinh ra trong chiến tranh, lớn lên trong bom đạn, do vậy không chỉ tuổi thơ Lê Hân, mà cả thế hệ ông cô đơn, buồn tẻ. Núi rừng là nơi tuổi thơ của Lê Hân phải đến: "lên hai từ giữa núi non/ Tiên Châu, Tiên Phước chon von đỉnh trời/ mái tranh, nền đất nện ngồi/ ngó trời mưa phủ ngút hơi đá già:". (Mưa núi). U buồn là thế, song vẫn thấy tâm hồn trong trẻo lạc quan của cậu bé Lê Hân: "những buổi trưa cúi lom khom trong bụi/ trốn tàu bay do thám đảo vòng vòng/ bàn tay cầm một nụ hoa dủ dẻ/ hương cùng lòng như bay bổng lên không". (Về lại ấu thơ). Có thể nói, Về lại ấu thơ là một trong những bài thơ bát ngôn hay viết về tuổi thơ của Lê Hân. Mỗi khổ thơ là một câu chuyện với những diễn biến tâm lý khác nhau. Và nó hoàn toàn có thể đứng độc lập, với bố cục rõ ràng, như một bức tranh động trong cái tĩnh của núi rừng vậy. Với biện pháp tu từ ẩn dụ, nhà thơ mượn thời gian, cảnh vật thiên nhiên bộc lộ cảm xúc tâm trạng của mình. Và mỗi khổ thơ này đều có thể hoán đổi cho nhau (như điệp khúc của lời ca vậy). Có sự lỏng lẻo ấy, bởi nó được bật ra từ những rung động bất chợt của nhà thơ. Thủ pháp nghệ thuật này, ta đã từng bắt gặp ở Đinh Hùng, Du Tử Lê trước đây hay của Đinh Thị Thu Vân hiện nay. Và nếu ước vọng con người (cùng hương dủ dẻ) được mở ra, thì điểm tựa ấy chính là hồn quê, bằng những gốc quế hương rừng:

"những buổi chiều rảo chân trong rẫy quế
gió không đưa mà nhận hết hương rừng.

mỗi gốc quế mở ra một cách cửa

cửa chẳng để vào mà để dựa lưng". (Về lại ấu thơ)

Có lẽ, cũng từ núi rừng Tiên Phước hoang dã, gian nan đó đã sớm gieo vào hồn cậu bé Lê Hân những tư tưởng và khát vọng. Để rồi Lê Hân đã ủ khát vọng ấy vào trong thơ của mình. Thật vậy, Mộng, bài thơ ngũ ngôn, một thể thơ sở trường có ngay từ ngày đầu cầm bút của Lê Hân dưới đây, sẽ chứng minh cho ta thấy rõ cái điều đó. Và dường như, ở cái tuổi thiếu niên, rất hiếm người viết được những câu thơ đã chín như Lê Hân: " thi đậu vào đệ thất/ tôi thấy mình bảnh thật (...) mai sau không kỹ sư/ cũng phải thành bác sĩ (...) không nên thành văn sĩ/ nhưng nếu vì không may/ sa tay vào cây bút/ phải viết cho thật hay/ đừng lộng ngôn lấy được". Để đạt được những mục đích khát vọng ấy, dường như cậu học trò Lê Hân phải: "Tự hứa sẽ chăm hơn/Luôn luôn đứng hạng nhất" (Mộng). Nhưng đọc, ta thấy có sự mâu thuẫn giữa thi ca và tư tưởng, con người Lê Hân. Và cái sự mâu thuẫn này, có lẽ đi qua hầu hết lứa tuổi của mọi học trò. Và Tình Học Trò là một bài thơ (chứa mâu thuẫn) như vậy. Vẫn ngũ ngôn, thể thơ dễ làm, khó hay, song cậu học trò Lê Hân đã xóa đi cái mâu thuẫn ấy, chinh phục được người đọc, bởi sự hồn nhiên, trong sáng và chân thực: "em học Phan Thanh Giản/ tôi học Phan Châu Trinh/ không chung trường, chung lớp/ chỉ chung một cuộc tình/ em không hề trốn học/ tôi đều đều cúp cua/ cổng trường em cây lá/ mọc thêm tôi, không thừa"

Với nghị lực và tài năng, Lê Hân sớm đến được cái đích mà mình đã chọn. Chiến tranh leo thang đến mức tàn khốc. Chẳng cứ miền Nam, mà miền Bắc cũng bom rơi máu chảy. Du học Hoa Kỳ là con đường đã mở ra (tương lai) cho Lê Hân, nhưng nỗi buồn cô đơn luôn dày vò trong lòng thi nhân. Buộc thi sĩ cuộn tròn nỗi cô đơn đó vào trong thơ. Và đọc Trên đường du học, bài thơ thất ngôn, Lê Hân viết về thời gian ấy, có những câu thơ rung lên cứ ngỡ là thán từ, làm cho lòng mình buốt nhói:"Không phải mồ côi mà đơn độc". Và nó là một bài thơ đánh dấu bước ngoặt đầu đời quan trọng nhất của thi sĩ Lê Hân:

"Bịn rịn nhìn quanh phi trường rộng
Người đưa người, đâu kẻ đưa ta
Không phải mồ côi mà đơn độc
nhìn mây thấy rõ bóng cha già" (Trên đường du học)

*** Tình yêu - nỗi nhớ về quê hương, đất nước.**

Tình yêu, một đề tài có lẽ bất cứ văn nhân, thi sĩ nào cũng đã thử bút qua. Nhưng sâu đậm và xuyên suốt sự nghiệp thi ca của mình như Lê Hân, thì quả thực không có nhiều. Với ông tình yêu là lẽ sống. Do vậy, nó như một sự trải nghiệm sống để yêu người và yêu mình của Lê Hân. Thật vậy, đặc điểm này thể hiện rất lãng mạn, đậm nét trong bài lục bát Thơ Tình Riêng Tôi. Với biện pháp nói quá (khẩu ngữ) mang tính triết lý nhân sinh: "một đời tôi chưa thất tình/ yêu người là để yêu mình rõ hơn/ nhớ nhung lãng mạn giận hờn/ bao nhiêu chiêu giúp tâm hồn trẻ luôn".

Thơ tình Lê Hân, nếu đọc thoảng qua, ta chỉ thấy được cái vỏ, cùng với những tiếng cười. Chẳng vậy, hôm rồi tôi có gã bạn đọc bài Luận về yêu của Lê Hân bảo: Gớm tình yêu, tình iếc gì của bác này (Lê Hân) cứ như bày binh bố trận vậy. Nhưng hãy đọc chậm lại một chút thôi, ta sẽ nhận ra tính triết lý ở đằng sau hình ảnh, câu chữ ấy. Bởi, các động từ cũ kỹ ấy được tác giả đặt đúng văn cảnh, nó trở thành từ mới nghĩa mới. Ở đây đã hoán đổi động từ (phục kích, lăm le, hay lấp ló) thành tính từ trạng thái chỉ mức độ, diễn biến tâm lý con người (em) bật ra những tiếng cười cho người đọc. Thủ pháp nghệ thuật này không mới, tuy nhiên độc đáo và sâu sắc như Lê Hân, không phải nhà thơ nào cũng làm được: "mỗi nhánh chữ đều có tôi phục kích/ nằm lăm le tình mộng trong tim/ em lấp ló, tức thì tôi nhận diện/ yêu hay không là chuyện của trái tim" (Luận về yêu).

Đi sâu vào đọc, ta thấy thơ tình Lê Hân luôn có sự biến đổi thống nhất diễn biến hành động cũng như tâm lý. Và phải nói, ông có cái nhìn, quan sát thật tỉ mỉ và tinh tế, mới viết được những câu thơ sinh động, chiều sâu về tâm lý đến vậy:

"yêu em chẳng phải dễ dàng

lệch con mắt ngóng, mòn bàn chân đi

tiếng cười bỗng chợt lạ kỳ

giọng nói bỗng đổi, nhiều khi lạ lùng" (Yêu)

Có thể nói, Lê Hân có sở trường về thơ lục bát. Và chắc chắn tôi chưa đọc hết thơ của ông, song những bài lục bát đã in, hoặc chưa xuất bản tôi đã được đọc không có bài thơ nào dở. Bởi, lục bát Lê Hân hình ảnh, từ ngữ giản dị, hồn vía rất gần với ca dao. Cho nên thơ ông không hề kén người đọc: "áo em mặc loãng nắng trời/ làm con bướm dạo lưng đồi quên bay.../ áo em có ướp ca dao/ hai tà khép mở đường vào cõi thơ" (Tà áo mùa thu).

Nếu được phép tuyển chọn, với tôi: Lục Bát Tình, và Thu Trong Lục Bát, hai bài thơ hay nhất ở thể loại này của Lê Hân. Hai bài thơ này đối nghịch nhau về thái độ, hành động, cũng như tâm lý của (hai) người tình xưa, khi gặp lại người thi sĩ. Thật vậy, nếu Lục Bát Tình ấm áp bao nhiêu: "mắt nồng ấm trải chiếu giường/

môi thơm từng nụ quê hương ru hời/ em hiền dịu đến cùng tôi/ thản nhiên như tự muôn đời có nhau“ thì Thu Trong Lục Bát lại hờ hững, lạnh lùng bấy nhiêu: “năm xưa nhặt lá thu vàng/ ép vào trang vở mơ nàng hóa thơ/ thu nay chợt thấy bất ngờ/ gặp lại khuôn mặt hững hờ năm xưa/ ngửa tay đựng mấy hạt mưa/ xoa lên mặt mũi vẫn chưa tỉnh người“. Đọc nó, không chỉ cho ta thấy rõ, cái giá trị của tình yêu, tính chân thực, mà còn thấy được tài năng, sự đa dạng trong thi ca và cuộc sống Lê Hân.

Sống và tiếp thu văn hóa Âu Mỹ, do vậy Lê Hân chịu ảnh hưởng khá sâu sắc hồn vía thi ca tiền chiến lãng mạn. Nếu ta đã đọc Đinh Hùng, Bích Khê hay Nguyễn Bính, thì không ngạc nhiên lắm, khi bắt gặp những câu thơ mượt mà, song ám ảnh, rờn rợn của Lê Hân:“có phải em từ một kiếp thu/ mắt xanh lấp lánh ngấn sương mù“ (Em, biển và trăng). Với giọng điệu này, ta bắt gặp nhiều ở những thể thơ thất ngôn và bát ngôn, đôi khi là lục bát của Lê Hân:

“và biết đâu chừng hai chúng ta

bay vào vũ trụ nhặt sao sa

mỗi sao là một con chim nhỏ

biết thở, biết cười, biết hát ca”. (Đón xuân)

Có lẽ, không thể thơ nào viết về quê hương đất nước hay và nhiều bằng lục bát. Chẳng vậy, mà Lê Hân đã dành riêng cả một tập thơ cho lục bát. Lục bát Lê Hân rất gần với ca dao. Đọc nó, tôi cứ ngỡ ông đang trộn tình yêu quê hương vào ca dao lục bát vậy. Cho nên, cả cuộc đời cầm bút Lê Hân cứ mải miết đi tìm lại hồn thơ cũ:

“mẹ ươm hạt giống ca dao

nở nhánh lục bát ngọt ngào Việt Nam

trời còn tinh khiết trăng vàng

đời còn sáu tám nồng nàn ấm tay" (Trích: Ngọn Tình Lục Bát)

Gần sáu mươi năm xa quê, xa tổ quốc, một lần về lại, làm cho bước chân Lê Hân ngập ngừng. Ký ức khó có thể xóa nhòa, dù hồn quê dường như đã mất. Những câu thơ mộc mạc, nhẹ nhàng, song đọc lên như một lời than tiếc nuối quặn thắt trong lòng: "bước chân không dám, ngập ngừng/ hình như tôi sợ rưng rưng mắt buồn/ làng quê ơi hỡi quê hương/ mất rồi gò mả những đường dọc ngang" (Thăm Làng).

Dù viết về quê hương, nhưng câu thơ nào của Lê Hân cũng buồn vời vợi. Không chỉ mất những con đường dọc ngang, mà còn vắng bóng người xưa. Và chỉ còn hình bóng lẻ loi xưa của chính mình chợt hiện về trong ký ức thi nhân: "chợ mai nắng hấp hơi người/ và tôi chạm mặt cái tôi thuở nào". Thăm Chợ Miếu Bông là một bài thơ mang mang nỗi u hoài như vậy của Lê Hân. Nó không thuộc trong nhóm những bài thơ hay, song Lê Hân làm cho người đọc phải bùi ngùi xúc động, bởi lời thơ chân thực, và dung dị: "xuống xe, đứng dựa cột đèn/ nhớ ra bỏ thuốc ngàn trăng thu rồi/ chờ mà chẳng đợi ai đâu/ bọn đàn em cũ theo nhau bỏ làng".

Lớp Cũ Trường Xưa, có thể nói là một trong những bài thơ hay nhất viết về thuở học trò của Lê Hân. Trước ngôi trường xưa tiêu điều, nám bụi, (dường như đã đổi họ thay tên) hình ảnh, kỷ niệm xưa chợt hiện về, làm cho nhà thơ bồi hồi xúc động. Nước mắt rơi, trộn trong nỗi buồn vui của mình: "tay nám bụi tôi vịn vào cửa lớp/ nhận ra mình ứa nước mắt hân hoan". Và trích đoạn dưới đây, không chỉ có lời thơ, hình ảnh đẹp, mà ta còn thấy khả năng đưa lối nói thậm xưng vào trong thơ của Lê Hân:

"tôi đứng tựa cổng trường đôi ba phút
mắt ngước nhìn mái ngói (đổ mồ hôi)
trời tháng bảy ngói (chồng nhau mấy lớp)
từng vách tường buồn lặng lẽ (bốc hơi)…
tôi gặp lại bín tóc nâu biết hát
đoạn ca dao phổ nhạc rất quen thân
tôi gặp lại những (bàn tay óng mát)
thơm hương me hương cốc ổi ... ngại ngần"

Lê Hân dành rất nhiều trang, nhiều giai đoạn viết về cha mẹ, gia đình. Rất nặng tình, với nhiều hoài niệm ở mọi hoàn cảnh, song thật đáng tiếc, nó không thuộc về những bài thơ hay của ông. Bởi, lời thơ nặng về kể lể, thiếu những hình tượng độc đáo như trang thơ viết về tình yêu, hoặc về quê hương, đất nước. Tuy nhiên, ở đó ta vẫn nhặt ra được những câu thơ với hình ảnh ẩn dụ/ so sánh hay, và sâu sắc: "Mẹ chẳng nói gì chỉ ngắm thôi/ giữa trưa trăng mọc thay mặt trời/ dịu dàng âu yếm tâm hồn mở/ tiếp tục cho con những vốn đời". (Mẹ)

Và (hầu như) Lê Hân viết gần hết về các nhà văn, nhà thơ và các nhạc sĩ là bạn bè, hoặc ông yêu mến. Tôi đã đọc khá nhiều người vẽ chân dung các nghệ sĩ bằng thơ. Song với tôi, Xuân Sách, Luân Hoán và Lê Hân là ba thi sĩ tôi khoái đọc nhất. Có điều đặc biệt, Lê Hân viết (vẽ) chân dung tuốt tuồn tuột các văn nghệ sĩ, từ Nam ra Bắc cho đến hải ngoại, bất kể nguồn gốc xuất thân. Sự không định kiến này, cho thi ca Lê Hân rất phong phú, và đa dạng. Do vậy, ai cũng có thể đọc, và tự suy xét đánh giá. Ta hãy đọc hai trích đoạn về Nguyễn Ánh 9 (gốc Nam) và Trần Tiến (gốc Bắc) hai nhạc sĩ tài hoa, đức độ dưới đây, vẫn bằng thủ pháp, ngôn ngữ thậm xưng để thấy hình ảnh lời thơ rất đẹp và công bình của Lê Hân:

"bén duyên trên phím dương cầm
mười ngón tay thở dần dần tỏa hương
khởi đi từ một nỗi buồn
Không... không... để có yêu thương một đời"

(Nguyễn Ánh 9)

"độc huyền cầm khúc thủy tinh
Nguyễn Du giao lại tay linh hiển trồng
cũng nhờ lòng dạ trổ bông
nên dòng nhạc mới như sông đưa người"

(Trần Tiến)

Cũng như những nhà thơ cùng thời (cùng tuổi Nguyễn Trọng Tạo, hay Trần Mạnh Hảo) đề tài về tình yêu, và quê hương đất nước có thể nói là quan trọng nhất trong những năm tháng dài sống và viết của Lê Hân. Và chính nó là nền tảng, vốn sống cũng như nghị lực để ông đến với những trang thơ mang tính thời sự, xã hội.

*** Dòng thơ này xin đắp thành bia mộ. (thơ thế sự)**

Có lẽ, chỉ có những biến động lớn của xã hội, con người mới làm ngòi bút của Lê Hân thực sự rung động chăng? Do vậy, Lê Hân gửi hồn vào thơ thế sự, xã hội không nhiều. Tuy vậy, thơ thế sự Lê Hân không hề lên gân, đao to búa lớn. Bài nào của ông cũng rất nhẹ nhàng, và sâu sắc. Cái đặc điểm nghệ thuật miêu tả, và tự bộc lộ nội tâm, dường như Lê Hân làm cho người đọc dễ cảm thông hơn chăng: "Sớm ba mươi tháng ba/ Đà nẵng chết hôm qua/ Tôi ngồi trên cao ốc/ Tay tỳ chồng hồ sơ …/ Sao lòng tôi bối rối/ Sao chân tay không yên/ Tiếng cười của đồng nghiệp/ Bỗng nhiên thành vô duyên" (Đà Nẵng 29-3). Đà Nẵng thất thủ, một viễn cảnh điêu tàn về gia đình, xã hội, làm cho Lê Hân bối rối, và lo lắng. Đi giữa phố đông người, mà Lê Hân cảm thấy mình trống rỗng. Cùng với sự cô đơn, giá lạnh, để cho ông viết nên những câu thơ thật bùi ngùi, xúc động: "Xe chạy giữa phố đông/ Trăm ngàn người trước mặt/ Lòng tôi lạnh, trống không". Và vẫn là những lời tự sự, song thơ Lê Hân nặng hơn cả ngàn trang cáo trạng: "Cha tôi vừa 79/ Già một đời ngụy quyền/ Anh tôi làm công chức/ Sau khi là ngụy quân… /Em tôi bỏ hẳn trường/ Bà con tôi thất sắc/ Đồng bào tôi tang thương/ Vị cà phê quá đắng" (Đà Nẵng 29-3).

Lê Hân nhận ra, nguyên nhân của làn sóng dữ, dẫn đến những biến cố tang thương, và chứng kiến hàng trăm ngàn con dân đất Việt bị nhấn chìm giữa biển cả: "làn sóng dữ từ Mạc Tư Khoa háo hức/ kéo Bắc Kinh, Việt Bắc dậy cơn cuồng/ sóng nhổ người bén rễ giữa quê hương/ phải bật gốc ùn ùn ra biển cả/ sự sống mỏng vật vờ như chiếc lá". Hiện thực ấy, gây cho Lê Hân một cảm xúc mạnh để viết: Bia Mộ Thuyền Nhân. Với tôi, đây là bài thơ sâu sắc nhất của ông về đề tài này. Đọc Bia Mộ Thuyền Nhân của Lê Hân làm cho tôi lại nhớ đến những câu thơ cùng tâm trạng của Trần Mạnh Hảo: "Những người Việt Nam vượt biên chết chìm trên biển…/ Chết rồi còn giơ tay cầu cứu/ Chết rồi còn quờ tay tìm lối thoát/ Đâu nhà văn, đâu người cầm bút". Vâng, và cái nỗi đau của mình nằm trong nỗi bất hạnh của dân tộc, người cầm bút Lê Hân mượn dòng thơ để vuốt mắt, đắp bia mộ cho chính những nhân vật của mình:

"tôi chẳng dám nhìn lâu dòng bi kịch…

những cánh tay, những thân xác nhạt nhòa

chới với mãi trong hồn tôi u uất…

dòng thơ này cũng xin là bia mộ"

Không dừng ở đất Việt, Lê Hân còn đi sâu vào thế sự, xã hội ở Hoa Kỳ, hay Canada nơi ông cư ngụ. Mỗi biến cố đều được ông nghi lại bằng thơ, qua góc nhìn, cảm xúc riêng của mình. Qùa Cho Người Lính Mỹ, Vòng hoa cho Hoa Kỳ…là những bài thơ như vậy của Lê Hân. Nó không chỉ ghi lại những hiện thực, mà còn cho người đọc một lòng nhân ái, qua lời thơ rất đẹp của ông: "Khi không nhớ New York/ Nhớ cao ốc sinh đôi/ Nhớ chỗ mình đang đứng/ Thử giơ tay với trời/ Khi không ngồi tưởng tượng/ Gặp kỹ sư Nguyễn Khang/ Bốn ngọn nến ai thắp/ Vào ngày sinh nhật An?/ Khi không sao thấy nhớ/ Loanh quanh trái đất này/ Giật mình chợt phát hiên/ Nụ hoa cầm trong tay" (Vòng hoa cho Hoa Kỳ)

Có thể nói, ba đặc điểm chính trong thi ca Lê Hân cũng là những đặc điểm làm nên nền móng văn học Việt hải ngoại. Vào cái tuổi 76, Lê Hân vẫn miệt mài viết, và chăm lo in ấn sách ở Nhà xuất bản Nhân Ảnh cũng như tạp chí Ngôn Ngữ của mình. Tôi chưa một lần được gặp gỡ, hay chuyện trò, song mỗi lần đọc Lê Hân cứ làm cho tôi nhớ đến nhà văn Trần Hoài Thư, cả cuộc đời tận tụy cho Văn học Việt Nam.

Leipzig 21-8- 2023

KHÁNH TRƯỜNG - CHUYỆN CHƯA CÓ HỒI KẾT

(Vài suy nghĩ nhân đọc Truyện ngắn Khánh Trường tập 1)

Dường như, mỗi người thường có một thói quen, đặc điểm riêng nào đấy, khi đọc, hay nghiền ngẫm. Và tôi cũng vậy, đôi khi đang đọc người này, bất chợt liên tưởng đến văn của người khác. Sự so sánh, liên tưởng ấy, quả thực đẻ ra cho tôi những điều thú vị, nhất là ở các nhà văn đã từng là lính chiến, viết sau 1975 ở hải ngoại. Do vậy, khi đọc Khánh Trường, tôi nghĩ ngay đến Cao Xuân Huy, Tưởng Năng Tiến, và đọc Tưởng Năng Tiến hình ảnh Cao Xuân Huy, Khánh Trường từ đâu lù lù mò đến. Không hẳn giọng văn, mà bởi ba bác nhà văn này đào xới cái mặt trái của chiến tranh, của con người, xã hội, một cách rất tận tình. Sự thẳng tưng ruột ngựa này, gây ác cảm, ít nhiều động chạm đến đồng đội cũ, dẫn đến nhiều phiền toái, song ngòi bút, sự can đảm của họ vẫn đi đến tận cùng.

Thật ra, tôi đã đọc nhiều Cao Xuân Huy và Tưởng Năng Tiến, còn Khánh Trường dường như mới chỉ đọc vài, ba bài thơ, truyện ngắn của ông mà thôi. Tuy nhiên, tài năng hội họa, cũng như lòng can đảm, sự tự tin, dám đi giữa hai làn đạn, với mấy mươi năm chủ biên, dẫn dắt Tạp chí Hợp Lưu làm cho tôi cảm phục, mến yêu ông. Mấy hôm trước, nhà thơ Luân Hoán từ Canada gửi tặng tôi cuốn: Truyện Ngắn Khánh Trường Tập1. Nhận sách, tôi đọc ngay, và quất một mạch ngay trong ngày. Có thể nói, đây là một trong những tập truyện hay, lạ nhất tôi đã được đọc trong thời gian gần đây. Lạ, bởi vẫn những người lính, thân phận ấy, nhưng Khánh Trường đi sâu vào khai thác mặt trái của họ, trong và sau chiến tranh. Một mảng đề tài tôi nghĩ, bị bỏ ngỏ từ trước đến nay. Và cùng những khẩu ngữ dân dã, hè phố mang tính giang hồ đã làm nên một giọng văn độc đáo Khánh Trường. Có một điều đặc biệt nữa, cũng như cuộc đời (người lính) nhà văn Khánh Trường, những thân phận nhân vật trong truyện của ông đều bỏ ngỏ, không hồi kết. Vâng, đó là những cái kết mở, buộc người đọc phải suy nghĩ, hoặc như viết tiếp cùng tác giả vậy.

Nhà văn, họa sĩ Khánh Trường sinh năm 1948 tại Quảng Nam. Ngay từ tuổi thơ ông đã phải lăn lộn chốn giang hồ. Chuỗi ngày nhiều đắng cay, ít ngọt ngào ấy, như chất liệu sống để cho ông viết nên những tác phẩm hiện thực, sinh động sau này. Và khi bước được ra khỏi vũng bùn đó, bằng nghị sống, bằng đam mê, Khánh Trường tự học, tự mày mò để trở thành (các loại nhà) họa sĩ, nhà văn, nhà thơ, và nhà báo tên tuổi, tài hoa như ngày nay. Cũng như bạn bè cùng thế hệ, cuộc đời Khánh Trường đi qua chiến tranh, gắn chặt với thân phận đất nước. Do vậy, năm 1968 ông phải vào lính. Sau biến cố 1975 một thời gian khá dài, ông mới vượt biển và định cư tại Cali-Hoa kỳ. Những năm gần đây, bệnh tật tưởng chừng nhiều lần đã quật ngã ông, nhưng bằng nghị lực sống Khánh Trường vẫn miệt mài vẽ, và viết.

Là một tác giả viết, vẽ đủ các thể loại và làm báo đã rất lâu rồi, nhưng không hiểu sao những tác phẩm của Khánh Trường phổ biến trên (mạng) internet rất ít. Và dù có cố gắng tìm tòi, tôi cũng chỉ đọc được một tập: Truyện ngắn Khánh Trường tập 1. Tập truyện này, ông đã chọc vào cái ung nhọt, với nhiều khía cạnh của cuộc sống, con người. Tuy nhiên, bài viết này, tôi chỉ đi sâu vào chân dung người lính, và hồn vía tư tưởng, bút pháp Khánh Trường trong khuôn khổ tập truyện này, qua góc nhìn chủ quan của tôi mà thôi.

Sống trong giới du đãng giang hồ, rồi lăn lộn nơi chiến trường, cho nên hình ảnh, thân phận con người, nhất là người lính đậm nét và xuyên suốt trang văn Khánh Trường. Đọc ông, ta không chỉ thấy cái bi thương, hay sự kệch cỡm, ti tiện của con người, mà còn bắt gặp những lời mỉa mai một cách sâu cay đến tầng lớp thượng tầng, chóp bu, thông qua hình ảnh so sánh, với nghệ thuật hồi tưởng đan xen, làm cho người đọc phải bật ra tiếng cười trong sự đớn đau.

*** Sự tàn khốc, tâm trạng của người lính nơi chiến trường.**

Nếu ta đã đọc Phạm Tín An Ninh, Song Vũ, hay Trạch Gầm, thì hình ảnh người lính dưới bom rơi đạn nổ ấy, khác hẳn với người lính trong những trang văn Khánh Trường. Sự bi quan, khiếp đảm của người lính dưới ngòi bút Khánh Trường có lẽ chỉ là cá biệt, song phần nào đấy, bật lên hết cái sự tàn nhẫn của chiến tranh, cũng như tâm trạng thực của họ. Em có yêu anh không, là một truyện ngắn như vậy của Khánh Trường. Không biết, hình ảnh sợ sệt, yếu đuối của người sĩ quan trẻ đó có phải là hiện thân của Khánh Trường hay không? Nhưng những hình ảnh tang thương và sinh động này, tôi nghĩ, chưa trải qua, Khánh Trường khó có thể tưởng tượng và viết được như vậy:

"Tôi chạy lúp xúp sau Kh, một thằng lính vượt qua mặt tôi, nó hét: Chuẩn úy cúi thấp cái đầu xuống, coi chừng không có chỗ đội nón... Tôi chưa kịp nhìn xem thằng lính là ai thì hắn bỗng bật ngửa ra sau, giãy đành đạch, cái nón sắt văng khỏi đầu, lăn long lóc vào đám cỏ cao, cánh tay trái của hắn bung lên, đập vào ngực tôi, rơi xuống chân, co giật liên hồi. Tôi điếng người, vội nhủi vào một gốc cây, úp mặt sau lớp vỏ sần sùi." (Em Có Yêu Anh Không)

Và người lính trẻ Khánh Trường đã nhận ra: Chiến tranh, chỉ là một trò chơi của những dã thú đội lốt người. Và chiến tranh với mục đích, hay nhân danh chủ nghĩa, lý tưởng nào đi chăng nữa cũng ngập ngụa máu tanh, hận thù. Do vậy, ngòi bút ông như một chiếc cần, đưa mức độ tàn sát, dã man của cả hai bên chiến tuyến lên bàn để cân đong đo đếm. Với thủ pháp so sánh mang tính điện ảnh, kịch trường sân khấu, Khánh Trường đã bóc trần bộ mặt thật của chiến tranh một cách trần trụi, sinh động hơn. Và thủ pháp này, góp phần làm nên truyện ngắn Bàn Tay Trái đặc sắc của Khánh Trường. Đọc nó, làm cho tôi liên tưởng đến cái cách giết người dã man của những người lính ở hai bên chiến tuyến Bắc - Nam trong Tiểu Thuyết Vô Đề của nhà văn Dương Thu Hương. Thật vậy, nếu ai chưa đọc Tiểu Thuyết Vô Đề, mà bắt gặp ngay kiểu giết người thời trung cổ của lính phương Bắc dưới ngòi bút Khánh Trường, tôi nghĩ, sẽ bị ám ảnh, dẫn đến chứng mất ngủ lâu dài là cái chắc:

"Đó là xác của một binh sĩ đơn vị bạn bị địch quân bắt. Sau khi khai thác anh lính đến tơi tả - những vết nứt ngang dọc trên thân thể trần truồng chứng minh điều đó - họ chặt đầu anh. Thủ cấp được cắm trên cọc tre, ngay dưới gốc cây, hai con mắt lồi ra ngoài, miệng há hốc, những chiếc răng cửa bật gốc ngả nghiêng, máu khô quánh hai bên khóe, mảng tóc ngắn bết máu không che kín được vầng trán cày sâu vết dao nhọn vạch thành chữ ngụy, lũ kiến đỏ vẽ trên da mặt những đường nứt ngoằn ngoèo ngang dọc. Địch quân đã treo xác lên cây, xiên đầu qua cọc nhọn cắm giữa lối đi, như một lời cảnh cáo, uy hiếp tinh thần đơn vị đến sau..."

Và ngòi bút Khánh Trường quẳng lên bàn cân cái hành động giết người của người lính Nam cũng không khác gì lục lâm thảo khấu. Vâng, dường như cán cân man rợ ấy, giữa lính Bắc và lính Nam trở về mức thăng bằng chăng:

" Hắn nằm nghiêng, cong queo bất động,chỉ có tiếng rên nhỏ, thật nhỏ phát ra ri rỉ như tiếng muỗi vo ve. Một người lính dùng mũi súng lật ngửa gã cán binh, hắn cố mở lớn hai con mắt đã lạc thần, nhìn. Thanh niên có cảm tưởng trong hai hố mắt sâu hoắm ấy một tia hy vọng vừa lóe sáng. Người lính quay hỏi viên trung sĩ tiểu đội trưởng: "Mình đưa hắn đi gặp Bác chứ?" Viên trung sĩ gật đầu. Lập tức, khóa an toàn bật kêu, và tiếp theo, một chuỗi tiếng nổ dòn tan. Gã cán binh nẩy ngược vài cái, đôi mắt trắng dã, đứng tròng. Không kịp đợi cái xác nằm im, người lính cúi xuống, rất bình thản tuột chiếc khâu vàng trên ngón tay đeo nhẫn của gã cán binh, bỏ túi, đứng dậy quay lui, không thèm nhìn lại lần thứ hai cái xác do chính anh vừa giải phóng." (Bàn Tay Trái)

Và đi sâu vào đọc văn học thời chiến, ta có thể thấy, nếu những người lính ở hai bên chiến tuyến trên trang văn Trần Hoài Thư, Lữ Quỳnh, hay Thảo Trường vẫn còn lại cái tình đồng loại, sự cảm thông cho nhau, thì với Khánh Trường, chiến tranh đã giết chết cái tình người còn sót lại ấy. Và chính nó đã biến những con người trong sáng, lương thiện trở thành ác nhân. Không phải là tất cả, song quả thực người lính nơi chiến trường, giữa sống và chết còn có hành động, khuôn mặt đen ngòm như vậy nữa. Từ khía cạnh, góc nhìn đó, Khánh Trường đã khai thác, đặt lên trang viết của mình. Tuy nhiên, ông không những vấp phải sự phản ứng của đồng đội, mà còn cả của những người lính bên kia chiến tuyến. Có thể nói, viết được những trang văn này, cần lắm sự dũng cảm của nhà văn Khánh Trường.

Và chiến tranh càng khốc liệt, càng đánh mạnh vào tâm lý người lính. Sự giao động tinh thần dẫn đến cái bi quan, chán chường ấy, đã được Khánh Trường miêu tả rất sâu sắc và chân thực. Có thể nói, ông là nhà văn có tài đi sâu vào miêu tả, so sánh, phân tích diễn biến nội tâm nhân vật:

"Suốt nửa tháng sau ngày chứng kiến cảnh ấy, thanh niên đêm ngủ thường giật mình choàng tỉnh, khắp người lạnh toát, van tim chừng như bị ai bóp nghẹt. Chỉ một năm, thanh niên chứng kiến bao nhiêu thảm kịch. Người chết, đủ kiểu đủ cách. Người bị truy lùng, vây bắt, tra tấn, cũng đủ kiểu đủ cách...Trên khắp mọi nẻo đường thanh niên đã đi qua, trùm phủ một màu xám, bao la, hun hút. Màu xám tối ám như bầu trời mùa đông sụt sùi mưa bão thanh niên sẽ phải chịu đựng những ngày sắp tới." (Bàn Tay Trái)

Không dừng lại ở bi quan, mà sự khiếp đảm dẫn đến những hành tiêu cực của người lính. Thật ra, hành động tự hủy hoại một phần thân thể để rời chiến trường, hoặc khỏi phải đi lính, không phải chỉ có ở một số lính tráng, thanh niên miền Nam, mà thanh niên miền Bắc lúc đó cũng vậy. Vâng, và vẫn truyện ngắn Bàn Tay Trái. Nó tiêu biểu nhất ở đề tài này của Khánh

Trường. Đọc nó, chợt nhớ lại, khoảng năm 1969-1970 lúc đó tôi còn rất nhỏ. Một lần đi học về, vô tình nhìn thấy anh hàng xóm kê tay lên bậu cửa, dùng dao thái chuối, băm bèo cho lợn, tự chặt đứt phăng hai ngón tay của mình, để khỏi phải đi bộ đội. Cảnh tượng ấy làm tôi bị ám ảnh suốt tuổi thơ. Và cho đến nay, tóc đã bạc nửa mái đầu, mỗi lần nghĩ đến tôi vẫn chờn chờn, rờn rợn. Không rõ cuộc sống anh hàng xóm hiện nay ra sao. Ngày đó, quả thực anh không phải đi bộ đội, nhưng bị trói lại, dong đi khắp nơi, với tấm biển treo trước ngực: Thanh niên như tôi là mất nước, trong tiếng trống, tiếng phèng la… Và ta hãy đọc lại trích dưới đây, để thấy rõ, từ diễn biến tâm lý ấy, dẫn đến hành động tiêu cực của người lính, tuổi trẻ miền Nam (nói riêng, và cả hai miền nói chung) dưới ngòi bút rất chân thực Khánh Trường:

"Trong tích tắc, ý nghĩ bật thành quyết định, thanh niên không kịp đắn đo, anh vội vã kê cánh tay trái lên gò mối, tay còn lại nâng cây súng, chĩa mũi vào lòng bàn tay, nhắm mắt, nghiến răng, bóp cò. Thanh niên dội bật ra sau, có cảm tưởng một nhát búa tạ vừa đập xuống giữa lòng bàn tay, anh hét lớn, cây súng rơi xuống chân. Thanh niên ngã vật ra, máu bắn tung tóe khắp mặt mũi quần áo, anh muốn ngất đi…" (Bàn Tay Trái)

Nếu đọc Khánh Trường, ta chỉ cảm được một thứ bạo lực dục tình, nảy sinh từ sự tàn khốc của chiến tranh, thì quả thực mới thấy được cái vỏ. Mượn những hình ảnh đó để giễu nhại sự hèn nhát của tướng lĩnh, hay những kẻ quyền thế lưu manh mới là cái cốt lõi ông muốn dẫn dắt, truyền tải đến người đọc. Ngay từ ngày đầu cầm bút ta đã thấy được thủ pháp nghệ thuật so sánh, hoán dụ này ở truyện ngắn: Có Yêu Em Không của ông. Với giọng điệu kinh bạc, lời văn dân dã, Khánh Trường đan xen tình tiết, mang tính phim ảnh kịch trường, những hình ảnh cưỡng tình, lợi dụng lòng tin ấy, đã bóc trần bộ mặt thật của những kẻ hại nước lừa dân. Một đoạn văn rờn rợn, trong tiếng mõ kinh cầu cho người lính tử trận, lồng vào những pha cưỡng dục, lừa tình như vậy dưới đây, sẽ làm sáng tỏ những đặc điểm này trong truyện ngắn Khánh Trường:

"Dưới nhà, tiếng kinh tụng của hai vị sư bắt đầu hòa cùng nhịp chuông mõ. Tôi nhìn xuống những ngọn đèn cầy trên nắp áo quan lao chao sáng. Ánh sáng hắt lên căn gác mù mù… Tôi gác chân đè nghiến hai đùi con nhỏ, bàn tay còn lại mò tìm cái khuy quần…Cả đời, tôi thù ghét thậm tệ những cái khuy cái móc kể cả những cái khuy cái móc vô hình trừu tượng, đại loại kiểu nói năng ba que xỏ lá móc hầu móc họng làm cho con người ta nghe xong tức ói máu trào đờm. Con nhỏ vội chụp bàn tay tôi lại. "Em lạy anh... đừng anh... anh... anh... đừng..." Không thể đừng được nữa rồi. Đã bước lên diễn đàn, đã hiệu triệu quốc dân, ai quăng súng cuốn cờ bỏ của chạy lấy người, mặc bố chúng nó, đồ hèn nhát Việt gian bán nước! Chúng ta phải sát cánh cùng nhân dân chiến đâu đến giọt máu cuối cùng! Không thể đừng được nữa rồi. Tôi thì thào bên tai con nhỏ…" (Có Yêu Em Không)

Viết về sau biến cố tháng 4-1975, giọng văn Khánh Trường càng trần trụi, cay nghiệt, và thâm thúy hơn. Ông viết về Sex, phơi bày tình dục, trong truyện ngắn Đêm mưa, song tôi không thấy cái cái nhục dục, nhầy nhụa ở đó, mà chỉ thấy sự nhầy nhụa hiện lên từ (lời) ông tổng thống trong ngày Saigon hấp hối. Thật vậy, vẫn biện pháp hoán dụ, Khánh Trường mượn nhà thổ, đĩ điếm để phơi bày bản chất ươn hèn của giới cầm quyền, làm cho người đọc phải bật ra tiếng cười chua chát. Và từ đó ta có thể thấy, Khánh Trường là nhà văn có trí tưởng tượng và sự liên tưởng thật phong phú:

"Riêng tôi, sáng ba mươi tháng Tư đơn vị tan hàng, tôi cởi bỏ bộ quân phục, nhủi vào động nằm với con đĩ. Lúc ông tân tổng thống lên đài ra lệnh cho binh sĩ bỏ súng quy hàng, tôi đang hùng hục mê tơi trên bụng con đĩ, sau khi đã nốc nửa lít rượu đế cộng với ngổn ngang rựa mận chả chìa lá mơ củ riềng cùng với đám chiến hữu ở một quán thịt cầy gần khu nhà thổ. Chẳng hiểu tại cái lệnh đầu hàng chó chết nó làm tư tưởng tôi phân tán hay tại nửa lít rượu mà cuốn băng ghi âm những lời vàng ngọc của ông tân tổng thống được phát lại đến lần thứ tư tôi vẫn chưa ra. Con đĩ càu nhàu: Uống cho cố vào, lâu như quỷ. Tôi cười hềnh hệch" (Đêm Mưa)

Có thể nói, văn thơ Khánh Trường đi sâu được vào lòng người đọc như vậy, bởi ông đã mở ra một con đường đi riêng cho mình. Ngoài khai thác đề tài khó nhằn, dễ va chạm, ít có người dám thử bút, Khánh Trường còn là nhà văn có tài sử dụng biện pháp tu từ ẩn dụ, liên tưởng so sánh, với lời văn rất mộc mạc, dân dã. Văn ông không kén người đọc. Từ ông giáo sư cho đến người lao công vẫn có thể bật ra tiếng cười sảng khoái, hay mỉa mai như nhau, khi đọc Khánh Trường. Do vậy, khi nghiên cứu, hay đánh giá Văn học Việt trước và sau chiến tranh, những trang văn độc đáo này của Khánh Trường không thể, không nhắc đến.

*** Thân phận người lính sau chiến tranh.**

Sau 1975, khi các nhà văn ở hải ngoại, hay còn ở trong nước thường hồi tưởng về chiến tranh, hoặc viết về những năm tháng cải tạo tù đày, thì Khánh Trường đi sâu vào khai thác cái tráo trở, bạc bẽo của con người. Có một điều gây cho tôi những cảm xúc đặc biệt, khi cùng viết về tình người sau chiến tranh đối với người lính thất trận: Nếu trong truyện ngắn Trả Tiền, Cao Xuân Huy để tình người còn sót lại ở trong cô gái điếm, thì đến Đêm Mưa của Khánh Trường dường như, cái tình đồng loại ấy hoàn toàn không còn nữa. Sự cạn tàu ráo máng đó, như một bức tranh hiện thực nhớp nhơ, với nỗi bần cùng, ô nhục của người lính thất trận, mà Khánh Trường đã vẽ nên.

Vâng, đọc Đêm Mưa của Khánh Trường, tôi không chỉ nhớ đến Trả tiền của Cao Xuân Huy, mà còn nhớ đến cả tiếng chửi ngoa ngoắt trong truyện Những Đứa Trẻ Đầu Thai Giữa Hàng Rào của Thảo Trường. Thật vậy, với tôi, truyện ngắn Đêm Mưa, hay và điển hình về đề tài này của Khánh Trường. Và đoạn văn, hay những câu liên hoàn chửi dưới đây, Khánh Trường cho ta thấy, nhân phẩm của con người bị chà đạp như thế nào, dưới cái đạo đức, tình người đã bị đảo lộn tùng phèo ấy:

"Con đĩ tru tréo: Đụ má tao tởm mày lắm rồi. Bắt đầu từ bây giờ, mạnh đứa nào đứa đó tự lo lấy thân, mày đừng báo cô tao nữa, hãy để cho tao yên. Đụ má, một năm nay vì mày mà tao thân tàn ma dại, mày thấy không?...Tôi cố nuốt cơn giận cho trôi tuột xuống bụng. Mặc mẹ nó, nhịn một chút chẳng chết ai…Đây đâu phải lần đầu tiên con đĩ giở giọng với tôi! Con đĩ giở giọng kể từ lúc nó biết tôi đã hết thời. Phải, quả thật tôi đã hết thời. Ngày trước tôi thuộc hạng có máu mặt, tuy chẳng lon lá chức phận, nhưng bộ đồ rằn ri cũng tạo được cho tôi cái uy tín đáng kể với bọn du đãng cao bồi đâm cha giết chú quanh vùng này." (Đêm Mưa)

ꝏꝏꝏ

Trốn được địa ngục trần gian nơi nhà tù cải tạo, nhưng cuộc sống của người lính ấy ở tận đáy của xã hội. Không chỉ có nhân phẩm, mà thể xác cũng bị đọa đày. Không thể làm phép so sánh, song dưới ngòi bút trần trụi này của Khánh Trường, thì có lẽ nhiều người sẽ chọn nơi cải tạo tù đày chăng:

"…giáp với cánh đồng rộng trồng rau cải nực nồng mùi phân người. Căn chòi trước kia có lẽ là một cái chuồng trâu bỏ hoang. Sau ngày biến động, khu nhà thổ bị ruồng bố, bọn tôi dẫn nhau ra đây, góp nhặt được mấy tấm tôn cũ, mớ ván thùng cùng ít tre trúc, gỗ tạp sửa sang lại…phía sau dựa lưng bãi tha ma…Mùa đông, côn trùng, muỗi mòng, giun dế, dơi chuột, ếch nhái, và dĩ nhiên cả rắn rít bò vào chòi tìm chỗ trú" (Đêm Mưa).

Tuy bi thương và cùng cực là vậy, song những ước mơ, khát vọng (của con người nói chung và) của người lính nói riêng vẫn mãnh liệt. Có thể nói, văn thơ Khánh Trường không chỉ đan xen tình tiết hiện tại, với những ký ức đã xa vời vợi, mà còn có lời văn dân dã, trần trụi lồng vào những hình ảnh, lời văn gợi cảm, mượt mà. Đoạn trích có những hình ảnh, ước mơ và khát vọng rất đẹp dưới đây sẽ cho ta thấy rõ điều đó:

"Thung lũng mở ra bát ngát. Vành trăng lặn từ lúc nào tôi không hay. Về phía đông, chân trời đã rạng, và rất nhanh, khối lửa đỏ ối, to như một cái nong trồi lên, nhuộm đỏ khúc sông trước mặt. Chúng tôi dừng lại bên này bờ, nước sông dâng cao, sóng nhỏ lăn tăn tràn lên bãi cát lấp lánh lân tinh. Từ bụi ô rô cách chỗ chúng tôi đứng mươi bước, đàn vịt trời chợt vỗ cánh bay lên, tiếng cánh đập lạch phạch đồng loạt phá tan bầu khí tĩnh lặng của buổi bình minh. Mặt nước xao động, màu máu đỏ lềnh vỡ ra, lung linh huyền ảo. Huệ nói: Mình về nhà nhé! Tôi gật đầu". (Đêm Mưa)

Tuy mang tính chân thực, song đôi khi ta bắt gặp những trang văn, hình ảnh tưởng tượng quá mức của Khánh Trường. Đành rằng tiểu thuyết, truyện ngắn văn học phải có hư cấu, song cái sự hư cấu ấy, người đọc có thể chấp nhận được. Tôi sinh sau đẻ muộn, không phải trải qua những năm tháng đẫm máu này, và hoàn toàn chỉ hiểu chiến trường qua sách báo. Tuy nhiên, khi đọc đoạn văn Khánh Trường miêu tả sự trả thù của người lính với viên đại úy ở nơi chiến trường một cách bẩn thỉu, hạ cấp, nằm ngoài sức tưởng tượng của tôi. Đêm Mưa là một truyện ngắn rất hay, và gây cho tôi nhiều cảm xúc, song đọc đến đoạn văn này đã cắt ngang dòng cảm xúc ấy của tôi:

"Bạn bè đồng đội nhìn tôi khinh bỉ, dưới mắt chúng nó, tôi là tên nịnh bợ hèn hạ mất hết nhân cách làm người. Chúng nó tránh tôi như tránh hủi. Mặc kệ, tôi bất cần, tự an ủi, cứu cánh biện minh cho phương tiện. Làm sao chúng biết được niềm sung sướng hả hê tôi đang có được? Quả vậy, còn sung sướng nào hơn khi mỗi ngày hai bữa cơm, do chính tay tôi nấu nướng hầu hạ, tên đại úy đã táp ngon lành phần ăn thơm tho béo bổ, phần ăn đã được tôi trộn thêm vào mỗi lần một ít cứt của chính tôi?" (Đêm Mưa)

*** Nỗi buồn nơi đất khách.**

Và người lính ấy cũng đến được nơi phải đến. Nhưng nỗi đau về tinh thần dường như cứ đeo bám mãi không thôi. Nếu người đàn bà mở lòng đón nhận người phế binh cụt chân là cái kết của thiên truyện Chung Cuộc, thì ở Chắp Vá vẫn người phụ nữ ấy đã ruồng bỏ người chồng, một cựu trung đoàn trưởng. Vâng, có thể nói, ngòi bút Khánh Trường đã chọc vào mọi ngõ ngách của cuộc sống. Với khẩu ngữ, lời văn sắc lạnh, cùng hình ảnh so sánh mang tính miệt thị, làm người đọc có sự đồng cảm hơn với nỗi đau, cái khốn cùng của người sĩ quan lỡ vận, trước lòng tham, sự tráo trở của người đàn bà bao năm chăn gối: "Cậu A ngày trước chỉ là trung sĩ dưới quyền anh xa lắc, bây giờ cũng kỹ sư như ai, anh không đáng xách dép cho nó…Thằng B chí thú tiến thân, bây giờ nếu lấy tiền của nó đem mà đốt thì cỡ mười thằng như anh cũng thành tro…Bộ anh không biết nhục sao?" (Chắp Vá)

Vẫn mượn thiên truyện Chắp Vá, Khánh Trường không chỉ gắn trách nhiệm của từng cá nhân, mỗi con người với thất bại, nỗi đau quá khứ, mà còn bóc trần tính cách giả dối, sĩ hão, với những hội đoàn người Việt bát nháo hiện nay. Bởi, nó đang lặp lại hình ảnh, sự ham muốn danh tiếng, uy quyền, y chang ngày tháng cũ nơi quê nhà vậy. Có thể nói, viết truyện Chắp Vá là sự dũng cảm, dám đi giữa hai làn đạn Cộng Hòa và CS của nhà văn Khánh Trường. Bởi, đang lúc hừng hừng nước sôi lửa bỏng như vậy, ông đã dám chọc thẳng vào cái tổ ong vò vẽ đó:

"Lỗi là lỗi của các anh, không chịu biết người biết ta, không thấy được cái u mê của mình, bao nhiêu năm rồi còn khư khư ôm chặt cái dĩ vãng vàng son, rồi phẫn nộ chửi trời chửi đất, chửi Cộng Sản, chửi chế độ, chửi cấp chỉ huy, chửi lãnh đạo, làm như mọi tội lỗi đều do thiên hạ, bởi thiên hạ, còn mình tiết sạch giá trong. Lại còn trò lập bang lập hội, chia bè kết nhóm, nay ra thông cáo, mai đăng nghị quyết, mốt đọc kiến nghị. Làm được quái quỷ gì chẳng thấy, chỉ thấy tốn rượu tốn thịt, chỉ thấy thằng này chửi thằng kia, hội này tố hội nọ, bôi bùn trét cứt vào mặt nhau, thua cả phường đá cá lăn dưa Chợ Cầu Ông Lãnh." (Chắp Vá)

Có thể nói, giễu nhại, châm biếm là những thủ pháp nghệ thuật góp phần làm nên trang văn Khánh Trường. Đây là thủ pháp nghệ thuật truyền thống, đã được nhiều nhà văn sử dụng trước đây. Tuy nhiên, không phải ai cũng thành công. Không hề có ý so sánh, song đọc truyện ngắn Mr Trần của Khánh Trường chợt làm tôi nhớ đến cái món chọc ngoáy (châm biếm) của những Vũ Trọng Phụng, Ngô Tất Tố hay Tam Lang, Hoàng Đạo. Cười đấy, nhưng mà đau. Ở hải ngoại với tôi hiện nay, có lẽ, Tưởng Năng Tiến và Khánh Trường là hai cây bút viết khá sâu cay ở thể loại này? Có thể nói, Mr Trần là truyện ngắn hay, và tiêu biểu nhất về thủ pháp nghệ thuật này trong Truyện ngắn Khánh Trường tập 1. Thật vậy, chỉ đôi mươi dòng kể, với từ ngữ đậm nét dân gian cuộc đời người đàn bà lăng loan hiện lên một cách sinh động, gây cho người đọc tiếng cười hài ước, và chua chát:

"chị muốn trở về nguồn…thỉnh thoảng lai rai cắn trộm vài quả ái ân với các đấng mày râu đồng chủng. Hại thay, tai vách mạch rừng, anh G.I. chịu không thấu, đành lôi chị ra tòa ca bài tình nghĩa đôi ta chỉ thế thôi. Với chức năng làm mẹ rất đỗi cao quý, chị được tòa xử cho quản lý hai ba bất động sản và một trương mục khá bề bộn, để tiếp tục nuôi hai nhỏ con tạp chủng, chứng tích hùng hồn nhất của tình hữu nghị Mỹ Việt một thời keo sơn. Trở lại với cội nguồn, chị ban đầu hơi bơ vơ, thứ nhất chữ không hay cày không giỏi, thứ hai đồng hương có vẻ không happy với hành động qui hồi cao quí của chị. Nhưng…loay hoay thế nào chị lại trở thành chủ báo. Dù chữ nghĩa hết sức ăn đong, có khi viết một câu ba dòng đã trật năm bảy lỗi chính tả, nhưng chị vẫn thành công vượt bực trong ngành báo."(Mr. Trần)

ꝏꝏ

Vẫn mang đậm nét khẩu ngữ dân gian, với lối miêu tả, so sánh trực diện, không chỉ kẻ háo danh, cơ hội như M. Trần, mà từ dáng hình người đàn bà ấy bật ra nhân cách con người, trong cái sân khấu hề chèo nơi hải ngoại. Tuy không phải là tất cả, nhưng đọc truyện ngắn Mr. Trần ta thấy được phần nào cái mặt sau nhem nhuốc của cộng đồng người Việt. Phải nói, đây là tài năng liên tưởng, sử dụng từ ngữ, và lối quan sát tỉ mỉ của nhà văn Khánh Trường:

"Mr. Trần thấy hoàn cảnh cô quả lẻ bóng của chị, rất lấy làm thương xót. Chim chóc còn có cặp có đôi, gà vịt còn có trống có mái, ngay cả hoa còn có hoa đực hoa cái, huống hồ người. Bèn mon men làm quen. Trai tài gái sắc gặp nhau, như rồng mây gặp hội. Dù ngay tình mà nói, tuổi tác chị cũng đã xế chiều, lại bị bơ sữa đế quốc làm cho cái body tăng trưởng một cách rất hỗn hào về chiều ngang, bất chấp chiều cao khiêm nhường một thước năm mươi, nên trông chị lúc nào cũng ủn ỉn lạch bạch thấy mà thương." (Mr. Trần)

Có thể nói, chỉ thông qua một tập truyện ngắn để viết chân dung một tác giả đa tài, và dày công sáng tạo như Khánh Trường, thì quả thực khó khăn. Do vậy, trong khuôn khổ bài viết này, tôi nghĩ, có thể còn nhiều thiếu sót, và những chi tiết chưa thực đúng. Song với giọng văn đặc biệt, cùng những truyện kể bỏ ngỏ, chưa có hồi kết, tôi tin, văn thơ cũng như cuộc đời Khánh Trường vẫn còn phải nghiên cứu và viết tiếp…

Leipzig ngày 14-9-2022

LÊ LỰU - NHÁT CUỐC ĐẦU KHƠI LẠI DÒNG VĂN HỌC HIỆN THỰC PHÊ PHÁN

Kể từ khi xuất hiện Văn học hiện thực XHCN, thì không chỉ Văn học lãng mạn, mà cả dòng Văn học hiện thực phê phán cũng bị khai tử. Với văn thơ minh họa, tuyên truyền, định hướng tư tưởng xuyên suốt mấy chục năm như vậy, đã làm cho giá trị đạo đức, kinh tế, văn hóa xã hội đảo lộn tùng phèo. Cho nên, trước sự sống còn đó, buộc ông Nguyễn Văn Linh phải mở cửa kinh tế, và kêu gọi cởi trói cho các văn nghệ sĩ. Không biết cánh cửa mở thực hay hư, song ta có thể thấy, giai đoạn 1986 đến ngày bức tường Berlin sụp đổ, dường như có một luồng gió đã làm dịu cái không khí ngột ngạt của văn chương Việt. Ở giai đoạn này, tôi đánh giá cao sự xuất hiện trở lại của dòng văn học hiện thực phê phán. Bởi, ngoài những nhà văn tên tuổi, ta còn thấy sự xuất hiện một số tác giả trẻ với nhiều hình thức, thủ pháp nghệ thuật ở mức độ nông sâu khác nhau, song họ đã dám chọc thẳng vào cái ung nhọt của xã hội. Và có thể nói, cùng với nhà văn Dương Thu Hương, Lê

Lựu đã bổ nhát cuốc đầu khai thông dòng văn học hiện thực phê phán đó, bằng những tác phẩm của mình.

Người đọc biết đến Lê Lựu từ rất sớm, khi ông còn làm báo Quân khu Ba, rồi đến phóng viên chiến trường với những tác phẩm, ở nhiều thể loại bút ký, truyện ngắn, tiểu thuyết như: Người cầm súng, Phía mặt trời, Mở Rừng, Ranh giới… Tuy nhiên, để làm nên chân dung Lê Lựu thật vạm vỡ, phải là những tác phẩm viết, in ấn từ sau lời kêu gọi cởi trói cho các văn nghệ sĩ. Thực ra, những tác phẩm này được Lê Lựu (hay các nhà văn) thai nghén từ trước đó. Điển hình là tiểu thuyết Thời xa vắng được Lê Lựu cho xuất bản năm 1986. Và hàng loạt tác phẩm Lê Lựu viết sau đó, góp phần tạo ra diện mạo mới đời sống văn học vốn dĩ đang èo uột: Đại tá không biết đùa (1990), Chuyện làng cuội (1993), Sóng ở đáy sông (1994), Hai nhà (2000), Thời loạn (2009), Chuyện quê ngày ấy ...

Có thể nói, Thời xa vắng gắn liền với tên tuổi Lê Lựu. Bởi, đây là cuốn tiểu thuyết ra đời đúng thời điểm, đánh vào tâm lý khao khát cái mới, cái chân thiện của người đọc. Và tính chân thực ấy như lưỡi dao lóc dần vào sự áp đặt, đàn áp tư tưởng con người của cả một hệ thống chính trị xã hội. Tuy nhiên, nếu được phép chọn ra một tác phẩm tiêu biểu nhất cho sự nghiệp sáng tạo của Lê Lựu, với tôi phải là tiểu thuyết Làng Cuội. Đây là tác phẩm không chỉ toàn bích về nội dung lẫn hình thức nghệ thuật, mà còn cho ta thấy rõ sự can đảm, cũng như bút lực của Lê Lựu. Song trong khuôn khổ (phần 1) của bài viết này, tôi chỉ đi sâu vào tác phẩm Thời xa vắng, với cái nhìn cá nhân mà thôi.

Nhà văn Lê lựu sinh năm 1938 tại một làng quê nghèo thuộc tỉnh Hưng Yên. Xuất thân từ người lính, rồi ông trở thành nhà văn đi sâu viết về đề tài nông thôn, với thân phận hẩm hiu của người nông dân. Ông mất bởi bệnh tật, và tuổi già vào tháng 11-2022.

Lời văn tự sự với giọng điệu châm biếm, hài ước, cùng độc thoại nội tâm, đan xen những phân tích, bình luận, cài cắm tư tưởng tình cảm của mình là một trong những nghệ thuật làm nên nét đặc trưng tiểu thuyết, văn xuôi Lê Lựu.

Có lẽ, khốn nạn, đau khổ nhất của con người là phải sống dưới sự cai trị bằng chiếc bao tử, và bóp nặn cái tư tưởng của mình. Cho nên, ở đâu và thời điểm nào cũng vậy, luôn có sự phản kháng, khi âm thầm, lúc sôi động công khai. Sự kêu gọi cởi trói, chính là lúc các nhà văn tự tháo bỏ chiếc vòng kim cô siết chặt trên đầu từ mấy chục năm qua. Và trong cái nhập nhoạng ấy, Lê Lưu đã chuyển tải được cái tư tưởng, quan điểm mang tính hiện thực khách quan của văn chương đến với người đọc qua tác phẩm: Thời xa vắng và Chuyện làng cuội.

Có thể nói, Thời xa vắng là tác phẩm điển hình nhất về sự đàn áp, kìm kẹp cuộc sống tư tưởng con người đến tuyệt vọng, kể từ 1954 đến nay. Từ nhân vật Giang Minh Sài, nhà văn Lê Lựu khai thác cái bi kịch lớn của dân tộc. Xuyên suốt bi kịch này, Sài luôn phải sống theo ý nghĩ, định hướng: yêu ghét, ngủ, làm tình cũng theo sự chỉ đạo, sắp đặt của đảng. Sự áp đặt ấy, buộc con người phải nhẫn nhịn, chấp nhận cuộc sống giả dối, và lưu manh: “Thành ra, bất kể lúc nào, bất kỳ ai có hỏi: Sài có yêu vợ không? Sài sẵn sàng nói như cái máy: Có. Nhưng đêm đêm đi học, đi họp về, có ai cầm dao doạ giết cũng không thể bắt Sài leo lên cái giường ở buồng bên trái nhà”. (Thời xa vắng). Từ đó, nó làm đảo lộn cái giá trị đạo đức xã hội. Và trong màn đêm đen kín mít như vậy, dường như ta vọng nghe tiếng than đắng cay, chua chát của Giang Minh Sài, hay của cả một dân tộc:

“Nửa đời người phải yêu cái người khác yêu, nửa còn lại đi yêu cái mình không có” (Thời xa vắng).

Tưởng rằng, vào quân đội Giang Minh Sài sẽ thoát khỏi ràng buộc của những tập tục hủ lậu (tảo hôn), cùng sự áp chế cuộc sống, và tình yêu. Nhưng không, sự giám sát, truy bức tư tưởng còn tinh vi và nguy hiểm hơn thế nữa. Nhân danh đảng đoàn kiểm tra, quản lý từng giấc mơ, từng trang nhật ký của đồng chí, đồng loại. Vâng, đó là việc làm vô cùng bỉ ổi và đê tiện. Một sự chà đạp nhân phẩm, cũng như giết chết linh hồn, sự sống của con người.

Từ đó ta có thể thấy, nếu không phải trải qua những năm tháng hoang mang, và đớn đau, thì chắc chắn Lê Lựu không thể viết được những trang văn chân thực, và sâu sắc như vậy. Và cái đoạn trích sinh động dưới đây, Lê Lựu đã mượn Giang Minh Sài để bóc trần thủ đoạn khủng bố tư tưởng con người của cả một hệ thống chính trị, từ thấp đến cao rất rõ ràng. Đọc nó, có lẽ người Việt từ sau 1954 đến nay, ai cũng giật mình kinh sợ, bởi thấp thoáng có mình ở trong đó:

“Chiến sỹ Giang Minh Sài đã có vợ nhưng vẫn quan hệ bất chính với một phụ nữ, có ý định đào ngũ. Đã ghi nhật ký rất bậy bạ, khoác lác, có đoạn mang tư tưởng phản động. Đại đội đã thu cuốn nhật ký đó. Chi đoàn thanh niên đã tổ chức diễn đàn. Hầu hết đoàn viên phát biểu ý kiến phân tích sâu sắc, đả phá mạnh mẽ tư tưởng tiểu tư sản, tư tưởng phong kiến bóc lột…Chiến sỹ Sài đã nhận rõ lỗi lầm của mình, hứa sửa chữa, nhưng một tuần nay toàn báo cháo, không đi lao động. Đơn vị xác định là ốm "tư tưởng". Tiểu đoàn 9 đã chỉ thị cho đại đội tiếp tục theo dõi diễn biến tư tưởng của chiến sỹ Sài”. (Thời xa vắng).

Có thể nói, ở quê hương bản quán, những bóng ma chỉ chập chờn bủa vây quanh buồng ngủ Giang Minh Sài, nhưng khi vào quân đội, bóng ma chập chờn ấy len lỏi vào tận giường ngủ của anh. Thật vậy, thiếu úy Hiểu thay mặt đảng giám sát, canh chừng Giang Minh Sài buộc phải thực sự yêu vợ, phải thực sự làm tình, bởi bấy lâu nay anh (chán ghét, ghê sợ) chỉ giả vờ yêu, giả vờ sống mà thôi.

Với những tình tiết chân thực, giọng điệu giễu nhại, hài hước, Lê Lựu đã gây cho người đọc tiếng cười mỉa mai, chua xót. Và đoạn thoại dưới đây giữa phó chủ nhiệm và viên trợ lý với Giang Minh Sài, không chỉ chứng minh tài năng, giọng điệu nghệ thuật ấy của Lê Lựu, mà còn cho ta thấy cái sự quái đản, dường như họ (đảng đoàn) đang lùa cuộc sống tình yêu, khát vọng con người dẫn đến trại phối giống, chăn nuôi gia súc:

"-Bây giờ với tư cách thủ trưởng trực tiếp, mình yêu cầu cậu phải yêu vợ cậu, có được không nào! - Dạ... được ạ - Có thế chứ lị. Nhưng mà phải thực sự đấy nhé!

- Bây giờ mình mới nói điều này. Khi đi phó chủ nhiệm dặn mình phải tìm mọi cách để các cậu yêu nhau. Yêu thực, chứ không phải yêu chung chung như trước đây. Đồng chí ấy bảo cậu đã hứa với đồng chí ấy rồi. Tớ về kiểm tra xem có đúng lời cậu hứa không. Mình thấy làm cái công việc này nó khó nói quá. Nhưng cậu thử nghĩ, nếu kết nạp (đảng) cậu xong, trong cơ quan trung đoàn người ta phát hiện ra cậu yêu vợ chỉ là đối phó, thì chi bộ ban chính trị này ăn nói thế nào!

- Vâng, tôi sẽ cố làm theo ý các thủ trưởng." (Thời xa vắng).

Không chỉ dừng lại ở đó, Lê Lựu còn chọc ngoáy cả vào cái ung nhọt báo chí, tuyên truyền. Lời kể, hay sự tưởng tượng quá mức (dân chè chén vỉa hè gọi là nổ quá trời) trên Báo quân giải phóng của trung đội trưởng công binh Giang Minh Sài, khi đọc lần đầu, tôi ngỡ: Ngòi bút Lê Lựu vẫn chưa gột rửa hết cái bệnh tuyên truyền giả dối? Bởi, Thời xa vắng là tiểu thuyết thế sự xã hội, người đọc khó có thể chấp nhận những tình tiết tưởng tượng quá mức như vậy:

"Sau ba giờ độc lập chiến đấu với một lực lượng gấp hơn hai mươi lần có bom pháo yểm trợ trung đội của họ đã bắn rơi bảy máy bay và diệt hàng trăm tên lính. Họ giữ vững trận địa cho đến khi có lực lượng chi viện của "bãi khách", của trạm và các chiến sĩ lái xe. Quân địch phải tháo chạy trước sự áp đảo của quân ta, bỏ lại mười hai máy bay lên thẳng và hai trăm bảy mươi ba xác chết. Người trung đội trưởng của Trung đội Anh hùng ấy trở thành chiến sĩ ưu tú và vinh dự đứng trong hành ngũ của Đảng nhân dân cách mạng ngay đêm chiến thắng". (Thời xa vắng).

Từ những suy nghĩ ấy, do vậy tôi đã kopy những đoạn văn trên của Thời xa vắng, gửi cho hai bác nguyên chỉ huy cấp tiểu đoàn ở cả hai phía Bắc-Nam, có mặt ở chiến trường từ năm 1965. Rất may, hai bác đều trả lời tôi, với nội dung giống nhau: "Làm gì mà chỉ một trung đội công binh (thường không chuyên về chiến đấu) lại có khả năng (được tô vẽ) đến như thế? Cho dù trường hợp đơn vị của đối phương có tệ đến mức nào. Hơn nữa chuyện trung đội công binh bắn rơi 7 máy bay của đối phương thì quả là phóng đại đến mức quá ngu ngốc! Làm gì có chuyện chỉ đánh với 1 trung đội công binh mà đối phương phải dùng đến nhiều máy bay như vậy. Vả lại thời điểm ấy làm gì có nhiều máy bay như thế." (trích thư). Tuy nhiên, tôi đã nhận ra mình sai lầm, khi đọc đến câu hỏi bỏ lửng của Hương (người yêu Giang Minh

Sài) được chính Lê Lựu gài vào đó: "Anh (Giang Minh Sài) kể hay nhà báo bịa ra?".

Vâng, với nghệ thuật mang tính giả định, một thủ thuật để Lê Lưu vạch trần sự tuyên truyền, dối trá của báo chí đến người đọc. Chiến công, chiến thắng của trung đội trưởng công binh Giang Minh Sài do báo chí tuyên truyền tự nhào nặn ra mà thôi. Phải chăng đây là một thủ thuật vượt "tường lửa", dù ở thời điểm đó kiểm duyệt đã được nới lỏng hơn? Và hơn thế nữa, với thủ pháp này, buộc người đọc phải suy nghĩ, tính đa nghĩa trong văn thơ Lê Lựu.

Do vậy, ta có thể thấy, Giang Minh Sài chẳng hề có lý tưởng, hay căm thù đế quốc dân thực dân phong kiến gì cả, mà chỉ muốn trốn chạy cái hủ tục, và tránh xa các bác đảng đoàn mà thôi. Với Sài, thà chết ở nơi chiến trường còn hơn phải sống, phải yêu theo những suy nghĩ, dẫn dắt, và sắp đặt của kẻ khác. Nhưng tôi nghĩ, trong màn đêm đen ấy, Sài có chạy đằng trời, cũng không thoát khỏi rọ lưới tuyên huấn, tư tưởng: "Cái đêm trăng giữa ngày lụt ấy anh đã bảo em: anh sẽ đi bộ đội càng đi xa càng tốt, càng làm việc gì nguy hiểm càng tốt. Dù lao vào lửa vào bom mà chết còn hơn là phải sống với cô ta". (Thời xa vắng).

Đi đi sâu vào nghiên cứu, ta có thấy văn của Thời xa vắng không được sáng và đẹp như trong tiểu thuyết Chuyện làng cuội. Có một số câu, đoạn còn lủng củng, tối nghĩa. Tuy nhiên, những dòng đầu Thời xa vắng có lời văn đẹp, với quan sát tỉ mỉ, miêu tả khá sâu sắc của Lê Lựu: "Làng bập bềnh như trôi trong đêm sương muối. Những cây cau thẳng đuột cao vóng như chỉ chực lao thẳng đến tận trời chìm ngập giữa âm thầm giá lạnh. Đã năm đêm nay sương làm táp đen những luống khoai làng và những cây đòn tay bằng tre ngâm nổ toang toác. Nhưng có lẽ đêm nay cái lạnh mới thấu từng khớp xương ông đồ Khang." (Thời xa vắng).

Nếu Chuyện làng cuội sự lưu manh hóa cường quyền, hay những ông đội, ông phán, dẫn đến những bi kịch của con người, với cái chết bi thảm của bà cụ Đất, thì ở Thời xa vắng, đảng hóa, tập thể hóa đã giết chết tư tưởng tình yêu, khát vọng Giang Minh Sài. Điều đặc biệt cho ta thấy, tiểu thuyết, văn xuôi Lê Lựu thường được lồng ghép lời bình, phân tích của tác giả, khi trần thuật. Thời xa vắng là một trong những cuốn tiểu thuyết mang đậm nét như vậy. Và tôi cho đây là những cuốn tiểu thuyết phân tích, có lẽ cũng không ngoa tẹo nào. Không chỉ ở Chuyện làng cuội sau này (1993), mà khi viết Thời xa vắng (1986) Lê Lựu đã sử dụng khá nhiều lối nói khoa trương (nói quá). Một thủ pháp nghệ thuật mang tính đặc tính dân gian gần gũi, phong phú, đa dạng góp phần làm nên giọng văn độc đáo Lê Lựu: "Mẹ ơi, bộ đội chúng con mà rèn thì có dữ như hùm như gấu cũng phải lành như thỏ, mẹ lo gì" (Thời xa vắng)

Vâng, có thể nói, đọc Lê Lựu, ta không thể phân biệt được rạch ròi, nhân vật quẫy đạp, hay chính ông đang giãy giụa hòng thoát ra khỏi cái lưới vét tuyên truyền vây hãm. Dường như càng quẫy đạp, thì cái vòng kim cô (tư tưởng) trên đầu càng siết chặt hơn. Và cũng chính sự bất lực và tuyệt vọng ấy, là chất liệu sống để sau đó Lê Lựu viết nên những tác phẩm vạm vỡ, và chân thực này.

Leipzig 27-12-2022

PHAN ĐẮC LỮ: TUỔI XUÂN CHẾT ĐUỐI GIỮA DÒNG U MÊ

Tôi bị bệnh thực sự, sau một kỳ nghỉ ở Hy Lạp, dù đã tiêm chủng đủ bốn mùa. Đang nằm thở dốc, nghe tiếng chuông, tôi bò dậy, mở cửa. Vừa bước ra, người bưu điện đã ấn vào tay bao thư nặng, và dày cộm, miệng làu bàu: Gớm, sách vở quái gì mà dày thế, không thể đút lọt cửa hòm thư nhà ông. Chẳng kịp cảm ơn người bưu điện, và xem tên người gửi, tôi vất thư lên tủ đầu giường, cuốn chăn nằm tiếp. Lúc sau, nghĩ thế nào, tôi thò tay kéo và bóc bì thư. Thì ra, hai tập thơ liền của bác Phan Đắc Lữ từ Saigon gửi tặng. Cầm cuốn bìa cứng dày, và đẹp hơn, tôi vô tình mở, đọc đúng: "Tuổi xuân chết đuối giữa dòng u mê". Một câu thơ như một lời than sám hối, hay tự trách, dằn vặt thân phận, làm tôi giật cả mình. Vậy là tôi lộn lại đọc từ đầu. Đọc xong, tập thơ vã hết cả mồ hôi hột, người tỉnh táo hẳn, bò phắt dậy viết những dòng chữ này. Quái quỷ thật, ai dám bảo, văn thơ không chữa được cảm cúm, bệnh tật nào?

ꕤꕤꕤ

Phan Đắc Lữ sinh năm 1937 tại Quảng Nam. Năm 1959, đang học hành ngon lành ở Saigon, chẳng hiểu dính bùa mê thuốc lú gì, ông đùng đùng vượt tuyến ra Hà Nội. Với sự lầm lạc dẫn đến bế tắc đó, ông phải trả giá mười năm lăn lộn trên những công trường xây dựng: "Một mảnh áo bông/ Không góp nổi tiền/ Gió lạnh đầu mùa đe dọa/ Vườn táo một lần nữa ra hoa". (Hai lần xuân đến). Cũng như Tiêu Dao Bảo Cự, có thể nói, Phan Đắc Lữ tiêu biểu cho thế hệ lầm bước, với mất mát, đớn đau, ân hận, không thể bù đắp, dịu xoa: "Còn quê từ tuổi lên mười/ Mất quê từ buổi làm người giữ quê" (Dã tràng). Tuy nhiên, với tâm hồn mở, đa cảm của người nghệ sĩ, Phan Đắc Lữ đã cô nỗi đau, cùng tình yêu đất nước và con người vào 6 thi tập: Buồn (2000) Hòn kem đá dừng (2021) Bốn mùa tôi (2008) Xem hát Bội (2011) và Tâm sự với dòng sông, cùng tuyển tập Dã Tràng in ấn trong năm 2022 này. Có thể nói, làm được như vậy, chắc chắc cần lắm lòng can đảm, nghị lực sống của người thi sĩ Phan Đắc Lữ.

Đi sâu vào đọc, ta có thể thấy từ ngữ trong thơ Phan Đắc Lữ mộc mạc dễ hiểu. Tự sự là một trong những thủ pháp nghệ thuật làm nên hồn vía thi ca Phan Đắc Lữ. Bởi, mỗi bài thơ như một câu chuyện đời của ông vậy.

*** Năm tháng đầu với những bước chân lầm lạc.**

Ngày đầu đến Hà Nội, với ba lần thi trượt vào Khoa văn, Đại học tổng hợp, có thể nói, nó làm vỡ tung bánh vẽ trên cái bong bóng trong tư tưởng cậu tú Saigon Phan Đắc Lữ. Nếu đó là cái buồn đau, chán chường (riêng) của Phan Đắc Lữ, thì đối với Văn học Việt là một sự may mắn. Bởi, nếu ông đỗ đại học, chưa chắc chúng ta đã có một nhà thơ tài hoa, chí khí Phan Đắc Lữ của ngày hôm nay. Cái sự hỏng thi (quá tam ba bận) ấy của Phan Đắc Lữ cũng dễ hiểu thôi, bởi không phải riêng ông. Vâng, nhắc đến nó, làm tôi nhớ đến câu chuyện vui xảy ra cách nay, có lẽ cũng đến gần chục năm:

Số là, trong một lần vui văn nghệ, vô tình tôi được ngồi cạnh bác Phó giáo sư, TS dạy Văn học hiện đại ở trường Đại học tổng hợp, hay Nhân văn, nhân veo gì đó. Bác nghỉ hưu sang ở với con gái. Biết tôi là người viết phê bình tập: Thơ Người Việt Ở Đức, và tiểu thuyết Nỗi Buồn Chiến Tranh của Bảo Ninh. Lúc khật khừ bia rượu, bác đưa tôi đọc bài viết của bác cũng về tiểu thuyết Nỗi Buồn Chiến Tranh. Đọc xong, bác hỏi, thế nào? Tôi cười: Được nói thật chứ! Bác bảo, ông cứ nói hết suy nghĩ. Thế em nói nhé: Viết phê bình mà không dám viết hết, lựa viết để vừa lòng ai đó, chán hơn cơm nếp nát. Bác hơi buồn hỏi, trước đây, ông học hay nghiên cứu ở đâu? Thưa bác, cũng định làm học trò của bác, nhưng thi phát nào trượt phát ấy, rồi theo nghề úp mặt vào chảo ạ. Bác bảo, ông cứ đùa, cũng phải có thày chứ. Dạ, thày em là những thày Lễ, thày Thảo, thày Chiếm, Dương ạ… Thế các thày ấy, giảng sư ở những trường nào? Ối giời ơi! Thày em quê mùa, sáng dạy học, chiều xắn quần lên tới bẹn đi cày ngoài đồng ạ. Bác Phó giáo sư đứng dậy, lẩm bẩm, ông là chúa đùa dai…

Nhắc lại câu chuyện trên để ta thấy, bởi sao Phan Đắc Lữ đã chết đuối ngay trên (ao) giấy, khi đặt chân đến Hà Nội. Và nỗi đau, sự thất vọng ấy, để lại trong ông một vết thương không thể đóng thành sẹo. Do vậy, ông đã ủ nỗi buồn, cô đơn đó vào trong thơ. Và "Chuồn chuồn chết đuối ao vơi" là một bài thơ ra đời trong tâm trạng như vậy của Phan Đắc Lữ, vào năm 1961. Đọc nó, tôi thoạt ngỡ thơ tình yêu lứa đôi, song không phải vậy. Với phép ẩn dụ, Phan Đắc Lữ đã mượn hình ảnh sự vật, thiên nhiên bộc lộ sự bất lực, chán chường trước sự mục nát của xã hội:

"Chân không đi
Sao bụi đường bám gót
Cũng chẳng ai nghe ai những lời đường mật
Sao chiều nay vá víu cuộc đời
Như con chuồn chuồn chết đuối ao vơi
Ai vớt đâu nào
Cọc cầu ao mục nát".

Và công trường xây dựng là nơi buộc Phan Đắc Lữ phải đi đến. Sự đói khát và nhọc nhằn ấy, làm cho Phan Đắc Lữ nhìn đâu cũng thấy mịt mù tương lai:"Giữa tối giao thừa/ Ngồi quanh bếp lửa/ Uống trà suông/... Âm thầm đếm bốn mùa đi/ Trời đất cho tôi (nào) thấy những gì/ Mưa nắng mỗi ngày góp lại/ Chai rắn đôi bàn tay trắng/ Làm sao nắm bắt tương lai" (Hai lần xuân đến). Đọc những bài thơ đậm một màu đen, tịt lối của Phan Đắc Lữ cứ làm cho tôi phân vân, tự hỏi. Và buộc tôi phải đi tìm nguyên nhân nào đã đẩy ông ra công trường suốt mười năm như vậy? Bởi, theo trí nhớ của tôi, thập niên sáu, bảy mươi của thế kỷ trước, thành phần tập kết như Phan Đắc Lữ được đãi ngộ, từ công việc, cho đến đời sống, hơn hẳn dân chúng miền Bắc lúc đó. Cùng học cấp một, cấp hai với tôi có rất nhiều con, em từ miền Nam tập kết ra Bắc. Không chỉ có bố mẹ được ưu đãi, mà học sinh miền Nam học hành dù kém một chút, nghịch ngợm phá phách vẫn được lên lớp, với bảng điểm đạo đức ngon lành.

Nhất là mấy gã thương binh miền Nam ra Bắc, một số trở thành kiêu binh, đánh người, đốt phá hàng quán, song chính quyền vẫn nuông chiều, làm ngơ. Do vậy, hiện tượng đặc biệt Phan Đắc Lữ phải có ẩn tình, không thể viết thành văn chăng?

Vâng, và tôi chỉ có cách lý giải duy nhất cho riêng mình: Có lẽ từ hiện thực, đưa đến sự thất vọng đã làm biến đổi tư tưởng, không chỉ trong cuộc sống, mà còn ở cả thi ca Phan Đắc Lữ nữa chăng. Cho nên, mười năm dài cùng cực, đói khát, và chua chát ấy, Ban thống nhất TW (hay đấng ngồi trên nào đó) dành cho ông là điều khó tránh khỏi:

"Hạt cơm cõng mấy hạt ngô
Canh suông rau muống nửa sô lèo bều
Đậu phụ dăm miếng cong queo
Đũa chưa chạm tới bay vèo tận đâu
Nhanh chân được trước mất sau
Công bằng chia chác coi sao ngượng ngùng" (Bữa cơm đại táo)

Có thể nói, lỡ bước, lầm lạc khi vào đời thì nhiều lắm, với mọi tầng lớp, nhưng dám từ bỏ những sai lầm đó quả thực không nhiều, nhất là các văn nghệ sĩ. Cho nên, khi đọc Phan Đắc Lữ, tôi khoái cái tính chân thực, sự can đảm, dám nhận, và sửa đến tận cùng những lầm lẫn của mình trong cuộc sống, cũng như thơ văn. Và đây cũng chỉ là suy nghĩ chủ quan của tôi về Phan Đắc Lữ ở giai đoạn này có thể đúng, hoặc không chính xác. Tuy nhiên, đọc và viết về một nhà văn, nhà thơ, tôi vẫn phải đặt ra những giả thiết, như để chúng ta cùng suy nghĩ và cảm nhận vậy.

***Tình yêu và chia ly.**

Ngày đầu đến với thi ca, dường như nhà thơ nào cũng vậy, đều thử bút qua đề tài tình yêu lứa đôi. Và Phan Đắc Lữ không nằm ngoài cái lẽ tự nhiên đó. Ngay ngày đầu cầm bút ông đã mở ra cho mình con đường, với bút pháp riêng biệt. Màu Hoa Cải, một bài thơ như vậy, được chiết ra từ tình yêu, sau hơn một năm Phan Đắc Lữ đặt chân đến Hà Nội. Lời thơ tự sự, về câu chuyện tình lỡ dở, Phan Đắc Lữ đặt viên gạch đầu cho sự nghiệp thi ca của mình. Tuy nằm trong nhóm những bài thơ đầu, nhưng có thể nói, Màu Hoa Cải là bài thơ hay, và điển hình nhất về bút pháp nghệ thuật, cũng như đề tài tình yêu của Phan Đắc Lữ. Xuất thân từ miền Nam, song dường như hồn ông đã được nhuộm vàng màu hoa cải, trong cái rét cuối đông xứ Bắc:"Vườn nhà em cuối đông/ Những luống cải lên ngồng/ Vàng tươi như sắc nắng/ Em nhìn tôi thẹn thùng". Đọc Màu Hoa Cải, tôi chợt thấy cái mộc mạc hương đồng Nguyễn Bính, và gặp lại lối kể chuyện bằng thơ của Luân Hoán. Với lời thơ dân dã, cùng những khẩu ngữ thường nhật khắc sâu hình ảnh rách nát, nghèo đói càng cho ta thấy cái co tròn, tự ti của Phan Đắc Lữ trước tình yêu: "Cậu "công tử" Sài gòn áo vá vai/ Quần bảo hộ đệm mông đệm gối/ Đôi dép lê mòn vẹt rách tanh bành/ Tôi chẳng dám về gặp em lần cuối". Vì vậy, mối tình cô gái làng Hoàng Mai ấy, đã trở thành hoài niệm đối với Phan Đắc Lữ:

"...Ba năm sau tôi về
Đường ngoại ô rắc đầy xác pháo

Vườn nhà em vắng lặng
Nắng không vàng màu hoa cải
Đàn bướm dạt bờ ao…
Mẹ bảo:
Cuối mùa thu năm trước
Em nó đi lấy chồng
Bên thôn Đoài xa lắc
Nay tay bế tay bồng
Vườn không người chăm sóc
Cỏ dại mọc um tùm…"

Và vẫn quần bảo hộ đệm gối vá mông, cùng dép lê mòn vẹt đế ấy, song thời gian dường như đã cho Phan Đắc Lữ can đảm, và tự tin hơn: "Anh đuổi theo em/ Như hình đuổi bóng/ Bóng chập chờn vào cõi mông lung". Em ơi! Có lẽ - là một bài thơ tình đớn đau nhất của ông. Những câu thơ ngắn dài như lát cắt cảm xúc nghẹn ngào của thi nhân. Bài thơ được Phan Đắc Lữ viết vào tháng 5-1968, ngày bầu trời Hải Phòng rực đỏ. Và "Anh đi tìm em" được lặp lại đến bốn lần, với hoàn cảnh, diễn biến khác nhau dưới bom rơi đạn nổ, nhưng cùng tâm trạng lo âu, thất vọng của nhà thơ. Điệp khúc ấy, như những mũi khoan xoáy vào lòng người đọc:

"Anh đi tìm em
Qua những xác người chết không toàn vẹn
Máu và lửa
Mồ hôi và nước mắt
Lẫn trong màu hoa phượng vĩ tháng năm!

ↀↀↀ

Em ơi! Có lẽ

Trái đất tròn

Mà cuộc đời chúng ta thì méo

Nên chẳng bao giờ anh gặp lại em“.

Lưới tình ấy, dường như cả cuộc đời Phan Đắc Lữ mắc phải: “Ta tung hoành bốn chân mây/ Vẫn không thoát khỏi chân mày mắt em“. Vì vậy, không chỉ đi tìm, mà buộc Phan Đắc Lữ phải chôn chân đứng đợi. Thật vậy, Phan Đắc Lữ đã mượn Ngày biển động để gửi gắm cái tình cảm ấy của mình. Cho nên, đọc nó, ta cũng khó phân định, biển động, hay lòng thi nhân đang có bão:

“Ngày biển động, anh tìm em chẳng gặp

Mấy năm qua em lận đận những phương nào?

Thuyền theo lái, em theo chồng, đi không trở lại

Anh dong buồm đứng đợi hứng phong ba!” (Ngày biển động)

Có thể nói, tình yêu đôi lứa góp phần quan trọng làm nên sự nghiệp thi ca Phan Đắc Lữ. Tuy đau đớn và cách chia, song ta không thấy sự bi lụy ở trong đó. Sự trong sáng, hồn nhiên ấy, khác hẳn những trang thơ thế sự xã hội đầy lửa được ông viết trong những năm tháng gần đây.

*** Sau 30-4-1975 với những nỗi đau, niềm uất hận.**

Và chiến tranh kết thúc, Phan Đắc Lữ trở về quê hương, tìm lại cái thuở ban đầu đã bị đánh mất: “Quê hương biền biệt trời mây/ Ta về tìm lại những ngày ấu thơ“. Nhưng ông đã hoàn toàn thất vọng. Không chỉ những kỷ niệm tuổi thơ đã bị đánh cắp, mà ruộng vườn, gia tộc cũng bị trưng thu, chiếm đoạt. Lời khấn nguyện là lời xin thứ tha của người con trở về, hay tiếng khóc trong thơ của Phan Đắc Lữ. Có thể nói, Lời khấn nguyện là một bài thơ đau, xúc động, và hay nhất ở thể bát ngôn của Phan Đắc Lữ. Và mỗi khổ thơ như một bài bát ngôn tứ tuyệt vậy:

"Khu vườn cũ nhà ta không còn nữa
Gốc tích xưa còn lại nửa vuông sân
Đất cụ tổ mười ba đời khai phá
Nay đã thành sở hữu toàn dân."

Một lần nữa người thi sĩ buộc phải ra đi, dù trái với qui luật của tự nhiên và cuộc sống con người. Vâng, đó là nỗi buồn đau tận cùng, không chỉ về mặt tâm lý: "Trăm lạy mẹ! Thêm một lần tha tội/ Con lại đi: sống thác gửi quê người/ Lá sẽ rụng, nhưng không bay về cội/ Xác làm tro hồn thả gió luân hồi". (Lời khấn nguyện). Do vậy, đọc Phan Đắc Lữ tưởng chừng ông gửi nỗi đau ấy vào với Lưu Linh, vào những cơn say. Nhưng không phải vậy. Ông đã mượn điển tích, mượn men say giãi bày tâm sự, chia sớt nỗi đau, và nói lên cái tráng khí của mình. "Cơn say độc ẩm", một bài thơ lục bát được viết ở hoàn cảnh, tâm trạng như vậy của Phan Đắc Lữ. Với tôi, đây là bài thơ hay, và toàn bích nhất trong hai thi tập Phan Đắc Lữ đã gửi tặng. Và có thể nói, sở trường của ông là thơ lục bát. Cũng như cố nhà thơ Phạm Ngọc Lư, thơ lục bát Phan Đắc Lữ sâu sắc, mang mang hồn cổ phong:

"… Chén này cụng với Lưu Linh
Cùng đau thế thái nhân tình cổ kim
Từ ta bảy nổi ba chìm

Tấm thân phiêu bạt cánh chim giang hồ.

Rượu còn hắt xuống sông Ngân
Trăng tà gió lộng mây lần khần trôi
Ngàn năm Non Nước lở bồi
Cơn say chợt tỉnh bồi hồi Nước Non."

Cả cuộc đời Phan Đắc Lữ luôn ám ảnh, ân hận bởi u mê, lỡ bước của năm tháng đầu đời. Càng lớn tuổi dường như nỗi buồn ấy càng nhân lên trong ông. Tự châm biếm, giễu nhại (mình) là thủ pháp nghệ thuật Phan Đắc Lữ thường sử dụng ở những năm gần đây. Với thủ pháp này, ông đã mang đến cho người đọc những tiếng cười chua chát, xót xa. Và Dã Tràng là một trong những bài thơ điển hình như vậy của Phan Đắc Lữ. Nếu "Cơn say độc ẩm" là nỗi buồn đau, thì đến với "Dã tràng" ta thấy được sự tiếc nuối, uất hận trong lòng thi nhân. Vẫn mượn điển tích cổ, đoạn trích dưới đây không chỉ chứng minh điều đó, mà còn cho ta thấy tài năng sử dụng biện pháp tu từ, với hình ảnh so sánh, lời thơ mượt mà trong lục bát Phan Đắc Lữ:

"...Một đời làm kiếp mây trôi
Trôi cho hết kiếp luân hồi làm mưa
Mưa là nước mắt tiễn đưa
Khóc sông ra biển mà chưa về nguồn.

Dã tràng nắng chán mưa chê
Sông quê gột rửa u mê bạc đầu
Một đời như nước qua cầu
Xuân xanh đâu nữa mà đau Dã tràng."

ꙮꙮꙮ

Thơ Phan Đắc Lữ bật ra từ nỗi đau, nỗi cô đơn, nghèo túng bất hạnh, không nhà cửa, hộ tịch hộ khẩu. Những cảm xúc chân thực ấy, cho người đọc sự cảm thông sâu sắc. Buồn đau là vậy, song đọc ông, ta vẫn cảm được cái lãng mạn, chứ không hề thấy sự yếu đuối, ủy mị. Và dường như, Phan Đắc Lữ đã bị ảnh hưởng khá sâu sắc từ thi ca tiền chiến.

*** Hồn thơ thế sự.**

Từ hiện thực xảo trá, lưu manh, dẫn đến biến đổi tư tưởng Phan Đắc Lữ một cách dứt khoát và nhất quán: “Nếu không có ngày 30 tháng 4/ Đất nước đã hóa RỒNG/ Đâu phải hóa một BẦY SÂU”. Vì vậy, ngòi bút Phan Đắc Lữ đã chọc thẳng vào cái ung nhọt đó. Sự mỉa mai, châm biếm bọn chức quyền, sâu mọt một cách độc đáo của ông làm cho người đọc bật ra tiếng cười sảng khoái: “Tuất khuyển danh gì cũng chó thôi/ Gặp may bàn độc tót lên ngồi”. Nhận ra trái tim ưng khuyển của những kẻ núp bóng nhân dân, ngòi bút Phan Đắc Lữ đã lột bỏ cái bộ mặt ghê tởm ấy: “Quân đội nhân dân/ Công an nhân dân/ Chính quyền nhân dân/ Sao chĩa súng vào ngực nhân dân/ Cướp đất đai cho bọn quan quyền tham nhũng”.(Tiếng kêu từ đất). Và sự cướp phá của bọn cường quyền dẫn đến bần cùng hóa người dân vô tội:”Nông dân tay trắng, quan giàu xổi lên”. Nếu thơ tình Phan Đắc Lữ mượt mà, giàu hình ảnh, thì đến với thế sự lời thơ ông mộc mạc, và thẳng thắn. Ngòi bút can đảm của ông đã cho ta thấy tận cùng của sự thật và nỗi đau. Tiếng kêu từ đất, là một trong những bài thơ điển hình mang tính thế sự nóng bỏng của Phan Đắc Lữ. Đọc nó, ta không chỉ nhận ra bộ mặt ghê tởm của đám kiêu binh, cường quyền, mà còn thấy, thân phận rẻ mạt, bần cùng của người dân thấp cổ bé họng: “Rồi mai đây người dân mất đất/ Người già nua bị gậy ăn xin/ Con gái đôi mươi bán trôn nuôi miệng/ Con trai thành những tên cướp của giết người" (Tiếng kêu từ đất).

Từ tình yêu quê hương, cho nên cái sự đảo lộn đạo đức, cũng như làng xóm làm cho Phan Đắc Lữ đớn đau. Không: "Mơ mùa trăng cũ/ Ruộng Vườn Tiếng chim" khi "Chẳng còn đâu bóng tre xanh/ Quê nhà giờ đã trở thành cố hương" như nhà thơ Nguyễn Văn Gia, nhưng Phan Đắc Lữ đã vẽ ra bức tranh hiện thực nhức nhối, hỗn độn ở quê nhà:

"Làng xưa nay đã thành phường
Nhà beton lấn ruộng vườn xanh tươi
Nhà hàng, quán trọ như rươi
Dập dìu ong bướm khóc cười thâu đêm" (Làng xưa)

Càng lớn tuổi, ngòi bút lực Phan Đắc Lữ càng mạnh mẽ. Thơ ông đi sâu vào mọi khía cạnh của cuộc sống. Dòng thế sự của ông luôn làm nóng, và đi sâu vào mọi tầng lớp, cùng tâm lý người đọc. Và, Nếu không có ngày 30 tháng 4 là một bài thơ xuyên dài qua mấy thập kỷ như vậy, nhưng tính thời vẫn sự nóng hổi, và sâu sắc. Đây là một bài thơ cho người đọc thấy rõ, hậu quả đớn đau của ngày 30-4, và nó gây cho tôi nhiều cảm xúc:

"... Để có ngày 30 tháng 4
Con cháu của Rồng Tiên
Rước voi về dày mả Tổ
Bên thắng
Bên thua
Nhân dân đại bại !

ꝏꝏꝏ

Tổ quốc lâm nguy !

Bản Giốc Cao Bằng – Nam Quan Ải Bắc

Hải đảo Hoàng Sa vào tay giặc cướp!...” (Nếu không có ngày 30 tháng 4)

Không dừng lại ở đó, ngòi bút Phan Đắc Lữ còn lột trần bộ mặt bán nước của những kẻ đang sống phè phỡn trên nỗi khổ đau của dân tộc. Để viết: Máu và thảm đỏ, có thể nói một sự can đảm của nhà thơ. Và chính những bài thơ này đã đóng đinh hồn vía, tư tưởng, nhân cách Phan Đắc Lữ vào lòng người đọc:

“… Máu của ngư dân hiền lành

Mưu sinh trên vùng biển của Tổ tiên

Vẫn đổ xuống hằng ngày dưới bàn tay Tàu tặc

Nay làm thảm đỏ đón giặc xâm lăng!

Ngày năm tháng mười một

Những tên mãi quốc cầu vinh

Trải thảm đỏ đón Tập Cận Bình

Máu của người Hà Nội – Sài Gòn đã đổ…”

Đọc Phan Đắc Lữ, ta còn thấy tính dự báo trong thơ. Vâng, ông đã chỉ ra tương lai, số phận của những kẻ cơ hội, đang cỡi lên đầu lên cổ người dân lương thiện: “Sống không lợi ích châm mồi lửa/ Thành bụi thành tro sạch cõi bờ”.

Có thể nói, cuộc đời Phan Đắc Lữ là một bi kịch. Từ những nhận thức ban đầu, và khi chạm đến hiện thực nơi đất Bắc, đưa mâu thuẫn tư tưởng Phan Đắc Lữ lên đến đỉnh điểm. Khi đã nhận ra sự lầm lỡ ấy, ông hoàn toàn thay đổi ý thức, tư tưởng. Tuy thắt nút đã được mở, nhưng cuộc sống Phan Đắc Lữ đi vào bế tắc. Và cũng thật may mắn, sự bế tắc, gian nan, khổ đau ấy, ông đã đưa thẳng vào những trang thơ của mình. Tính hiện thực đó, không chỉ có giá trị văn học, mà còn giá trị lịch sử. (Đặc biệt về tư tưởng nhận thức sai lầm của không ít học sinh, sinh viên Saigon ở giai đoạn chiến tranh, cũng như số phận sau đó của họ). Và cũng chính từ cái đặc biệt về thân phận cũng như chí khí Phan Đắc Lữ cho tôi cảm hứng viết bài này. Tôi xin mượn bốn câu thơ hồn cổ phong, đầy chí khí (của chính ông) làm sáng tỏ thêm chân dung người nghệ sĩ Phan Đắc Lữ, để kết thúc bài viết này:

"Thế sự lại đầy hai chén rượu
Chén buồn hắt dậy song Trường giang
Chí lớn ngàn xưa nhen lại lửa
Câu thơ làm súng khoác lên đường."

Leipzig ngày 19-10-2022

VÀI SUY NGHĨ VỀ TẬP TRUYỆN: CUỐN THEO CHIẾN TRANH CỦA BÁC SĨ ĐÀO NHƯ

Tôi có chút may mắn, cách nay trên chục năm đã được đọc tập thơ: Mộng vẫn còn say của bác sĩ Đặng Huy Lưu, cựu trung tá Quân đội VNCH. Tập thơ khá hay, gây cho tôi nhiều cảm xúc. Và tuần vừa rồi, tôi lại nhận được tập truyện: Cuốn theo chiến tranh của bác sĩ Đào Như gửi tặng. Sách dày gần 300 trang, do Nhân Ảnh, Hoa Kỳ vừa xuất bản, còn nóng hôi hổi. Đây là tác phẩm thứ 4 của ông. Với những tác phẩm này, có thể nói bác sĩ, nhà văn Đào Như không chỉ cứu rỗi thể xác, mà còn vá lại những linh hồn rách nát trong và sau chiến tranh.

Nhà văn Đào Như tên thật là Đào Trọng Thể, sinh năm 1936 tại Ninh Thuận, nguyên là bác sĩ ngoại khoa thuộc Bệnh viện Cần Thơ trước 1975. Và từ 1979 đến nay, ông là bác sĩ tâm lý tại Chicago-Hoa Kỳ. Ông cũng là đồng môn của bác sĩ, nhà thơ Đặng Huy Lưu. Do vậy, đọc văn thơ của hai ông bác sĩ này, tôi hiểu được phần nào về tâm trạng, cũng như công việc, phía sau của chiến trận.

*** Nỗi đau, và tình người trong chiến tranh.**

Sau Sợi Khói Bay Vòng của Phạm Ngọc Lư, Những Cơn Mưa Mùa Đông của Lữ Quỳnh (thì) Cuốn theo chiến tranh của Đào Như là tập sách thứ ba viết về mặt sau của cuộc chiến, cho đến nay tôi đã được đọc. Không chỉ viết về tâm trạng của người lính, thân phận con người sau chiến tranh, mà ngay từ năm đầu thập niên bảy mươi Đào Như đã dựng lên bức tranh hiện thực nhất về nỗi thống khổ của người dân cày ở vùng xôi đậu. Là một bác sĩ phẫu thuật, do vậy Đào Như luôn phải đi về các làng xã, vùng sâu vùng xa để khám chữa bệnh cho người dân nghèo khó miền Tây Nam Bộ. Và thật may mắn, chính vùng xôi đậu (cực kỳ hiểm nguy) ấy là chất liệu sống để Đào Như viết nên tác phẩm: Quê hương-dấu binh lửa. Truyện ký này được Đào Như viết vào năm 1972. Với tôi, đây là một trong những tác phẩm tiêu biểu nhất của ông, cũng như của Văn học miền Nam về đề tài này. Chiến tranh, và sự dã man, tàn khốc ấy, đưa đến những nỗi đau tột cùng cho người dân vô tội. Dưới ngòi bút của Đào Như, những hình ảnh hiện lên, quả thực ai cũng phải rùng mình kinh sợ:

"Nạn nhân là một nông dân, đi cày thuê, đạp phải mìn, 1/3 dưới cẳng chân trái bị biến mất, lòi trơ xương chầy, và hầu như toàn bộ phận sinh dục của anh, và mặt trong của háng cả hai bên bị những mảnh mìn hủy hoại. Anh được chuyển về tôi quá trễ sau khi bị thương. Anh đang bị choáng nặng. Anh bị mất máu nhiều quá và nhiễm trùng. Mảnh mìn đã hủy hoại hết một dịch hoàn bên trái của anh. Dịch hoàn trái bay mất, không tìm thấy, chỉ còn lại cuống của dịch hòan. Dịch hoàn bên phải cũng bị hai mảnh nhỏ của mìn găm sâu vào, nhưng còn cứu vãn được. Nhưng dương vật của anh bị đứt mất phần ngọn chỉ còn trơ 2/3 dương vật còn lại. Tôi cố bảo trọng dịch hòan còn lại, và cố tái tạo phần còn lại của dương vật, để sau này anh có thể tiểu tiện dễ dàng.“ (Quê hương-dấu binh lửa)

Đau thương, mất mát là thế, song cái tình người vẫn còn đó. Lời văn tự sự, Đào Như đi sâu vào cái mộc mạc, ấm áp của người nông dân nghèo khó. Tính chân thực ấy, có lẽ ai cũng phải rưng rưng, ngấn lệ, khi đọc đoạn văn truyền cảm này:

“- Bác sĩ nhận đi bác sĩ. Đó là con gà mái ấp, xương mềm, nấu cháo ăn bổ và ngon lắm bác sĩ.

Thật sự nghe tới đây, chẳng những tôi mà ngay các cô điều dưỡng cũng muốn khóc. Tội nghiệp họ nghèo quá, không còn gì để tỏ lòng nhớ ơn tôi, chỉ còn có một con gà mái đang ấp một ổ trứng, họ bắt nó đem cho tôi. Nghĩ tới cái ổ trứng không còn gà mẹ, lạnh tanh vào giờ này, ai cũng ray rứt. Cuối cùng không phải một mình tôi mà cả đội y tế, nhất là các cô y tá nhất quyết yêu cầu vợ chồng anh ta đem con gà về và trả lại nó cho ổ trứng.“ (Quê hương-dấu binh lửa)

Không dừng lại ở đó. Hình ảnh ổ bụng người du kích bị thương, nhiễm trùng nặng do phải (khâu) may bằng lạt tre nhọn, được các bác sĩ VNCH cứu chữa, không chỉ nói lên cái tình thương, lòng nhân bản, mà còn như một lời lên án, cảnh báo sự tàn khốc của chiến tranh, và cái khốn nạn của những kẻ gây nên cuộc chiến này:

“Bác sĩ Ngọc đến dở mền, mắt anh gắn chặt vào ổ bụng bệnh nhân, miệng anh há hốc. Tôi chỉ nghe anh kêu lên một tiếng “Trời”. Anh chụp mền lại. Anh không đủ can đảm nhìn thêm nữa…

-May thành bụng bằng lạt vót nhọn, đau khổ thật, đau khổ cho cả bệnh nhân lẫn bác sĩ… Chiến tranh thật khốn nạn!" (Quê hương-dấu binh lửa)

Đọc Cuốn theo chiến tranh, dường như truyện ký nào cũng mang hơi thở kịch trường sân khấu. Mâu thuẫn được Đào Như đẩy lên đỉnh điểm, rồi kéo mở thắt nút, (giải quyết mẫu thuẫn) bằng sự cảm thông, lòng nhân bản.Và Quê hương-dấu binh lửa vẫn là truyện ký điển hình nhất về nghệ thuật này của Đào Như. Thật vậy, đoạn trích dưới đây cho ta thấy rõ điều đó:

"- Bác sĩ và bác sĩ Phan Ngọc, tiếp thu thằng chiến binh Việt cộng này ở đâu vậy? Tôi biết lắm mà! Thuận Trung, Cờ Đỏ là 'chiến khu' của tụi nó…

Tôi chưa kịp phản ứng, anh tiếp tục hét lớn, anh chửi thề:

- Đ.m…chỉ có tụi bác sĩ Việt cộng mới may thành bụng bằng lạt, bằng tre vót nhọn. Lạt mềm buộc chặt… Bác sĩ rước Việt cộng vào nhà, vào nhà thương. Anh liền chạy đến giật chai dịch chuyền đang vô cho bịnh nhân. Các cô y tá và toàn thể toán Y Tế Về Làng liền nhảy đến ôm anh Phùng lại. Cô Hy, chuyên viên hồi sức gây mê nói:

- Người ta là bịnh nhân bị thương mà anh Phùng!"

Có thể nói, cho đến nay chúng ta có nhiều tác phẩm lớn, và rất hay viết về người lính nơi trận tiền. Song có rất ít tác phẩm viết về nông thôn, nhất là người nông dân Nam Bộ ở giai đoạn chiến tranh khốc liệt nhất. Đề tài này, dường như ít được các nhà văn quan tâm? Và tác phẩm Cuốn theo chiến tranh, (trong đó có truyện ký Quê hương-dấu binh lửa) ấn hành, nhà văn Đào Như - như góp phần lấp đi một khoảng trống về mảng này của Văn học Việt Nam vậy.

*** Tâm trạng người lính, và thân phận con người sau chiến tranh.**

Khi viết về những ngày tháng 4-1975, ngòi bút Đào Như không hề căng thẳng và ồn ào. Bởi, dường như ông muốn đi sâu vào khắc họa tâm trạng của người lính chăng? Vâng, và cái sự tĩnh lặng, sâu sắc ấy, ta có thể bắt gặp ngay ở những trang viết đầu của tập sách, với truyện ngắn: Chôn súng. Vẫn mạch văn tự sự, cùng thủ pháp hồi tưởng, Đào Như cho người đọc thấy, nỗi buồn của người lính phải tự mình chôn súng thật day dứt. Hình ảnh khẩu súng rơi trong ống quần, rồi rơi sâu xuống con lạch rất từ từ và khoan thai ấy, như giấu đi tâm trạng, nỗi đau của người lính thật sâu sắc. Và nó như chứng minh thêm tài năng miêu tả diễn biến nội tâm nhân vật của nhà văn Đào Như vậy:

"Tôi dừng lại, suy nghĩ một hồi…Tôi bước xuống đứng dưới con lạch. Bỏ tay vào túi quần, tôi từ từ tháo gỡ cây súng, kiểm soát khóa an toàn, cho nó rơi xuống trong ống quần, rơi thật sâu xuống con lạch nước. Tôi nghe cây súng rơi xuống đến mắt cá chân. Tôi dí bàn chân sâu vào trong bùn và rút lên từ từ. Cây súng, ngang mắt cá chân tôi rơi theo đúng vào lỗ bùn sâu. Bước lên khỏi con lạch, mang lại đôi dép, tôi đi hướng về nhà không ngoảnh mặt lại…

Có một chút gì ân hận chua xót trong tôi. Hình như tôi vừa từ giã ai? Một người bạn? Một chiến hữu? Một khẩu súng?..Một thoáng buâng khuâng mơ hồ, tôi vừa bước qua ngưỡng cửa cuối cùng của cuộc đời binh nghiệp…" (Chôn súng)

Tự chôn súng, và con đường duy nhất người lính ấy phải vào tù cải tạo. Và mấy mươi năm nơi địa ngục trần gian ấy, đánh mạnh vào tâm lý người lính (họa sĩ) tù. Một tiếng chó sủa, hay bước chân người cũng làm cho họ hoài nghi, kinh sợ. Tôi không nghĩ, đây là tâm trạng, thái độ của tất những người lính tù cải tạo. Song nó là tâm lý chung của con người trong hoàn cảnh ấy. Và, Về một buổi chiều cuối năm là truyện ký, hay một tâm bút như vậy của Đào Như. Nó không chỉ mang tính hiện thực và nhân đạo, mà còn có cái giọng văn hài, hóm hỉnh, gây cho ta tiếng cười chua xót:

"Nghe tiếng chó sủa cũng sợ. Nghe bước chân đi của người láng giềng cứ ngỡ công an đến bắt mình vô tù trở lại. Nhiều lúc thấy mình trong kiếng cũng sợ. Mình cũng không nhận ra mình là ai. Có lúc giữa ban ngày nhìn thấy cái bóng của mình cứ tưởng công an theo dõi" (Về một buổi chiều cuối năm)

Có thể nói, Nhận diện lịch sử là một trong những bút ký hay và cảm động nhất của Đào Như ở tập truyện này. Bởi, ngoài giá trị hiện thực, nó còn có giá trị lịch sử. Đọc nó, ta không chỉ thấy được nỗi đau của Hoàng Như Tùng bác sĩ trung tá QLVNCH, mà còn có sự kính trọng của người thiếu tá bộ đội trước thi hài Tướng Nguyễn Khoa Nam. Tính hiện thực và nhân bản này, dường như tôi gặp không nhiều trên những trang văn khác cùng viết về đề tài này:

" Một sĩ quan của bộ đội CS mang quân hàm thiếu tá tiến đến và yêu cầu bác sĩ Hoàng Như Tùng nhận diện Tướng Nguyễn Khoa Nam. Thiếu tá bộ đội CS nghiêng mình cúi xuống, nghiêm chỉnh dỡ mảnh khăn trắng che mặt Tướng Nam. Gương mặt Tướng Nguyễn Khoa Nam hiện ra trông hiên ngang lạ thường...Bác sĩ Hoàng Như Tùng bậm môi, vai run khi ông cúi xuống ký biên bản nhận diện Tướng Nam".

Từ bác sĩ phẫu thuật Đào Như đã chuyển sang bác sĩ tâm lý, thần kinh nhằm cứu giúp được nhiều hơn cho những người lính, ngay từ năm 1979, khi ông đặt chân tới Hoa Kỳ. Đọc Cuốn theo chiến tranh, ta bắt gặp những mảnh đời bất hạnh, hay cơn mê sảng của người lính đã đi qua chiến tranh được bác sĩ Đào Như cứu chữa. Và họ hiện thân trên những trang viết của ông. Và không còn chiến tranh, song từ hiện thực đến trang văn của Đào Như dường như có cả máu và nước mắt vậy. Những mảnh đời bất hạnh trên đất Hoa Kỳ, tuy chỉ là con số nhỏ, nhưng nó là một vết thương, với nỗi đau chung của thời hậu chiến. Hội chứng hậu chiến thay cho tên gọi Câu lạc bộ, hay Nhóm số 309.81 (điều trị tâm thần). Ở đó, ta bắt gặp những Đại úy Phúc, trung tá Đống, phi công Cảnh hay người cựu sĩ quan Dalat Thạch Hùng…chợp mắt là đã thấy mê sảng, và ác mộng, có những đêm ngồi một mình, mở mắt thao láo nhìn vào bóng đêm. Và đêm đêm về, người sĩ quan ấy đi tìm vợ con đã chìm theo con thuyền xuống lòng biển:

"Sáng hôm sau thức dậy, tôi nghe người đau đớn nhức mỏi, mở mắt ra thấy mình nằm trên giường (bịnh) trong bịnh viện, hai chân bó bột. Bác sĩ Kaplan đến thăm tôi. Ông hỏi tôi tại sao tôi nhảy lầu tự tử hồi nửa khuya đêm qua? Tôi sững sờ, tôi không biết, không hay biết gì hết. Thế giới trở nên xa lạ. Và bắt đầu từ đó tôi nghe tiếng réo gọi của vợ tôi. Tiếng khóc của con tôi" (Cuốn theo chiến tranh).

Và những hình ảnh trớ trêu, bi thương ấy đã cô thành truyện ký Hợp Lưu và Cuốn theo chiến tranh. Nó như là một liều thuốc, hay những lời cảm thông, an ủi của bác sĩ, nhà văn Đào Như đến những người lính bất hạnh vậy.

Hòa đồng vào xã hội có lẽ là một trong những khó khăn nhất của người Việt ngày đầu đến Mỹ. Không chỉ về ngôn ngôn ngữ, mà văn hóa, tập tục có một khoảng cách, hố sâu rất lớn, nhất là thân phận của những trẻ con lai: "Cộng đồng Việt Nam không công nhận tôi là người Việt, họ bảo tôi lai Mỹ, còn người Mỹ có bao giờ thừa nhận tụi này đâu, họ bảo tụi này lai Việt...Bác sĩ nói tương lai bọn này đen tối hả? Con mấy ông sĩ quan H.O mới qua cũng vậy thôi, cũng lờ quờ như tụi con, cũng khó khăn, cũng ngơ ngác trong lớp học" (Chuyện thằng Henri). Cho nên, Chuyện thằng Henri, bác sĩ Đào Như như đang gồng mình lấp đầy những hố ngăn cách đó. Thật vậy, để kéo gần hai cái văn hóa ấy gần nhau hơn, chắc chắn cần lắm có một bác sĩ phá tan rào cản tâm lý ấy. Có thể nói, Chuyện thằng Henri như một sự đúc kết kinh nghiệm, hay một bài học thực tiễn, với những kết quả lâu dài của bác sĩ Đào Như chuyển đến người đọc:

"Cháu Trung tốt nghiệp kỹ sư về Computer ...hiện làm cho hãng Motorola tại Schaumburg. Còn cháu Hùng hiện đang làm Pharm D tại St Luke Hospital thuộc Viện Đại học Rush... Nếu không được sự dẫn dắt của bác sĩ ngay từ đầu, thì các cháu, ngay cả vợ chồng tôi cũng không được như ngày hôm nay" (Chuyện thằng Henri).

Có thể nói, với 16 truyện ngắn, tùy bút tác phẩm Cuốn theo chiến tranh đi sâu vào từng ngõ ngách của xã hội và cuộc sống trải dài từ những năm đầu bảy mươi đến nay. Đọc nó, dường như ai cũng có thể tìm thấy một chút hồn vía mình ở trong đó. Vâng, một tác phẩm văn học nào cũng vậy, có được sự đồng cảm ấy, thì hiển nhiên, tự thân đã gánh (mang) hai giá trị hiện thực và nhân đạo. Và tôi tin, cũng như nhà thơ bác sĩ Đặng Huy Lưu, bác sĩ Đào Như viết văn chỉ muốn trả nợ cuộc sống, cũng như cho thế hệ sau có cái nhìn trung thực hơn về chiến tranh, và thân phận con người sau đó, chứ hoàn toàn không nghĩ sẽ trở thành nhà văn. Nhưng những giá trị văn học này đã làm nên chân dung nhà văn Đào Như.

*** Hạn chế của tác phẩm.**

Do sử dụng khẩu ngữ, văn của Đào Như mộc mạc, sinh động và truyền cảm, song dẫn đến câu văn có nhiều đại từ nhân xưng, hoặc danh từ trùng lặp. Ở đây tôi xin đưa ra vài dẫn chứng, và xin phép nhà văn Đào Như được rút bỏ vài đại từ cho gọn gàng hơn chăng. Rất có thể những suy nghĩ của tôi là sai. Nhưng viết về một tác phẩm mình khoái, mà không dám viết hết những suy nghĩ, quả thực ấm ức chịu không nổi:

"- Vợ chồng ông Chín bà Chín, bịnh nhân của bác sĩ, họ cùng gia quay trở lại kìa!... Tội nghiệp chị vợ thật thà, chị chạy lại gần tôi, chị nói:" (Quê hương-dấu binh lửa trang 22).

Xin bỏ đi mấy đại từ, thêm từ và: "- Vợ chồng ông bà Chín, bệnh nhân của bác sĩ, cùng gia đình quay trở lại kìa!... Tội nghiệp chị vợ thật thà, chạy lại gần tôi và nói:…"

Hay: "Trước khi lấy cha tôi, bà có một đời chồng người Việt mình. Khi người Mỹ đến, bà bỏ ông chồng người Việt, bà lên Saigòn làm 'cava' rồi lấy cha tôi. Tôi cũng chỉ nghe Bà Ngoại tôi nói như vậy, chớ bà già tôi không bao giờ bà nói về bà cho tôi, bà cũng không nói về cha tôi" (chuyện thằng Henri trang 50).

Xin vẫn lược bỏ đi vài đại từ:

"Trước khi lấy cha tôi, bà có một đời chồng người Việt mình. Khi người Mỹ đến, bà bỏ ông chồng người Việt, lên Saigòn làm 'cava' rồi lấy cha tôi. Tôi cũng chỉ nghe Bà Ngoại nói như vậy.

Chớ bà già tôi không bao giờ nói về mình, và về cha tôi cho tôi“.

Hoặc:

“Bác sĩ Kaplan đến thăm tôi. Ông hỏi tôi tại sao tôi nhảy lầu tự tử hồi nửa khuya đêm qua? Tôi sững sờ, tôi không biết, không hay biết gì hết“. (Cuốn theo chiến tranh).

Xin bỏ một đại từ, và thêm dấu ngắt chấm câu:

“Bác sĩ Kaplan đến thăm tôi. Ông hỏi, tại sao tôi nhảy lầu tự tử hồi nửa khuya đêm qua? Tôi sững sờ. Tôi không biết, không hay biết gì hết“.

Leipzig ngày 6-7-2022

VUA LÀ PHẬT - PHẬT LÀ VUA: MỘT TÁC PHẨM MANG GIÁ TRỊ LỊCH SỬ VÀ HIỆN THỰC CỦA HÒA THƯỢNG THÍCH NHƯ ĐIỂN

Ngay sau tác phẩm Mối tơ vương của Huyền Trân Công Chúa, người đọc lại được đón đọc Vua Là Phật - Phật Là Vua của nhà văn Thích Như Điển. Đây là cuốn sách thứ hai về đề tài lịch sử ở thời (kỳ) đầu nhà Trần mà tôi đã được đọc. Có thể nói, đây là giai đoạn xây dựng đất nước, và chống giặc ngoại xâm oanh liệt nhất của lịch sử dân tộc. Cũng như Mối tơ vương của Huyền Trân Công Chúa, tác phẩm Vua Là Phật - Phật Là Vua, nhà văn Thích Như Điển vẫn cho đây là cuốn tiểu thuyết phóng tác lịch sử. Nhưng với tôi, không hẳn như vậy. Bởi, tuy có một số chi tiết, hình ảnh tưởng tượng, song dường như rất ít ngôn ngữ, tính đối thoại của tiểu thuyết, làm cho lời văn chậm. Do đó, tôi nghiêng về phần nghiên cứu, biên khảo, cùng sự liên tưởng một cách khoa học để soi rọi những vấn đề lịch sử bấy lâu còn chìm trong bóng tối của nhà văn thì đúng hơn. Ở đây ngoài thủ pháp trong nghệ thuật văn chương, rõ ràng ta còn thấy giá trị lịch sử và hiện thực thông qua sự nhận định, phân tích rất công phu của tác giả.

Vẫn nghệ thuật lồng ghép truyện trong truyện, mở rộng, đan xen tình tiết, cài cắm tư tưởng khi phân tích, hay dẫn chứng như tiểu thuyết Mối tơ vương của Huyền Trân Công Chúa trước đây, tác phẩm Vua Là Phật - Phật Là Vua đưa người đọc đến với (một giai đoạn) lịch sử một cách chân thực nhất của nhà văn Thích Như Điển. Và, Vua Là Phật - Phật Là Vua như một sự tiếp nối những vấn đề mà tiểu thuyết Mối tơ vương của Huyền Trân Công Chúa trước đó chưa được phân tích, làm sáng tỏ thật đầy đủ chuyển tải đến người đọc vậy. Từ chính những quan điểm, tư tưởng hiện sinh, tính hiện thực: "Tâm mới là chủ động, còn thân là bị động. Thân chỉ làm theo mệnh lệnh của tâm, chứ tâm không làm theo mệnh lệnh của thân. Do vậy, nếu tâm biết ngăn dừng thì mọi việc sẽ yên lặng… Họ đang ở trên ngai vàng, nhưng không đắm trước mùi tục lụy, như vua Trần Thái Tông hay Nhân Tông sau này thì chính họ là những vị Phật. Vậy Vua là Phật, Phật là Vua, cũng từ quan điểm này mà ra vậy." (Sách đã dẫn) là cơ sở để nhà văn Thích Như Điển viết nên tác phẩm này.

*** Tư tưởng Phật giáo linh hồn của một vương triều.**

Nếu trước đây đã đọc Mối tơ vương của Huyền Trân Công Chúa ta thấy, việc gả bán Huyền Trân đặt nền móng cho sự mở mang bờ cõi, một sách lược của Trần Nhân Tông, thì đến tác phẩm Vua Là Phật - Phật Là Vua, nhà văn Thích Như Điển đã quay trở về cái ngày đầu củng cố quyền lực nhà Trần, với thân phận Công chúa Thuận Thiên: "Vừa sống với Trần Liễu chẳng được bao lâu và đang mang trong mình dòng máu của chồng,

Thuận Thiên thật khó xử khi gọi em chồng là chồng, nó ngờ ngợ làm sao. Những ngày đầu Trần Thái Tông kém vui…" (trang 34). Có thể nói, đây là một đại bi kịch. Sự trớ trêu ấy, không chỉ ngoài sức tưởng tượng của hai chị em Thuận Thiên, Lý Chiêu Hoàng, mà còn cả cho Trần Thái Tông. Hoang mang đến tột cùng, Trần Thái Tông bỏ cả ngôi Vua trốn khỏi cung điện lên rừng Trúc Yên Tử tìm vào cửa Phật. Nhưng giặc phương Bắc sắp tràn qua biên ải, gánh nặng giang sơn chưa thể đặt xuống, ngay sau đó Thái Tông phải trở lại Hoàng cung. Tuy nhiên, dưới lăng kính, tư tưởng Phật giáo, khi đi sâu vào phân tích, tìm tòi nhà văn Thích Như Điển còn đưa ra dẫn chứng khác, dẫn đến những nhận định trái ngược nhau, ở cùng cuốn sách này:"Vậy thì trong thời gian 10 năm của thời niên thiếu này tại Thăng Long, vua Thái Tông đã được Trần Thủ Độ hoặc trực tiếp hay gián tiếp mời những bậc kỳ lão dạy cho chữ nghĩa và cách làm vua. Trí thông tuệ sáng đã giúp vua ý niệm được cuộc đời là khổ, cho nên mới tìm cách xuất gia học đạo. Sau khi trở về Thăng Long vào năm 1236 nhà vua chong đèn học Phật vào ban đêm, suy tầm lẽ đạo. Có lẽ nhờ thế mà vua đã ngộ được thiền cơ." (SĐD). Vâng, với cách viết và góc nhìn mở như vậy, nhà văn Thích Như Điển cho người đọc có cái nhìn đa chiều hơn về lịch sử.

Đọc Vua Là Phật - Phật Là Vua, ta cảm thấy, nhà văn Thích Như Điển dường như đang đi tìm từng mảnh vỡ để ghép nên một giai đoạn lịch sử, với ba đời hoàng đế, cùng ba lần đánh tan giặc Nguyên Mông vậy. Tác phẩm này, nhà văn Thích Như Điển đã miêu khá đầy đủ, sinh động cục diện, cũng như diễn biến từng trận đánh của quân dân Đại Việt với giặc Nguyên Mông. Đặc biệt ba cuộc chiến đó đều dưới sự lãnh đạo trực tiếp của Thái Tông, Thánh Tông và Nhân Tông, mà linh hồn với những Trần Quốc Tuấn, Trần Quang Khải, Trần Nhật Duật... Và vẫn góc nhìn của một vị chân tu, nhà văn Thích Như Điển đánh giá rất cao vai trò, mưu lược của Tuệ Trung Thượng Sĩ Trần Quốc Tung góp phần làm nên những chiến công hiển hách này. Đây là một nhân vật, dường như ít được sử sách nói đến. Sau khi đọc Vua Là Phật - Phật Là Vua, tôi tự đi tìm, và lật lại những trang sử cũ. Quả thực, cho tôi nhiều điều mới mẻ về nhân vật Tuệ Trung Thượng Sĩ này. Vì vậy, tôi nghĩ, đây là sự liên tưởng logic, khoa học (dưới cái nhìn) khách quan của nhà văn Thích Như Điển.

Thành thật mà nói, tôi là người rất lười đọc, và mù mờ về Phật pháp, hay các giáo lý. Nhưng đọc xong mấy cuốn sách này của nhà văn Thích Như Điển đâm ra khai thông các thuật ngữ Phật pháp ra phết. Chứ trước đây, động đến cái món này, y rằng phải điện hỏi nhà thơ Tùy Anh, Chủ bút tạp chí Viên Giác.

Không độc quyền chân lý, nhưng đọc Vua Là Phật - Phật Là Vua, tôi đánh giá cao cái Tôi (bản ngã) của nhà văn Thích Như Điển, khi đi vào phân tích, hoặc nhận định đánh giá. Thật vậy, để có nhận định chính xác làm sáng tỏ về lịch sử du nhập của một pháp môn (từ năm 352 - thế kỷ thứ 4), thì quả thật người phải có "công lực thật thâm hậu" như Hòa Thượng Thích Như Điển mới đủ can đảm. Tôi nghĩ, những nhà nghiên cứu văn hóa, Phật học, hay các Tăng Ni, Phật tử khi bập vào đọc cuốn sách này, thật khó có thể dứt ra được. Trích đoạn dưới đây, chứng minh cho ta thấy, sự uyên thâm ấy của nhà văn Thích Như Điển:

"Như vậy đến đời nhà Trần, Tịnh độ tông đã tiến triển khá nhanh qua việc giải thích cũng như hướng dẫn của Vua Trần

Thái Tông. Các nhà nghiên cứu về Tịnh độ tông Việt Nam chưa ấn định rõ ràng là Tịnh độ tông đã du nhập vào Việt Nam tự lúc nào, nhưng theo người viết sách này thì cho rằng đó là vào khoảng năm 352, tức thế kỷ thứ 4, qua việc Ngài Đàm Hoằng đã tu theo Pháp môn Tịnh độ và hành trì kinh Quán Vô Lượng Thọ trước khi tự thiêu tại núi Tiên Du ở Bắc Ninh. Như vậy ta có thể kết luận rằng: Tịnh Độ Tông Việt Nam có mặt còn sớm hơn Thiền tông nữa. Dĩ nhiên là vào thế kỷ thứ nhất, thứ hai Phật giáo đã có mặt tại Giao Châu như các Ngài Khương Tăng Hội, Mâu Bác, Chi Cương Lương, Ma Ha Tăng Kỳ Vực v.v…" (SĐD)

Nếu ở tác phẩm Mối tơ vương của Huyền Trân Công Chúa, nhân vật Trần Nhân Tông với tầm nhìn chiến lược về chính trị quân sự, thì đến Vua Là Phật - Phật Là Vua, nhà văn Thích Như Điển đi sâu phân tích con đường xuất gia, sáng lập ra Thiền phái Trúc Lâm, cũng như tài năng thi phú của ông. Dưới ngòi bút của nhà văn, hình ảnh Trần Nhân Tông hiện lên một cách chân thực, một con người kiệt xuất:"Một ông vua, vừa làm vua vừa làm Phật, vừa làm thiền sư, vừa làm thi sĩ v.v… quả thật trong lịch sử nước Nam ta chưa có vị vua nào được như vậy" (SĐD). Đọc Vua Là Phật - Phật Là Vua ta có thể thấy, linh khí nhà Trần được hun đúc lên bởi lòng nhân bản, dưới ánh sáng của Phật pháp. Tôi cho đây là cái nhìn có tính logic, khoa học nhà văn Thích Như Điển. Và cũng chính cái tư tưởng ấy, để cho ông hình thành nên tác phẩm này:"Lúc ngồi trên ngai vàng, ông đã làm vua với tâm Phật. Nhờ vậy mà nước nhà thịnh trị, mưa thuận gió hòa, nơi nơi an cư lạc nghiệp." (SĐD)

Có thể nói, nếu không có tinh thần đoàn kết Phật giáo, thì con dân Đại Việt khó có thể chiến thắng giặc Nguyên Mông, và mở mang bờ cõi, xây dựng đất nước cường thịnh đến vậy. Tinh thần ấy, cần được lưu mãi mãi cho hậu thế. Và nhà văn, Hòa Thượng Thích Như Điển đã và đang cần mẫn làm điều đó, bằng chính những tác phẩm của mình.

*** Thiền Thơ - tinh hoa văn học thời Trần**

Để làm nên tác phẩm Vua Là Phật - Phật Là Vua, nhà văn Thích Như Điển đã chuyển dịch khá nhiều Thiền Thơ, trong đó có khoảng 40 bài của Trần Thánh Tông và Trần Nhân Tông sang thể lục bát. Những bài thơ lúc chí khí, khi hoài cảm, đẹp như một bức tranh làm rung động không biết bao nhiêu thế hệ người đọc. Và cái cảm xúc, tình yêu ấy của con dân Đại Việt được hun đúc lên, rồi như tan chảy vào hồn khí của non sông đất nước vậy. Điều đó, không chỉ thấy rõ tài năng, đức độ của những nhà vua thi sĩ, mà còn cho ta thấy được cái nội lực thâm hậu của nhà văn Thích Như Điển. Với tư tưởng và sự đồng cảm của người chân tu, từ nỗi đau của những cuộc chiến vệ quốc, nhà văn Thích Như Điển đã khơi lại cho chúng ta thấy chí khí, một lời khẳng định sự bền vững núi sông Đại Việt qua hai câu thơ đầy hình ảnh so sánh, mà Đức vua Phật hoàng Trần Nhân Tông đã viết: "Xã tắc lưỡng hồi lao thạch mã/ Sơn hà thiên cổ điện kim âu.". Có thể nói, Trần Thánh Tông và Trần Nhân Tông nằm trong số những nhà thơ tiêu biểu của Văn học trung đại Việt Nam. Thật vậy, hai bài thơ cùng viết về Phủ Thiên Trường của họ ở tác phẩm này, tuy khác nhau về tâm trạng, nhưng đều bộc lộ rõ tài năng, với lời thơ đẹp, hình ảnh sâu sắc, qua bản dịch (rất hay) của nhà văn Thích Như Điển.

Thanh bình, tĩnh lặng sau hai trận chiến với giặc Nguyên Mông, dường như Đức vua Trần Thánh Tông cởi hết mũ mã, bụi trần chỉ còn lại tâm hồn thanh thản của người thi sĩ để viết về cuộc: "Dạo chơi hành cung Thiên Trường". Bài thơ đầy ăm ắp chất thiền vị trong tình yêu, cùng tấm lòng trung kiên với non sông đất nước của ông: "Thu này nước đã xanh trong/ Trời kia quang tạnh tấm lòng trung kiên/ Giờ đây bốn biển lặng yên/ Tấm lòng thanh bạch, lời nguyền thanh cao.". Và cái lẽ vô thường ấy, không chỉ ở nhà thơ, mà nó còn đặt vào nhận thức, tư tưởng mỗi một con người: "Ánh trăng sáng tỏ êm đềm/ Con người ở giữa hai miền có không.". Chúng ta hãy đọc lại bản dịch theo thể lục bát của nhà văn Thích Như Điển, để thấy rõ điều đó:

"Cảnh đâu thanh vắng lạ thường,
Vật kia lại cũng am tường như nhau
Cớ sao mười một tiên châu,
Lại đem so với một châu mượt mà?
Còn đây trăm giọng chim ca,
Và trăm bộ sáo chỉ là góp vui.
Hàng ngàn cây quýt ngọt bùi,
Do người chăm bón vun bồi mà nên.
Ánh trăng sáng tỏ êm đềm,
Con người ở giữa hai miền có không.
Thu này nước đã xanh trong,
Trời kia quang tạnh tấm lòng trung kiên.
Giờ đây bốn biển lặng yên,
Tấm lòng thanh bạch, lời nguyền thanh cao.
Bây giờ năm ấy thế nào?
Khác xưa muôn vạn bước vào năm nay."

(Và nguyên bản: Hạnh Thiên Trường hành cung dưới đây của Trần Thánh Tông)

"Cảnh thanh u vật diệc thanh u,
Thập nhất tiên châu thử nhất châu.
Bách bộ sanh ca, cầm bách thiệt,
Thiên hàng nô bộc, quất thiên đầu.
Nguyệt vô sự chiếu nhơn vô sự,
Thủy hữu thu hàm thiên hữu thu.
Tứ hải dĩ thanh trần dĩ tĩnh,
Kim niên du thắng tích niên du."

Nếu "Dạo chơi hành cung Thiên Trường" bộc lộ tình yêu với non sông đất nước của Trần Thánh Tông, thì đến "Phủ Thiên Trường" thi sĩ Trần Nhân Tông tìm về miền ký ức, với bóng hình vua cha dường như mãi mãi còn quanh quẩn đâu đây vậy. Vâng! Nhà thơ mượn hình ảnh, cảnh vật thiên nhiên để miêu tả diễn biến nội tâm của mình: "Sư về dứt tiếng, tịch không trong ngoài/Bên sông hàng quán sơ sài/ Trăng lên trời rộng bóng phai dưới cầu.". Sự hoài niệm, nỗi nhớ thương thường trực đó, đã cảm hứng để thi sĩ vẽ nên bức tranh tĩnh trong động của Phủ Thiên Trường tuyệt đẹp. Từ những yếu tố này, nó đã truyền lửa cho nhà văn Thích Như Điển chuyển dịch tác phẩm này:

"Màu xanh màu đỏ quanh đây,
Phủ đầy đêm trắng canh chầy vắng tanh.
Mây không còn sắc thiên thanh,
Cơn mưa vừa tạnh nhìn quanh sạch bùn.
Trai đường ngọc nhả châu phun,
Sư về dứt tiếng, tịch không trong ngoài.

Bên sông hàng quán sơ sài,
Trăng lên trời rộng bóng phai dưới cầu.
Giường ai xếp đặt từ lâu,
Ba mươi tiên nữ vào chầu thiên cung.
Tám nghìn tháp báu ung dung,
Như khua động nước triều dâng xuân về.
Phổ Minh chốn cũ sơn khê,
Trước sau như một chẳng hề đổi thay.
Trong mơ như tỉnh như say,
Bóng cha ẩn hiện những ngày ấu thơ."

(Và nguyên bản Phủ Thiên Trường dưới đây của Trần Nhân Tông)

"Lục ám hồng hi bội tịch liêu
Tễ vân thôn vũ thổ hoa tiêu.
Trai đường giảng hậu tăng quy viện,
Giang quán canh sơ nguyệt thượng kiều.
Tam thập tiên cung hoành dạ tháp,
Bát thiên hương sát động xuân triều.
Phổ Minh phong cảnh hồn như tạc,
Phảng phất canh tường nhập mộng nhiêu."

Thành thật mà nói, phần chuyển dịch thơ văn của các Đức vua nhà Trần đã gây cho tôi cảm hứng nhất, khi đọc Vua Là Phật - Phật Là Vua. Nó không chỉ cho tôi sự rung động, mà còn cho tôi kiến thức từ nhà văn Thích Như Điển.

GDGDGD

*** Một vài nhược điểm chính**

Khi viết Vua Là Phật - Phật Là Vua, nhà văn Thích Như Điển trộn tất tần tật các thể loại văn học vào đó, như thể trộn men vào cơm rượu vậy*. Với nghệ thuật này, gần đây có một số nhà văn đã sử dụng làm lời văn sinh động, gây bất ngờ cho người đọc. Tuy nhiên, ở cuốn sách này, dường như cái chất men rượu ấy, chưa được nhà văn Thích Như Điển chưng cất kỹ cho lắm. Tôi có một cái tính có lẽ, hơi bị dở, bởi không đọc thì thôi, đã đọc thì đọc thật kỹ. Khi cuốn sách mình khoái, cảm thấy có một vài nhược điểm, kiểu gì cũng phải viết. Và đến tác phẩm Vua Là Phật - Phật Là Vua cũng vậy. Còn có một vài nhược điểm, tôi xin mạn phép đưa ra, để cùng nhau bàn luận:

Có thể nói, ngay lời nói đầu (trang 15) của cuốn sách, dường như nhà văn Thích Như Điển có chút lầm lẫn cụm từ tiểu thuyết hóa nhân vật: "Tôi cố gắng tiểu thuyết hóa những nhân vật lịch sử này để giới thiệu nguồn tư liệu đến với độc giả, nhất là cuộc đời và sự nghiệp của vua Trần Thái Tông.". Tiểu thuyết là thể loại của văn xuôi có hư cấu, thông qua các nhân vật, sự việc để làm sáng tỏ, hay giải quyết mâu thuẫn của đời sống xã hội cách chân thực. Và là dù thể loại văn học nào đi chăng nữa cũng phải hướng người đọc đến giá trị chân thực của tác phẩm, thông qua nhân vật. Do vậy, nhà văn Thích Như Điển viết: Tiểu thuyết hóa những nhân vật… sẽ có sự mâu thuẫn (khái niệm) về tính chân thực mà tác giả đã dày công khai quật, phân tích ở cuốn sách này. Nếu được phép, tôi xin viết lại câu văn trên: "Với hình thức (hay thể loại) tiểu thuyết, tôi cố gắng làm sáng tỏ, chân thực những nhân vật lịch sử này, để giới thiệu nguồn tư liệu đến với độc giả, nhất là cuộc đời và sự nghiệp của vua Trần Thái Tông.".

Lối hành văn giản dị, cứ ngỡ là sẽ đến gần hơn với người đọc, song không hẳn vậy. Đôi khi nó cũng trở nên rối rắm. Câu văn có tính khẩu ngữ, với hai đại từ nhân xưng về Trần Thánh Tông dưới đây sẽ cho ta thấy sự rối rắm ấy: "Ông có rất nhiều tên, chẳng biết tại sao mà theo sử Trung Quốc thì ông có tên là Trần Uy Hoảng, Trần Quang Bính và Trần Nhật Huyên." (SĐD) Xin phép nhà văn, tôi thử ngắt câu văn trên bằng dấu chấm, bỏ trợ từ thì, xem có rõ nghĩa hơn không: "Ông có rất nhiều tên. Và chẳng biết tại sao, theo sử Trung Quốc, ông còn có những tên như Trần Uy Hoảng, Trần Quang Bính hay Trần Nhật Huyên.". Có lẽ, một câu văn kỵ nhất là có hai đại từ nhân xưng trùng nhau: "Ông mất vào ngày 3 tháng 7 năm 1290, lúc ấy ông 50 tuổi.". Do vậy, câu này nên bỏ đi một đại từ ông, dường như, sáng và ngắn gọn hơn chăng: "Ông mất vào vào ngày 3 tháng 7 năm 1290, thọ 50 tuổi, (hoặc) ở cái tuổi 50".

Có lẽ, những nhân vật, câu chuyện xảy ra cùng một giai đoạn lịch sử, cho nên tác phẩm Vua Là Phật - Phật Là Vua còn có không ít những hình ảnh, tình tiết, câu nói lặp đi lặp lại rất nhiều lần. Và một trong những câu lặp đi lặp lại có tính liệt kê sau đây là ví dụ: "Bên Trần Cảnh, tức Trần Thái Tông có 4 người con trai. Đó là: Trần Hoảng, tức Trần Thánh Tông, Chiêu Minh Vương Trần Quang Khải, Chiêu Quốc Vương Trần Ích Tắc, Chiêu Văn Vương Trần Nhật Duật.". Tôi nghĩ, đây cũng là thiếu sót của người biên tập cuốn sách này, chứ không riêng tác giả. Thật ra, cuốn sách cũng như con người vậy, có ưu chắc chắn phải có khuyết. Đây là những suy nghĩ chủ quan của tôi, có thể là không đúng. Tuy nhiên, đúng hay sai, tôi vẫn phải viết thật và hết những điều mình suy nghĩ về cuốn sách lịch sử công phu, giá trị của nhà văn Thích Như Điển.

Và tôi xin mượn mấy câu thơ Lục bát về tâm trạng ngỡ ngàng, mờ ảo khói sương trước sự kết tụ giữa Đạo và Đời, giữa Vua và Phật một cách an nhiên tự tại trong bài: Nhiệm Mầu Hai Chữ Sắc Không rất hay của nhà thơ Tùy Anh để kết thúc (cũng như làm sáng tỏ thêm cho) bài viết này:

"Vua là Phật, Phật là Vua:
Đọc xong tác phẩm ngỡ vừa chiêm bao!

\---

Phù vân kết tụ phương nào
Khi ra vô thỉ, khi vào vô chung
Mới hay thiền vị ung dung
Vua hay là Phật cũng cùng trái tim…"

Leipzig ngày 12.5.2021

TRẦN KỲ TRUNG: MỘT GIỌNG ĐIỆU MỚI CỦA VĂN HỌC HIỆN THỰC PHÊ PHÁN

Thời gian gần đây, những lúc xã hội bị xáo động, hoặc tâm trạng không được thăng bằng, tôi thường tìm đến các văn nhân, thi sĩ xứ Quảng, như Trần Kỳ Trung hay Nguyễn Văn Gia... Văn thơ xứ này kể cũng lạ, không đọc thì thôi, đã bập vào (đọc) cứ như bị ma ám vậy. Mỗi nhà văn, nhà thơ đều cho tôi cảm xúc thật đặc biệt khi đọc. Nếu thơ Nguyễn Văn Gia đưa hồn ta về miền quê của một thời xa vắng, thì trang văn của Trần Kỳ Trung cày xới lên cái đểu giả, lưu manh, và rồi như những đường kim, sợi chỉ vá lại sự rách nát của linh hồn, xoa dịu, cảm thông đối với con người. Có thể nói, cùng với các nhà văn Hoàng Minh Tường, Tạ Duy Anh, hay Văn Biển...ở giai đoạn này, Trần Kỳ Trung không chỉ làm sống lại dòng văn học hiện thực phê phán, mà còn làm mới nó, bằng những tác phẩm (nóng hôi hổi mang tính thời sự) của mình. Cho nên, bất kỳ một biến cố, sự việc nào xảy ra, Trần Kỳ Trung cũng có thể đưa ngay vào tác phẩm của mình, một cách sinh động, mang tiếng cười mỉa mai, hay chua cay, đồng cảm đến cho người đọc.

Với từ ngữ, lời thoại mang tính khẩu ngữ, làm cái chất trào phúng châm biếm ấy như tăng thêm cảm xúc cho người đọc, cùng giá trị độc đáo của nó vậy. Đây là nét (nghệ thuật) đặc trưng nhất trong trang văn của Trần Kỳ Trung. Chính vì vậy, với tôi, ông là một trong những cây viết tiêu biểu nhất về mảng truyện ngắn mang tính thế sự xã hội hiện nay.

Trần Kỳ Trung sinh năm 1953 tại Hội An. Mười chín tuổi đang là sinh viên Đại học sư phạm Hà Nội, ông đi lính. Chiến tranh kết thúc, rất may mắn ông còn sống sót để tiếp tục học tập, rồi trở thành giảng viên Đại học sư phạm Qui Nhơn. Từ đây, Trần Kỳ Trung bắt đầu cầm bút. Và ông hùng hục viết. Viết như để trả nợ, cũng như bóc trần sự thật của cuộc chiến, xoa dịu những bi thương, mất mát của con người. Ông viết, và in ấn nhiều, từ truyện ngắn, tiểu thuyết, bút ký, tản văn, đến kịch bản, truyện thiếu nhi… Nhưng phải đến truyện ngắn "Đọp, Nhà Thơ" ra đời năm 1992, tên tuổi Trần Kỳ Trung mới trụ được vào lòng người đọc từ trong đến ngoài nước. Tuy nhiên, khi đi sâu vào đọc và nghiên cứu cho ta thấy: Giá Tôi Là Đàn Bà là tập truyện ngắn hay, đặc trưng tiêu biểu nhất về nội dung cũng như bút pháp nghệ thuật sáng tạo của Trần Kỳ Trung.

*** Sự mâu thuẫn, tàn nhẫn của chiến tranh, và con người.**

Tuy là người lính trực tiếp cầm súng, nhưng dường như ta ít thấy khói lửa binh đao, chém giết nơi chiến trường trong những trang văn của Trần Kỳ Trung. Truyện ngắn của ông thường đi sâu vào khai thác mâu thuẫn, nội tâm nhân vật dẫn đến (hậu quả) cái bi trong hoặc sau chiến tranh. Hay thông qua một gia đình, một nhân vật, Trần Kỳ Trung vẽ nên bức tranh chân thực nhất về cuộc chiến huynh đệ tương tàn vừa qua. Và như một bản luận tội, nhà văn đã điểm mặt, gọi tên những kẻ đứng sau cuộc chiến này. Hai Anh Em là truyện ngắn điển hình như vậy của Trần Kỳ Trung. Cái mâu thuẫn, nỗi đau trong người Mẹ có hai người con ở hai chiến tuyến đọc lên ai cũng phải xúc động, cảm thương. Có thể nói, đây là một bi kịch. Với nghệ thuật ngôn từ, lời thoại mang đậm tính điện ảnh, sân khấu làm cho lời văn nổi và sống động hơn. Và sự kịch tính ấy, cứ ngỡ rằng, sự sống chết phải là một trong hai người lính ở hai bên của chiến tuyến. Nhưng không, Trần Kỳ Trung đã mở nút thắt (mâu thuẫn) bằng cái chết bi thương của người Mẹ. Vâng, trái pháo, quả cối đó, Trần Kỳ Trung đã cho ta thấy, không chỉ bắn vào Mẹ, mà nó bắn nát cả dân tộc này… Và đột nhiên, ông đã dừng câu chuyện ở đó, làm cho người đọc phải ngơ ngác, hẫng hụt, buộc phải tự diễn giải, nghĩ suy. Đọc Hai Anh Em của Trần Kỳ Trung, làm tôi nhớ đến truyện "Chuyện Hai Anh Em Trên Bàn Thờ" của văn Biển, và "Chuyện Người Lính Trinh Sát" của nhà văn, người lính Việt Nam Cộng Hòa Phạm Tín An Ninh. Tất cả đều là nỗi đau không thể cảm thông và san sẻ của những bà Mẹ. Nếu ghi vào trang sử của cuộc chiến, thì họ thuộc về những người lính chiến Việt Nam Cộng Hòa hay là của những anh bộ đội? Đọc những truyện ngắn này, có lẽ ai cũng phải phân vân tự hỏi như vậy. Trích đoạn dưới đây, không chỉ cho ta thấy rõ điều đó, mà còn chứng minh sự cài cắm ngôn ngữ điện ảnh, sân khấu trong truyện ngắn Trần Kỳ Trung:

"Cứ cãi nhau thế này, biết bao giờ mới dứt, Má quỳ hai đầu gối, đầu dập xuống đất, đau đớn:

- Má lạy cả hai anh em con! Các con phải thương nhau, Má đẻ ra đứa nào, cũng đau đớn cả. Nỡ nào cùng giọt máu Má sinh ra, các con lại như vậy…

ꝏꝏꝏ

Chỉ như vậy, ông Hai và ông Ba mới ngừng cãi nhau, cả hai cùng nâng Má ngồi dậy. Ông Hai nói với Má nghẹn ngào:

- Con xin lỗi Má, đúng là lỗi của hai em con, nhưng …Má ơi! Làm sao Má lại bảo con thương thằng Ba, khi nó là một thằng mất dạy, ác ôn, tay sai cho lũ cướp nước… Ông Hai chửi thẳng vào mặt ông Ba: Tao sai lầm hôm nay không mang vũ khí về đây!

Ông Ba sững người khi nghe thấy ông Hai nói vậy. Ông buông tay đỡ Má , đứng lùi ra xa, lấy tay, như một phản xạ, định rút súng đeo bên hông…

- Tôi tử tế về đây để gặp anh, nói chuyện phải trái. Tôi cũng tưởng anh, cho dù bị Cộng Sản nhồi sọ, nhưng đứng trước mặt Má, trên mảnh đất của ông bà, anh tử tế một chút. Té ra, anh vẫn là một đối tượng để tôi tiêu diệt. Anh tiếc không mang vũ khí à! Tôi còn tiếc hơn anh kia!"

Nếu phải chọn ra những truyện ngắn hay nhất của Trần Kỳ Trung, thì với tôi có lẽ là: Khúc Biến Tấu Đen. Đọc nó, ta không chỉ thấy sự can đảm, nhân hậu của một nữ du kích, mà còn thấy được sự lưu manh đểu cáng, tàn ác đến tận cùng ngay cả với ân nhân, đồng đội của một gã cán bộ cấp cao, xuất thân từ người lính. Với sự kết cấu hồi tưởng, cùng những tình tiết đan xen lồng trong cảm xúc của tác giả tạo nên mạch văn hấp dẫn, truyền cảm. Như những lời tự sự (không hề đao to búa lớn,) song Trần Kỳ Trung đã bóc trần một sự thật, một lời kết cho câu chuyện, và cho cuộc sống, xã hội đầy nhiễu nhương, bỉ ổi này vậy: Càng quan to chức lớn, thì tội ác càng dày, càng mưu mô và tàn bạo.

Thành thật mà nói, một nhà văn sống ở trong nước dám viết như vậy, thì quả thật, cần lắm một sự can đảm của ngòi bút Trần Kỳ Trung. Có thể nói, đây là truyện ngắn có lời văn đẹp, mượt mà khác hẳn giọng văn dân dã xù xì, góc cạnh Trần Kỳ Trung. Nếu bịt tên tác giả đi, khi đọc tôi không nghĩ, người viết là ông. Thật vậy, đoạn văn tự sự, truyền cảm dưới đây cho ta thấy, số phận rẻ mạt của con người sau chiến tranh, và sự tráo trở và dã man đến tột cùng của những kẻ cơ hội quyền cao, chức trọng:

"Gặp lại em, tôi muốn ở lại lâu. Dẫu ý định như thế, nhưng càng tâm sự với Mai, tôi nhận ra Mai không cần sự thương hại của người khác. Mai vẫn bản lĩnh, y như lúc cứu tôi và anh Long dạo nào. Tôi ở lại, càng thể hiện sự yếu kém của mình, Mai sẽ nhìn tôi với con mắt khác. Nghĩ như thế, tôi quyết định tạm biệt em ngay trong hôm. Biết ý định của tôi, Mai nắm lấy tay tôi, nói nghẹn ngào…

Anh Long đã thấy tội lỗi và bây giờ anh muốn có một việc làm cụ thể để chuộc lại những lỗi lầm của mình. Mai ơi! Ít nhất từ nay đến cuối đời, em và đứa con tâm thần không phải sống trong cảnh vất vả nữa. …

Hàng ngày tôi vẫn lên mạng truy cập tình hình trong nước. Một tin tôi đọc, như không tin vào mắt mình: … Bọn thủ ác đã đột nhập vào nhà bà Nguyễn Thị Mai, giết chết bà cùng đứa con trai bị tâm thần…đồ đạc trong nhà không mất thứ gì…Bà Mai sống rất tử tế, hoà thuận không làm mất lòng ai. Vậy nguyên nhân vụ giết người do đâu?…". Đêm ngày 22, tức là sau một ngày tôi rời Việt Nam. Lời của ông Tổng giám đốc nơi tôi đang làm việc văng vẳng bên tai: " Vì lợi ích cá nhân, họ sẵn sàng làm tất cả để đạt mục đích. Anh cần cảnh giác.". Trời ơi! thế mà tôi không hiểu. Để bây giờ...Chính tôi giết em ! Mai ơi.“

Thân phận, cuộc sống người dân tập kết ra Bắc sau biến cố 1975 là mảng đề tài phong phú được Trần Kỳ Trung đi sâu vào khai thác. Có lẽ, cũng là dân tập kết, do vậy ông hiểu và nắm bắt tâm lý họ một cách sâu sắc. Và chính sự đồng cảm này, làm cho truyện ngắn Trần Kỳ Trung mang tính chân thực, sinh động. Thật vậy, đọc truyện Lầm Lỡ, đoạn kết, dường như có tiếng kêu thất vọng bật ra. Và tôi cứ phải đọc đi đọc lại nhiều lần để cố tìm ra tiếng kêu đó của ông Tâm hay của chính tác giả Trần Kỳ Trung. Phải nói, Lầm Lẫn là truyện ngắn hay về miêu tả, cũng như phân tích diễn biến tâm lý nhân vật của Trần Kỳ Trung. Từ độc quyền chân lý cho đến khi đạp đổ, xóa bỏ nó là một điều dường như không tưởng ở một con người cứng nhắc, thù hận, tin tưởng một cách mù quáng như ông Tâm. Có thể nói, Lầm Lẫn không chỉ dừng lại một truyện ngắn, mà nó còn là hiện thân của chính gia đình, hay người thân của tác giả vậy. Vâng, đó là thân phận, nỗi đau, mất mát của cả một lớp người rời bỏ quê hương đi tập kết, và trở về sau 1975. Chúng ta đọc lại lời sám hối, cũng như tâm trạng của ông Tâm lúc từ biệt người con trai cùng mẹ, và dượng trước khi sang Mỹ, để thấy rõ điều đó:

“Con đứng dậy đi, suốt cuộc đời ba là sự lầm lẫn- Bàn tay ông Tâm đặt lên vai Thanh- Con đi theo má theo dượng là đúng- Giọng ông nghẹn ngào, ngắt quãng- Lỗi này tại ba. Giá mà...Tất cả như con đã nói, muộn rồi... Ba ước ao, giá như hôm nay có má con...

Nói xong câu đó, ông Tâm dựa hẳn vào tường để khỏi ngã.”

Có một điều đặc biệt, đọc mảng viết về chiến tranh của Trần Kỳ Trung dường như ta chỉ thấy cái bi, chứ không có hùng (ca) như những nhà văn cùng thời. Nỗi buồn ấy, được cô lại từ những bi kịch mà ông đã phải chứng kiến, và đi qua những năm tháng chiến tranh, và hậu chiến. Về chiến tranh khói lửa trực tiếp ngoài mặt trận có nhiều nhà văn ở cả hai phía đã viết. Tuy nhiên, nơi hậu phương, hoặc mâu thuẫn, hậu quả của chiến tranh, có lẽ chưa được các nhà văn khai thác nhiều, và chú trọng cho lắm. Cho đến nay, có hai nhà văn, đều xuất thân từ người lính ở hai chiến tuyến viết về mảng đề tài này là Lữ Quỳnh, và Trần Kỳ Trung cho tôi nhiều cảm hứng khi đọc. Những truyện ngắn của họ, tôi tin sẽ còn nhiều thế hệ tìm đọc.

***Sự châm biếm với tiếng cười trào phúng.**

Sau chiến tranh, quẩn quanh đâu đó, không chỉ có những cán bộ cấp cao, đã từng là đồng chí đồng đội tráo trở, và dã man đến tột độ, hay thân phận hẩm hưu của người dân lương thiện, mà hình ảnh đốt sách, và đỏ hóa các giảng đường đại học tràn khắp miền Nam làm cho Trần Kỳ Trung phải giật mình kinh hãi. Xuất thân từ nơi giảng đường ấy, nên Trần Kỳ Trung hiểu hơn ai hết: Đó là sự giết chết tri thức, giết chết con người một cách tàn khốc nhất, và nhanh nhất.

Do vậy, với ông những câu chuyện, sự việc ngoài sức tưởng tưởng ấy, chỉ có thể diễn tả bằng những lời văn trào phúng. Cái sự phê phán có tính hài ước đó mới thực sự bật ra được những tiếng cười sâu cay, khắc sâu vào lòng người đọc. Thật ra, không phải tình tiết phê phán, hay nhân vật phê phán nào cũng có thể coi là trào phúng. Nhưng đọc qua hàng (mấy) trăm truyện ngắn

Trần Kỳ Trung, dường như truyện nào cũng mang tính trào phúng, hài ước và đã cho tôi những xúc cảm khác nhau đến kỳ lạ. Lúc thì đỏ mặt tía tai, khi thì bật ra tiếng cười với những giọt nước mắt, tôi không thể kìm nén. Có thể nói, Trần Kỳ Trung là nhà văn hàng đầu ở trong, cũng như ngoài nước hiện nay viết nhanh, khỏe về truyện ngắn thế sự mang tính hài ước trào phúng. Và cái làm nên đặc trưng truyện ngắn Trần Kỳ Trung, chính là chất liệu sống (nóng cứ hôi hổi) xảy ra hàng ngày ở đâu đó quanh ông.

Là giảng viên Đại học Qui Nhơn ngay từ những năm đầu hòa bình, nên Trần Kỳ Trung hiểu, và rất can đảm, công phu khi viết truyện Người Đánh Trống. Với tôi, đây là một trong những truyện ngắn hay nhất trong sự nghiệp sáng tạo của ông. Tôi nghĩ, lúc viết Người Đánh Trống, Trần Kỳ Trung rất tủi hổ, và đớn đau. Đau như khi tôi đọc truyện ngắn này vậy. Cái câu chuyện một số sinh viên dốt đến nỗi không thể tự vượt qua các học kỳ, chỉ vì là đảng viên, thành phần công nông được đặc cách tốt nghiệp, vào Nam làm giảng viên đại học, đã nghe truyền miệng, rỉ tai nhiều lần. Song đọc Người Đánh Trống, tôi vẫn không thoát ra khỏi (cái) sự ngạc nhiên, bàng hoàng, và có những cảm xúc, suy nghĩ khác nhau theo mạch truyện. Có thể nói đây là bút pháp đầy "ma mị" của Trần Kỳ Trung. Vâng, đoạn trích dưới đây, tôi bảo đảm, người đọc không thể không bật ra tiếng cười đắng chát:

"Một hôm sắp đến kỳ thi Bừng được Tổ chức nhà trường gọi lên. Thế là có chuyện rồi! Trông Bừng đi lên phòng tổ chức mà thương. Chân đi không vững, mắt nhìn mọi người như chực khóc... Có thể biết được sức học của Bừng, Tổ chức nhà trường không cho thi tốt nghiệp? Nhưng... ngược lại với suy nghĩ của cả lớp. Khi Bừng trở về, nét mặt rất phấn khởi. Bừng cho chúng tôi biết, sắp tới trong Nam, nhà nước mình sẽ thành lập một loạt các trường Đại học và Cao đẳng mới, rất cần những giáo viên xuất thân là thành phần "Công, Nông". Nếu người đó là đảng viên thì càng tốt. Ai đủ tiêu chuẩn trên, xung phong vào đó giảng dạy, tổ chức nhà trường có thể xét "đặc cách" tốt nghiệp. Trong lớp tôi, chỉ có Bừng có đầy đủ những tiêu chuẩn đó. Thật là cơ hội ngàn vàng cho Bừng… Bừng biết, mọi người trong lớp cũng biết, với những nguyên tắc nghiêm ngặt trong một kỳ thi Đại học, không ai giúp, có đến chín mươi chín, phẩy chín mươi chín phần trăm Bừng thi trượt."

Không dừng lại ở đó, Trần Kỳ Trung còn đẩy câu chuyện đến với những tình tiết bi hài hơn thế nữa. Đọc nó, cứ ngỡ tiếng cười mỉa mai sẽ được bật ra, nhưng không phải vậy, mà dường như gợn lên trong tôi một tiếng cười cảm thông. Phải nói, đây là tài năng thủ pháp dựng truyện, cũng như khai thác chiều sâu tâm lý nhân vật của Trần Kỳ Trung:

"Bừng gặp tôi, ánh mắt lộ vẻ sung sướng, tiếng cười hơ hớ vô tư như dạo nào. Tôi hỏi Bừng :

- Sao cậu lại đi làm chân gõ trống ở trường này.Trước đây cậu đi dạy đại học cơ mà?... Hay cậu bị kỷ luật?

Bừng kể lại:

...Sai lầm lớn nhất của tớ là vào học Đại học. Trình độ và sự tiếp thu của tớ mà học Đại học thì... Sai lầm tiếp theo là tớ đi dạy Đại học. Ối mẹ ơi! Hồi ấy cứ nghe thấy tiếng khen:" Giáo sư Tưng Văn Bừng dạy đại học sao trông trẻ thế!". Mũi tớ nở hơn bánh mỳ ủ đủ men… Với tớ soạn giáo án còn khó, huống hồ lên lớp. Lên lớp bị sinh viên hỏi, nhiều lúc tớ không trả lời được… cứ tưởng mình là "trò" còn mấy sinh viên kia là "thầy".

Sau này, tớ chủ động đề đạt với Tổ chức nhà trường cho xuống dạy cấp ba. Thế mà tớ cũng dạy không nổi…"

Không chỉ là lời phê phán, mà đọc Trần Kỳ Trung, ta chợt nhận ra còn có những lời dự báo. Đọp – Nhà Thơ là một truyện ngắn như vậy của ông. Thông qua nhân vật Đọp, một người gác rừng chưa đọc thông viết thạo, bị những kẻ cơ hội phỉnh nịnh tài năng thơ phú để phá rừng, Trần Kỳ Trung đã cảnh báo về môi trường, từ ba mươi năm trước. Đây là một trong những truyện ngắn hay nhất của ông. Bởi, nó có nhiều tình tiết gây cười, với cung bậc, và ý nghĩa khác nhau. Ở nơi xa này, mỗi lần nghe lũ quét, bão táp nơi quê nhà, không hiểu sao, tôi lại nhớ đến Đọp, nhớ đến Trần Kỳ Trung, dù đọc nó đã rất lâu rồi. Qủa thật, trong cái thời nghe, nhìn nhiều hơn đọc này, có một nhân vật, một tác giả còn đọng lại trong lòng người đọc như Đọp, như Trần Kỳ Trung thật khó lắm thay. Với lối thậm xưng, đoạn trích dưới đây cho ta thấy, từ trên xuống dưới, từ to đến bé, không từ bất cứ một thủ đoạn nào, cùng nhau hiếp dâm, cùng nhau tàn phá rừng:

"Kể từ ngày thơ của Đọp được đăng trên tạp chí, đội kiểm lâm được đón nhiều đoàn khách đến thăm. Họ đến để ngắm "dung nhan" của Đọp, xem Đọp sáng tác thơ, ca ngợi thơ Đọp và... xin Đọp vài cây gỗ mang về. Họ đã ca ngợi thơ Đọp, tôn trọng Đọp. Đọp đâu có tiếc vài cây gỗ. Anh em trong đội kiểm lâm thấy Đọp chặt cây, họ cũng chặt. Tiếng máy cưa xèo xèo, tiếng cây đổ răng rắc, không át nổi nguồn cảm hứng thơ trong đầu của Đọp đang chảy ra lai láng…

ꝏꝏꝏ

Sau đó Đọp lại tiếp một đoàn cỡ năm, sáu người đại diện cho một Nhà xuất bản lớn. Họ đến yêu cầu cho phép được in thơ của Đọp…"

Có thể nói, văn phong Trần Kỳ Trung vẫn giữ nét cổ, với nhịp độ tiết tấu chậm. Tuy lấy nguyên mẫu nhân vật, tình tiết ngoài đời đưa vào tác phẩm, cùng từ ngữ mộc mạc, song Trần Kỳ Trung tạo ra nhiều tình huống, mâu thuẫn mang lại tiếng cười phê phán, mỉa mai đau đớn đến cho người đọc.

*** Sự bần cùng hóa, nỗi đau - tính nhân bản, trung thực.**

Chuyển sang công việc biên tập, in ấn xuất bản, Trần Kỳ Trung được đọc, va chạm, tiếp xúc nhiều. Do vậy, vốn sống của ông dầy dặn, phong phú. Từ đây, ngòi bút của ông cũng đa dạng, sâu sắc hơn. Sự can cảm chọc thẳng vào cái thối nát, ung nhọt của xã hội, và những điều được cho là cấm kỵ, tôi nghĩ, không phải, không mang đến cho Trần Kỳ Trung những rắc rối hệ lụy. Tuy nhiên, ông vẫn vất bỏ những cái phù phiếm và ràng buộc, để đi đến tận cùng của sự thật trên trang viết của mình. Và chính những đặc điểm này, đã làm nên chân dung nhà văn thật vạm vỡ Trần Kỳ Trung.

Thật vậy, Số Chó là một truyện ngắn đặc trưng nhất về đặc điểm này của Trần Kỳ Trung. Và nó cũng là truyện ngắn đau đớn, nhân bản, trung thực nhất trong mấy trăm truyện ngắn tôi đã đọc của ông. Không một lời phê phán, nhưng sự bần cùng hóa (con người) đến độ người chồng phải dẫn khách cho vợ bán dâm, thì nỗi đau ô nhục đó như một bản cáo trạng tố cáo sự thối nát đến tận cùng của xã hội vậy. Đọc xong, gấp sách lại, ngồi viết những dòng chữ này, vậy mà tôi vẫn nghĩ: Số Chó là bi kịch (bản) sân khấu, chứ hoàn toàn không phải truyện ngắn. Và khung cảnh, hình ảnh Ngựa Người và Người Ngựa, cùng Tắt Đèn của hai cụ Nguyễn Công Hoan, Ngô Tất Tố hiện về làm tôi ám ảnh. Đọc lời thoại nghi vấn bán mua dưới đây, có vẻ thản nhiên lắm, nhưng có lẽ, trong sâu thẳm, không chỉ nhân vật, tác giả, mà người đọc cũng vậy, nhói lên một nỗi đau hoàn toàn không thể chia sẻ:

"- Bác tin cháu đi, cháu sẽ chỉ cho bác một người tử tế, lấy giá vừa phải

- Có thật không?

- Thật chứ ạ! Cháu đi tìm khách cho vợ của cháu mà, nên cũng phải chọn người.

- Cái gì? Anh chọn khách cho vợ anh…"

Sự so sánh thân phận giữa chó và người không mới. Bởi, đầu thế kỷ trước, ta đã bắt gặp hình ảnh đó ở những anh Pha, chị Dậu. Và nếu ở cái chế độ được (hay bị) cho là lưu manh thối nát ấy, chị Dậu phải bán chó bán con, thì đầu thế kỷ 21 này, những người phụ nữ đó buộc phải làm điếm đêm và bán chó…thì xã hội ấy phải gọi là gì? Vâng, lời văn nhẹ nhàng, (không hề lên gân) nhưng chỉ với một lời than, lời so sánh của chị Dậu thời nay đã chứa đầy tình thương, lòng nhân ái. Và nó còn như một cái tát vào bộ mặt chế độ xã hội vậy:

"-Em lấy cái chăn của con xuống lót cho ổ chó đi

-Con đang nằm ấm thế này cơ mà- Tiếng mụ vợ

Có tiếng kéo chăn đắp, có lẽ bị lạnh đột ngột hai thằng bé khóc ré lên, rồi có tiếng mụ vợ:

-Anh để ổ chó vào chăn nhè nhẹ chứ, đừng để chúng kêu, ông đang ốm….số chó thế mà sướng"

Phải nói, Trần Kỳ Trung là một nhà văn tài năng, và rất giỏi khi chọn, đưa tình tiết thật đắt vào những trang viết của mình. Không có nỗi đau, nỗi nhục nào bằng nỗi đau của một thằng đàn ông phải dẫn khách cho chính vợ mình bán dâm. Hình ảnh ấy, có lẽ lần đầu được đưa ra mổ xẻ trong một tác phẩm văn học? Nó cho ta thấy một xã hội đã đến tận cùng của sự khốn nạn và không lối thoát. Và rất may mắn trong xã hội băng hoại đạo lý như vậy, dưới ngòi bút của Trần Kỳ Trung, ta vẫn còn bắt gặp tính trung thực, lòng nhân còn sót lại của con người:

"-Mình đã lấy tiền, hứa với họ rồi. Sáng mai họ cho người đến sớm, thấy không phải vậy, ăn nói với họ thế nào? Tính tôi đâu có lừa người, hứa đều…"

Có thể nói, Trần Kỳ Trung là một nhà văn đa cảm. Ông đau cùng nỗi đau của đất nước và con người. Tình yêu, lòng nhân ái đã cho ông nghị lực để đi đến tận cùng của sự thật. Do vậy, suốt mấy chục năm qua và cho đến cái tuổi gần thất thập hôm nay, Trần Kỳ Trung vẫn hùng hục viết, vẫn không khoan nhượng với cái ác, cái giả dối. Với thủ pháp và bút lực như vậy, tôi tin Trần Kỳ Trung đóng góp không hề nhỏ cho dòng văn học hiện thực phê phán của nước nhà. Tuy nhiên, viết nhiều, nhanh, có tính thời sự như vậy, cho nên không phải truyện ngắn nào của Trần Kỳ Trung cũng hay. Nhất là câu văn, đôi khi bị trùng lặp, hoặc thừa từ, hay cụm từ. Và một số câu có hai đến ba (cùng một) đại từ nhân xưng, làm cho câu văn dài, rối rắm. Đọc những tản văn ngắn về Hội An, về bạn bè ông cũng rất truyền cảm, và sinh động. Hy vọng có dịp, tôi trở lại với đề tài này của ông.

Leipzig ngày 23-3-2021

VÀI SUY NGHĨ VỀ THƠ TUYỂN TOÀN TẬP CỦA TRẦN HOÀI THƯ

Một ngày đầu thu mấy năm trước, khi đọc thi tập: Vịn vào Lục Bát, tôi nghĩ, có lẽ đây là điểm tựa cuối cùng của Trần Hoài Thư. Nhưng tôi đã lầm, bởi ngay sau đó Trần Hoài Thư viết tiếp Cảm Tạ Văn Chương. Và tháng 9/2021 này, Thư Ấn Quan lại xuất bản (in tại LuLu Press-Hoa Kỳ): Thơ tuyển toàn tập của ông. Vì vậy, tôi thực sự bất ngờ, và cảm phục bút lực, cũng như nghị lực (sống) Trần Hoài Thư.

Thơ tuyển toàn tập dày 646 trang, gói gọn hồn vía, tư tưởng, cuộc đời cũng như sự nghiệp sáng tạo Trần Hoài Thư. Dường như cho đến nay, đây là tuyển tập dày dặn, đẹp, trang trọng nhất mà tôi đã được tặng, và đọc. Tuy nhiên, nội dung, tư tưởng của tác phẩm này không gây cho tôi nhiều bất ngờ. Bởi, vẫn hồn cốt ấy, trước đây tôi đã đọc và nghiên cứu khá kỹ ở văn xuôi, cũng như như thơ lục bát của ông, khi viết: Trần Hoài Thư – Người Ngồi Vá Lại Những Linh Hồn, và Vịn Vào Lục Bát, điểm tựa cuối cùng của Trần Hoài Thư.

Sự nghiệp Trần Hoài Thư gắn liền với truyện ngắn, văn xuôi, song thi ca cũng góp phần không nhỏ làm nên tên tuổi ông. Nói, con đường sự nghiệp của Trần Hoài Thư bước đều hai chân là vậy. Có thể nói, Thơ tuyển tòan tập gắn liền với cuộc sống Trần Hoài Thư, cũng như thân phận của đất nước. Dù được chuyển tải bằng nhiều hình thức nghệ thuật, thể loại thi ca, song ta có thể thấy tác phẩm đã được biên tập có hệ thống, bố cục chặt chẽ với từng giai đoạn của cuộc sống, lịch sử cụ thể.

Vâng! Bắt đầu từ chiến tranh, khói lửa, đến thân phận tù đày của người lính sau 1975, cùng những ngày vượt biển trốn chạy, tị nạn, cho đến khi mắt mờ, chân chậm hiện nay, đã được Trần Hoài Thư nhập đồng vào 646 trang thơ của mình. Về nội dung, tư tưởng, ta có thể thấy, Thơ tuyển toàn tập vẫn cùng mạch (viết) văn xuôi, truyện ngắn của ông.

*** Chiến tranh, nỗi đau, sự bất lực của người lính.**

Hành quân, tác chiến ở rừng núi, hay nơi đầm lầy đã vắt đến cạn sức lực, cũng như thời gian của người lính. Đêm tàn chiến, lấy mộ bia làm bàn viết, hay ghi vội những câu thơ bất chợt vào từng vỏ bao thuốc, khi tiếng súng tạm ngưng. Đó là hình ảnh nhà văn, người lính Trần Hoài Thư, ta bắt gặp ngay trên những trang thơ đầu của tuyển tập. Thế hệ chiến tranh, hay một thế hệ đã bị ném vào cuộc chiến vô nghĩa đã được Trần Hoài Thư ghi lại ngay từ những ngày đầu cầm súng. Đó không hẳn (đã phải) là tâm trạng chung của những người lính, song cho người đọc sự đồng cảm sâu sắc: *"Thế hệ chúng tôi đã mang đầy vết sẹo/ Vết sẹo ngoài thân và vết sẹo trong hồn/ Không phạm tội mà ra tòa chung thẩm/ Nhận án tử hình ở tuổi thanh xuân"* (Thế hệ chiến tranh). Có thể nói, Trần Hoài Thư phải cầm súng, lao vào cuộc chiến là nghĩa vụ, bắt buộc, chứ hoàn toàn không phải mục tiêu, lý tưởng sống trong ông. Do vậy, Trần Hoài Thư có cái nhìn khách quan, rõ ràng hơn về cả hai phía trong trận chiến này. Tính hiện thực xã hội ấy, cho ta thấy rõ nhất trong bài: Ta lính miền Nam. Đây là một trong những bài thơ hay nhất Trần Hoài Thư viết ở thời điểm này. Với một vài đường nét, chất liệu gần gũi, Trần Hoài Thư đã vẽ nên bức tranh sinh động, hình ảnh đầy màu sắc về thực trạng đất nước, và con người lúc đó. Cái thối tha, bỉ ổi ấy của lãnh chúa cường quyền dẫn đến vô vàn những điều nghịch lý cho thân phận đất nước và con người. Nó không chỉ làm người lính xúc động buộc phải cầm bút, mà cho đến tận nay, người đọc vẫn còn cảm thấy rưng rưng: *"Thời thế đẩy đưa ta làm lính chiến/ Mang nỗi buồn như rừng lá khai quang/ Ta đứng giữa trời bốn phía rưng rưng/ Em gái mười lăm đi làm đĩ Mỹ/ Thằng nhỏ mười ba học đòi sát Ngụy/ Ma quỷ phương ngoài học xẻ Trường Sơn/ Đất nước ta, cường quốc bán buôn/ Hậu phương ăn chơi biểu tình, đảo chánh/ Lúc đồng đội ta sống lên, chết xuống/ Một đám ở nhà nhảy nhót thâu đêm/ Lãnh chúa ta thì ăn trước ngồi trên/ Hùng hổ lắm nhưng mạt hèn cũng lắm..."*

Ở giai đoạn này, Trần Hoài Thư thường viết thơ tự do, với những câu thơ dài, ngắn chảy theo cảm xúc tự nhiên của mình. Tuy nhiên, đứng trước cái chết, và sự tàn khốc của chiến tranh, ông trở về với những câu thơ thất ngôn. Và, Kỳ Sơn là một bài thơ như vậy. Có thể nói, đây là một trong những bài thơ hay ở tuyển tập, được Trần Hoài Thư viết ngay trong trận chiến Kỳ Sơn. Thông qua biện pháp tu từ, với những hình ảnh ẩn dụ: Kỳ Sơn đồi trọc chim không đậu, hay Đêm hoảng kinh, đỏ huyết vầng trăng, Trần Hoài Thư không chỉ cho thấy nỗi kinh hoàng của chiến tranh, mà còn gieo nỗi ám ảnh vào lòng người: *"Kỳ Sơn đồi trọc chim không đậu/ Đại đội đi, một nửa không về/ Lớp lớp người nhào lên, ngã gục... / Đêm hoảng kinh, đỏ huyết vầng trăng/ Những xác hôm qua, vàng rám mỡ/ Những anh hùng, ngụy tặc, nằm chung..."*

Vẫn thể thất ngôn, Diều hâu bỏ núi là một bài thơ đi sâu vào tâm trạng của người lính, với nỗi đau, sự bất lực trước cái chết của đồng đội. Và hình ảnh như ẩn vào trong phép hoán dụ: *"Mỡ vàng chảy giữa bờ cổ nách/ Đám ruồi xanh nhã nhạc ăn mừng"* càng cho ta thấy rõ hơn cái bi thương ấy. Tuy vậy, đi sâu vào đọc, ta có thể thấy, từ ngữ trong thơ Trần Hoài Thư mộc mạc, đơn giản gần với mọi tầng lớp người đọc: *"Những tấm poncho bó lấy xác/ Napalm thiêu nướng cả thân người/ Mỡ vàng chảy giữa bờ cổ nách/ Đám ruồi xanh nhã nhạc ăn mừng/ Con tàu mang xác rời cao điểm/ Những người còn sống đứng cúi đầu..."* (Diều hâu bỏ núi).

Gian nan là vậy, nhưng đọc Trần Hoài Thư, ta vẫn thấy được cái phóng khoáng và lãng mạn của người lính. Vẫn ở nơi trận tiền, nếu Kỳ Sơn, hay Diều Hâu Bỏ Núi là những hình ảnh nóng bỏng bi thương, thì Đêm Sao Trên Cao như một luồng gió mát, làm nguội đi cái oi nồng, nghẹt thở đó. Có thể nói, Đêm Sao Trên Cao không chỉ có lời thơ đẹp, mà còn cho ta thấy Trần Hoài Thư có trí tưởng tượng, và sự liên tưởng thật phong phú: *"Ôi những ngọn đồi làm đêm thấp lại/ Để sao càng gần như một dải kim cương/ Bỗng những chùm sao, xẹt khắp bốn phương/ Mặt đất dội tung, đêm bừng trái sáng!/Kẻ thù ta ơi, ngừng chơi một lát/ Kẻo ta lạc rồi đôi mắt người yêu"*.

Giữa sự sống và cái chết chỉ có tình yêu, nỗi nhớ mới là điểm tựa cho người lính đủ nghị lực vượt qua nó. Cái điểm tựa ấy, xuyên suốt Thơ tuyển tập Trần Hoài Thư. Và Tháng ba đi hành quân là một bài thơ ngũ ngôn điển hình nhất về cái đặc điểm này trong thơ ông. Nó như một sự nối dài cái lãng mạn, hoài mong đó ở bài Đêm Sao Trên Cao vậy. Và cái phép hoán dụ: *"May còn dưới chân đèo/ Màu hoa xưa kỷ niệm"* ẩn giấu dĩ vãng, tình yêu, hay sự đợi chờ ở phương trời nào đó, không chỉ cho người lính nghị lực sống và chiến đấu, mà đến nay còn rung lên trong lòng người đọc. Sự gợi cảm ấy, như một lời minh chứng cho tài năng sử dụng biện pháp tu từ trong thơ văn Trần Hoài Thư vậy: *"Mang Giang rừng tiếp rừng/ Sương mù không thấy đỉnh/ Áo nhà binh chưa khô/ Mong dài thêm cái nắng.../ Nơi này cây cỏ khổ/ Huống chi ta con người/ May còn dưới chân đèo/ Màu hoa xưa kỷ niệm"*.

Cũng như ở văn xuôi, nhân đạo là một đặc tính xuyên suốt những trang thơ Trần Hoài Thư. Không chỉ với đồng đội, mà đối với người bên kia chiến tuyến, nhà văn người lính Trần Hoài Thư vẫn có lòng vị tha cao cả. Ngay giữa chốn binh đao khói lửa, ngòi bút của ông vẫn đến gần, soi rọi bởi Giáo lý nhà Phật. Khi đọc bài thơ: Để trả lời một câu hỏi, làm tôi nhớ đến truyện ngắn: Ngày Thanh Xuân của ông, có lẽ cùng được viết vào khoảng năm 1972. Những tác phẩm này đều nghiêng về sự đồng cảm, tấm lòng bao dung của nhà văn. Và nó cũng là một trong những đặc điểm quan trọng nhất làm nên giá trị Thơ tuyển tập và tên tuổi Trần Hoài Thư.

Thật vậy, nhân bản là tính nhất quán trong tư tưởng, cũng như ngòi bút của ông: *"Vậy mà tại sao lòng ta lại bất an/ Nên ra lệnh dùng trái khói màu thay quả mãng cầu thường lệ/ Vẫn biết nơi này chó heo gà cũng là kẻ địch/ Vậy mà sao ta không thể giết một kẻ thù.../ Đôi mắt họ hướng về chúng tôi van lơn sợ hãi/ Nhưng đối với tôi, tôi thấy mắt họ ngời lên ánh sáng lạ lùng!/ Ánh sáng từ lòng tôi: ánh sáng từ tâm...* " (Để trả lời một câu hỏi)

Ngoài những đặc tính trên, ta còn có thể thấy, cũng như một số ít nhà văn cùng thời mặc áo lính, ngòi bút, lời thơ Trần Hoài Thư dám chọc thẳng vào những cái ung nhọt xã hội, kể cả thượng tầng, lãnh tụ. Cái sự hèn nhát và lưu manh: "*Tay lãnh tụ thường là tay sợ chết*" đã được ông bóc trần trong thơ. Do vậy, có thể nói, thơ ở giai đoạn chiến tranh là (phần) quan trọng nhất trong tác phẩm Thơ tuyển toàn tập của Trần Hoài Thư.

*** Nỗi đau tù đày, với những ngày vượt biển trốn chạy.**

Sau biến cố 1975, nhà văn người lính Trần Hoài Thư buộc phải vào tù cải tạo. Do vậy, văn thơ ông cũng rẽ sang bước ngoặt mới. Bốn năm dài đằng đẵng với nỗi thống khổ: "*Đằng sau anh, rừng tràm mênh mông/ Mờ lên giới biên, rừng lau trắng mượt/ Chân anh quỵ, vai oằn lên khổ nạn*" (Bên này người thiếu úy tù binh). Nhưng thơ Trần Hoài Thư vẫn nhẹ nhàng, không một chút thù hận. Lấy thiên nhiên, cảnh vật để bộc lộ tâm trạng, miêu tả thân phận của những tù nhân cải tạo là thủ pháp nghệ thuật của Trần Hoài Thư ở giai đoạn này. Nhẹ nhàng là vậy, song người đọc vẫn cảm được nỗi cô đơn, đau đớn khôn cùng của người lính bị cầm tù: "*Mùa mưa nước từ bưng/ Theo kênh ào ra cửa/ Rừng tràm như hoang đảo/ Chỉ thấy nước mênh mông/ Chỉ thấy đám tù nhân/ Ngóp ngoi cùng nước lũ/ Chỉ thấy*

ꝏꝏꝏ

trên Núi Sọ/ Từ phía làng Nhà Chung/ Chiếc thập tự trăm năm/ Nhìn trần gian bi lụy..." (Mùa nước lớn ở Hà Tiên).

Nếu ta đã đọc truyện ngắn: Ra biển gọi thầm, (được Trần Hoài Thư viết ngay sau khi vượt thoát sang Mỹ) thì sẽ thấm hiểu hơn khi đọc: Người em Kiên Lương. Một bài thơ trữ tình, cảm động nhất được Trần Hoài Thư viết trong thời gian này. Trong gian khổ, tận cùng đói khát: *"Hồ xanh, bèo không thấy/ Vịt đói chẳng buồn bơi"* như vậy, thế nhưng tình yêu, tình người vẫn còn ở đâu đó. Và hương tình một chút thoảng qua, nhỏ nhoi thế thôi cũng là điểm tựa sống cho người tù cải tạo: *"Em thị thành chăn vịt/ Tôi tù binh đào trùng/ Gặp em lòng muốn hỏi/ Sao miệng đành lặng câm/ Hồ xanh, bèo không thấy/ Vịt đói chẳng buồn bơi/ Nắng hồ sôi bốc khói/ Mây trời chẳng muốn trôi.../ Tôi không nghe em nói/ Tôi chỉ nghe trái tim/ Để đêm nằm biệt giam/ Tôi đau vì hạnh phúc"* (Người em Kiên Lương)

Rồi người tù cải tạo ấy buộc phải trốn chạy, dù biết con đường ấy, có thể đi vào cõi chết. Do vậy, Trần Hoài Thư viết rất nhiều về vợ con, gia đình, bạn bè...với nỗi buồn day dứt, nhớ thương, khi phải cất bước ra đi. Tuy nhiên, với tôi, Ô Cửa là bài hay, và có lời thơ rất đẹp của ông ở giai đoạn này. Có lẽ, chẳng riêng Trần Hoài Thư, mà ai cũng vậy, tình yêu trong sáng, vô tư nhất dường như đều nghĩ, và dành cho bạn bè thuở còn cắp sách đến trường.

Và không biết là thật hay trong mơ, Trần Hoài Thư đã trở về ngôi trường cũ. Qua ô cửa, ông tìm lại bóng hình (người yêu dấu) năm xưa, nhưng giờ đây: *"Giờ thiếu phụ đã nằm trong lòng biển"* (Ô Cửa). Tâm trạng buồn đau, xót xa ấy, được người lính tù cải tạo cô thành những câu thơ mang mang nét hoài cổ, xúc động đến nghẹn ngào khi đọc: *"Tôi sẽ nhớ một người tôi yêu dấu/ Người nào đâu, về lại buổi hôm qua/ Dấu chân nhỏ như vết hài vạn cổ/ Đôi mắt nào theo mãi cuộc đời ta*". (Ô Cửa)

Có thể nói, Đêm ra biển và Đêm từ biệt Việt Nam là hai bài thơ hay, tiêu biểu nhất viết về những giờ phút vượt biển, trốn chạy của Trần Hoài Thư. Nó mang lại cho tôi nhiều cảm xúc nhất khi đọc. Trước đây, trong bài chân dung nhà văn Trần Hoài Thư, tôi đã có những đoạn viết về hai bài thơ này. Nếu "Đêm ra biển" Trần Hoài Thư đi tìm tự do, lẽ sống từ trong con đường chết, thì đến "Đêm từ biệt Việt Nam" con đường sống đã mở ra cho ông. Và từ cùng trong cái gian nan, nguy hiểm ấy, đã cho ta thấy, hai bài thơ như một mạch nối tâm trạng, tư tưởng của nhà thơ vậy. Tuy đã vượt qua chớp tử sinh, song Trần Hoài Thư cảm thấy càng bất hạnh hơn. Bởi, từ đây ông đã mất quê hương. Vâng! Có lẽ, tâm trạng của Trần Hoài Thư lúc đó, cũng là tâm trạng chung của cả hàng triệu người Việt đã phải bỏ nước ra đi: *"Đêm nước mặn mà ngọt ngào nỗi chết/ Đêm quá dài mà ngắn chớp tử sinh/ Đêm ơi đêm, một cõi u minh/ Đêm bật khóc nhìn chúng tôi tự sát...* " (Đêm ra biển) *"Là lúc biết mình như thoát nạn/ Sáng chân trời, hồng rực vầng dương/ Là lúc, thấy mình như bất hạnh/ Sắp làm người không có quê hương*" (Đêm từ biệt Việt Nam)

Tôi nghĩ, cũng như văn xuôi, mỗi phần trong Thơ tuyển toàn tập là một giai đoạn buồn không chỉ riêng cá nhân Trần Hoài Thư, mà nó còn là những dấu mốc chung thật tang thương của đồng đội ông, dân tộc ông. Do vậy, ngoài văn học, nó còn mang giá trị lịch sử, như các tác phẩm của Tô Thùy Yên, Phan Nhật Nam, hay Phạm Tín An Ninh…

ଓଓଓ

*** Quê hương nỗi nhớ, với những năm tháng buồn vui.**

Những năm tháng sống nơi đất khách, Trần Hoài Thư kiệm lời hơn. Ông cô những cảm xúc của mình vào thi ca. Và hồn ông, dường như gắn chặt vào lục bát. Mỗi câu lục bát như một chiếc nạng, đỡ cho ông bước tiếp con đường phải đi. Chẳng vậy, mà mấy năm trước Trần Hoài Thư đã cho ra lò cả một cuốn: Vịn Vào Lục Bát, đó sao. Thật vậy, viết về nỗi nhớ nhà, nhớ quê không có thể thơ nào gần gũi, nhẹ nhàng hơn lục bát. Cái tâm trạng thân đất khách, tâm nơi quê nhà day dứt cả hồn thơ, kể từ khi Trần Hoài Thư đến được bến bờ tự do. Nỗi nhớ thường trực ấy, để một tiếng mưa rơi cũng làm ông giật mình tỉnh giấc. Và gió lạnh ngoài kia như tiếng vọng nơi quê nhà: *"Ngày ở Mỹ, đêm quê nhà/ Có khi thức giấc, bên ngoài, trời mưa!/ Buồn ơi lạnh khép chăn thưa/ Nghe như lời vọng quê nhà: Tiếng xưa"* (Mưa đêm thức giấc).

Xa quê, và nỗi nhớ đã đi hết hơn nửa cuộc đời, Trần Hoài Thư muốn một lần trở lại nơi chốn cũ chăng? Lòng đã hẹn, song chân không muốn bước. Cái mâu thuẫn đó làm thi nhân bùi ngùi, và day dứt. Bởi, dĩ vãng, cảnh xưa đâu còn nữa, để hồn người héo hắt với rêu phong. Vâng, Hẹn Lòng là một bài thơ như vậy của Trần Hoài Thư. Đọc nó, làm tôi chợt nhớ đến mấy câu thơ cùng tâm trạng ấy của Trần Trung Đạo: *"Bờ bến cũ, ngậm ngùi thân sỏi đá/ Tôi về đây, sông xưa, dòng nước lạ/ Ngó mây trời mà khóc tuổi hoa niên"*. Có thể nói, Hẹn Lòng là một trong những bài thơ hay nhất của tuyển tập Trần Hoài Thư. Với hồn vía cổ phong ấy, Hẹn Lòng không chỉ là một lời cảm thông, lỗi hẹn, mà còn mang theo một nỗi buồn vạn cổ: *"Vâng, thì về, nhưng hồn chắc héo hon/ Nhang lửa lạnh cần gì khơi dĩ vãng/ Lớp hưng phế đã rêu mờ phong cảnh/ Những con thuyền chắc lạc mất, lênh đênh/ Vâng, thì về, về với cõi mông mênh/ Để nghe tiếng gọi đò bên sông ai đó...* "

Càng lớn tuổi, dường như cái gian nan, khổ cực càng đè nặng lên đôi vai gầy mệt mỏi Trần Hoài Thư. Bế tắc của cuộc sống làm cho ông mất niềm tin*: "Hãy chỉ giùm tôi niềm vui nào hoan hỉ...*(nhưng) *Đừng dạy tôi hãy đọc những lời kinh/ Hay lên chùa ngửi trầm nhang hương khói"*. Và "Hãy chỉ cho tôi" là một bài thơ được vắt ra từ cuộc sống thực hiện tại của Trần Hoài Thư. Có lẽ, đây là một bài thơ được nhiều người đọc đồng cảm nhất. Và chỉ có chân thực văn thơ mới có thể sống được trong lòng người đọc. Do vậy, ta có thể thấy, trong cái cô đơn tận cùng đó, chỉ còn văn thơ mới là điểm vịn cuối cùng để Trần Hoài Thư đủ nghị lực bước tiếp, và vượt qua những bất hạnh ấy. Và đó cũng là lý do để tôi viết lời giới thiệu cuốn Thơ tuyển toàn tập này của ông: *"Dạy tôi đi, đâu là cực lạc thiên đàng/ Tôi chỉ cần, một giọt lệ nhỏ xuống vừng trán sốt/ Đừng đọc tên tôi mỗi đêm nhang khói/ Tôi sợ nhang khói rồi, sản phẩm của trần gian"*.

Với gần bốn trăm bài, có thể nói, Thơ tuyển toàn tập Trần Hoài Thư đã đi vào hầu hết mọi khía cạnh xã hội và con người, từ trên nửa thế kỷ qua. Bài viết này, chỉ gõ vào vài ba nét chính của tác phẩm mà thôi. Và bể thơ mênh mông Trần Hoài Thư vẫn cần phải khai quật, chỉ người đọc mới tự làm được mà thôi. Tuy nhiên, tôi đã đọc Thơ tuyển toàn tập Trần Hoài Thư đến mấy lần, và thật chậm rãi. Phải nói, tuyển tập có một số bài hay, nhưng thật hay, thì dường như không có. Và có điều đáng mừng, tuyển tập không có bài nào dở, hoặc quá dở. Âu đó cũng là điều bình thường, bởi tài năng của ông đã bị văn xuôi rút hết mất rồi. Ngoài ra, tuyển tập còn một số lỗi chính tả, lẫn lộn giữa G và D khi viết...

Và khi ngồi viết những dòng chữ này, tôi cứ băn khoăn và hy vọng: Thơ tuyển toàn tập, vẫn chưa phải là sân ga (điểm dừng) cuối cùng của lão nhà văn Trần Hoài Thư.

Leipzig ngày 18-9-2021

THI NHÂN VIỆT Ở ĐỨC NHƯ TÔI BIẾT

Sự cố Câu lạc bộ Thơ Berlin và thi tập Thơ Người Việt Ở Đức với những mâu thuẫn tưởng chừng con người cũng như thi ca đi vào tận cùng của bế tắc. Thì thật may mắn thay, dòng thơ non trẻ ấy chợt vuột về leipzig, rồi rót thẳng về chiếc rốn miền Trung Chemnitz. Với sự tích tụ, trầm lắng đó, để rồi nó tự phình và tách ra như những nhánh sông tìm về chốn cũ. Nếu Berlin là nơi khởi nguồn, Leipzig điểm dừng chân, thì Chemnitz là nơi hun dưỡng hồn thơ Việt. Dù có lúc sôi động, hay trầm lắng, nhưng có thể thấy, nó mới chỉ dừng lại phần lớn những hồn thơ là những cựu du học sinh, lao động và một số tị nạn cũng như đoàn tụ, sống, làm việc ở miền Đông nước Đức.

Tuy là nơi khởi nguồn, và được cho là nơi tập chung nhiều tài tử văn nhân, nhưng có lẽ, do tài năng, nhân cách cũng như bị áp lực bởi những cái bóng vô hình nên Berlin đang (rất) thiếu vắng những cây viết đích thực. Chính những nguyên nhân này, đã đưa đến những thăng trầm, mâu thuẫn chưa thể đi đến hồi kết, không chỉ trong lãnh vực thơ văn, như thời gian qua…

* Nói là vậy, nhưng trong cái thực hư, thật giả lẫn lộn đó vẫn có những ngọn lửa cháy sáng lên. Tuy chưa thể xua đi hết màn đêm u ám, nhưng nó như một tia hy vọng cho người đọc không chỉ ở Berlin, mà còn trên tòan nước Đức. Vâng! Nhà thơ Kiều Thị An Giang (Thymianka Thảo Nguyên) là một trong số đó. Có thể nói, Kiều Thị An Giang là một nhà thơ tài năng, nội lực cũng như sự sáng tạo của chị vượt sáng lên, không chỉ ở Berlin, hoặc khu vực, mà trên toàn nước Đức hiện nay. Tên tuổi chị đã ghim vào lòng rất nhiều tầng lớp người đọc, từ hải ngoại về đến quốc nội.

Và có lẽ, không riêng tôi, mà còn nhiều người nhận ra tính triết lý hòa trong chất trữ tình sâu lắng trong thơ chị, khi đọc. Đó cũng là nét đặc trưng riêng biệt rất Kiều Thị An Giang, khó có thể lẫn với những nhà thơ khác. Nhiều người cho rằng, chị đang tự giấu mình.

Bởi, chị viết nhiều mà không chịu in ấn, xuất bản. Và dường như thơ cũng như con người chị tách ra khỏi những cái ồn ào, thị phi nhỏ nhen, tầm thường đang diễn ra ở quanh mình.

Đọc chị, tôi chợt nhận ra, một bài thơ hay, ngoài hình tượng, với sự liên tưởng phong phú, thì trí và cảm xúc là những yếu tố rất quan trọng. Thật vậy! Thơ Kiều Thị An Giang, ngoài những yếu tố trên, ta còn thấy sự tìm tòi, sáng tạo nên từ mới, cụm từ mới, với những (một) câu thơ chuyển tải hai thông điệp, một cách táo bạo, độc đáo gây bất ngờ, thú vị cho người đọc: "Em là em người đàn bà ăn vã tuổi đôi mươi". Với câu thơ dân dã, táo bạo và ám ảnh này, nếu bịt tên Kiều Thị An Giang, có lẽ không ai nghĩ, tác giả là một phụ nữ nhẹ nhàng, mảnh mai như chị. Và khi người đàn bà ấy bước vào độ chín, chợt ngoái lại, có một cảm giác mất mát, nuối tiếc xa vời vợi của một thời hoang phí, để rồi bật lên một câu thơ đầy hình tượng, hay đến lạnh cả người:"Biển đã nhạt mà đời chườm đến chát". Chúng ta đọc lại đoạn trích trong Người Đàn Bà Màu Xanh, một bài thơ viết gần đây, để thấy rõ nghệ thuật sử dụng ngôn từ của chị:

"*...Em là em người đàn bà ăn vã tuổi đôi mươi*
Vô tư quá để bây giờ đâm hối tiếc

Biển đã nhạt mà đời chườm đến chát
Chắp vá điều gì cho đỡ gượng trùng khơi?...”

Nếu bài Người Đàn Bà Màu Xanh là tài năng sử dụng ngôn ngữ, thì Một Lần Tan Chảy là một bài thơ mang đậm tính triết lý cũng được viết gần đây của Kiều Thị An Giang. Một Lần Tan Chảy chưa hẳn là bài thơ hay nhất của chị, nhưng nó có thân phận khá đặc biệt. Bài thơ vừa ra đời, đã bị đánh cắp (đạo văn) làm chị phải buồn bã thốt lên: Đã ăn cắp lại còn phá hủy. Bởi, bài thơ bị sửa đổi một cách méo mó, trắng trợn. Vâng! Một kẻ có tài làm cho bài thơ của chị hay hơn, thì chắc chắn đã không phải đi thó thơ của người khác như vậy chị An Giang ạ.

Nói đến đạo văn, thó thơ cũng có muôn hình vạn kiểu. Có kẻ bê cả bài, có người đạo từng đoạn, từng câu, kẻ tinh vi hơn đạo ý tưởng… Hôm rồi, có bạn viết trẻ ở thành phố Leipzig đạo ý tưởng và bê nguyên xi một đoạn trong bài viết: Nếu Việt Nam trở thành một khu tự trị của Trung Cộng thì sẽ ra sao? của Giáo sư Trần Đình Sử. Tuy nhiên bạn trẻ này, đã thay lời tựa, mở rộng bài viết và gửi cho tôi. Tôi bảo, bài của bạn hay, nếu tôi chưa đọc bài của GS Trần Đình Sử. Bởi, bạn đã lấy ý tưởng và bê một số đoạn văn của GS Trần

Đình Sử vào bài của mình. Bạn nên gỡ bài khỏi FB, còn nếu tiếp tục sử dụng ghi rõ ý tưởng và một số đoạn đã sử dụng bài của GS Trần Đình Sử. Bạn viết trẻ trả lời, không biết GS Trần Đình Sử và chưa đọc bài đó. Tôi kopy và gửi bài đến để so sánh. Bạn viết trẻ viết lại cho tôi (đại ý): Bất kỳ tổ chức nào của người Việt thường đánh phá lẫn nhau, dẫn đến không thành công. Không rõ, người bạn trẻ này, thuộc tổ chức, hội đoàn chính trị nào? Tôi buộc phải trả lời, dù rất yêu mến các bạn trẻ dấn thân vì Tổ Quốc, dân tộc. Và là người không tham gia tổ chức, hội đoàn, mù mờ về chính trị, nhưng tôi thiết nghĩ, bất cứ tổ chức, hay cá nhân nào thành công dưới sự dối trá, thì chỉ mang lại khổ đau hơn cho đất nước và con người mà thôi. Là người có thể nói khá chăm đọc dù của bất kể tác giả nào, nên tôi thấy, nạn đạo văn hiện nay đã đến mức báo động, chứ không còn xa lạ, hiếm hoi nữa. Viết lại câu chuyện trên để chúng ta cùng suy ngẫm, và như một lời chia sẻ, cảm thông đến nhà thơ Kiều Thị An Giang vậy.

Nghiên cứu Kiều Thị An Giang, ta có thể thấy, thiên nhiên là đối tượng chính trong thơ của chị. Hay nói một cách chính xác hơn, nhà thơ đã mượn cảnh vật, tĩnh vật để miêu tả, bộc lộ tâm trạng cũng như gửi tâm sự của mình vào đó. Một Lần Tan Chảy là một bài thơ điển hình như vậy. Từ cái qui luật tuần hoàn của tự nhiên ấy, chợt một lần bắt gặp, Kiều Thị An Giang cho ta sợi dây liên tưởng đến mối quan hệ của tình yêu, cũng như khát vọng của con người. Cũng như nhà thơ Đỗ Hoàng, thơ của Kiều Thị An Giang nặng về phần trí, bố cục chặt chẽ, nên khi bình giảng khó có thể trích đoạn, mà thường phải bê nguyên bài. Và cũng chính bài thơ Một Lần Tan Chảy này sẽ chứng minh điều đó:

"Sông chưa sinh ra nắng đã có trên đời
Nắng bắt đầu từ vầng dương sông bắt đầu từ thác trắng
Nắng như suối chảy tràn từ vô tận
Sông là ai mà ôm xiết cô đơn?

Trót là Sông nên sóng vỗ không yên
Ai nào biết dưới sâu là bão tố
Nắng tuôn chẩy từ mặt trời nung đỏ
Sông chưa từng biết nắng đợi hồi sinh

Sông không đợi mặt trời. Sông đợi bình minh
Nắng không ngủ quên. Nắng chẳng chìm vào tối
Nắng chỉ khiêm nhường cho mặt trăng ùa tới
Nắng không tự đốt mình nên nguội bớt vầng dương

ꟹꟹꟹ

Rồi một ngày nắng ngã xuống dòng thương
Sông đón nắng để nguôi đi trăn trở
Nắng đâu biết mình cô đơn đến thế
Nếu không một lần tan chảy vào sông...

Nắng vẫn vô cùng hào phóng giữa mênh mông
Sông vẫn cuộn tràn vì chẳng hề ngưng chảy
Sông và nắng chỉ một lần giao thoa như thế đấy
Nhận ra mình thăm thẳm ngóng chờ nhau..."

Đang ở độ chín, cùng với kiến thức cũng như nội lực sáng tạo như hiện nay, tôi tin Kiều Thị An Giang sẽ còn đem lại nhiều bất ngờ đến cho người đọc. *Ngày đàn ông ở Đức vừa rồi, đang lúc ăn nhậu, có ông bạn bàn bên hứng chí đọc liền tù tì mấy bài thơ của Sa Huỳnh. Đọc xong, hắn quay sang tôi: Này Đỗ Trường, sau cái vụ Thơ Việt Ở Đức hình như Sa Huỳnh bị chột, không thấy thơ phú gì nữa? Tôi bảo, bậy nào, vẫn thấy Sa Huỳnh trên báo điện tử cộng đồng đều đều đấy thôi. Hắn cãi lại, ông đã nhầm. Rồi hắn bật iphone chỉ cho tôi, Sa huỳnh chỉ còn viết văn thôi...Nhìn mặt hắn cứ thấy đuột hết cả ra... Gớm! Làm thơ viết văn như Sa Huỳnh được bạn đọc quan tâm, săn sóc như thế thì có mà viết cả đời cũng chẳng chán. Trách gì, hôm trước ngồi khật khừ với Nguyễn Quốc Hùng ở Erfurt, hắn thì thầm: Anh ạ, Sa

ꝏꝏꝏ

Huỳnh tình cảm, tiếp xúc với anh ấy thấy thân mật, dễ chịu lắm…Còn Thế Dũng (nhà thơ TD) em thấy khó khó thế nào ấy. Tôi đùa hắn, Thế Dũng nhiều râu, nên có cảm giác vậy thôi, hiền khô à. Mày trẻ khỏe, to cao đẹp giai, lực lưỡng hơn Thế Dũng mà sợ à? Có vấn đề gì, cứ đè nghiến xuống, vặt trụi râu, thì thấy Thế Dũng lại hiền như xưa thôi.

Thực vậy, mới tiếp xúc với Sa Huỳnh một lần duy nhất, cũng cho tôi cảm giác dễ gần, dễ mến như vậy. Và anh cũng thường gửi cho tôi đọc những bài viết mới của anh. Với tôi, khi đọc câu nào, đoạn nào không vừa ý là phản ứng tức thì, nhiều khi làm anh mất hứng. Nhưng anh vẫn vui vẻ, không như một số nhà thơ khác. Một lần duy nhất, đầu năm nay (2016), Sa Huỳnh gửi cho tôi bài "Chuyện Kể Ngày Tết Bính Thân". Đọc xong, tôi đề nghị anh chữa lại cái không hợp lý tuổi tác của nhân vật. Bởi người phụ nữ 49- 50 tuổi (sinh khoảng năm 1966- 1967) lúc kết thúc chiến tranh (1975) mới tám, chín tuổi, không thể có những người bạn thân là lính của cả hai bên chiến tuyến được:

"Tôi thú thật rằng chưa gặp cô lần nào. Một người phụ nữ có gương mặt dịu dàng dễ mến, có tiếng cười vui. Dù đã khoảng tầm 49-50 nhưng gương mặt còn rất trẻ, để tóc đuôi gà. Nước da trắng mịn…Trong lúc ăn, nàng nói: "Đời em là những thước phim đầy ắp kỷ niệm vui buồn... Em sinh ra và lớn lên trong một gia đình đầy dấu ấn chiến tranh. Phân chia thành hai chiến tuyến. Em có những người bạn thân đi theo "phía bên thua cuộc" và cũng có những người bạn thân hy sinh ở "phía bên thắng cuộc". (Trích Chuyện Kể Ngày Tết Bính Thân- Sa Huỳnh).

Tuy nhiên anh cho rằng, viết như vậy là để bảo mật cho nhân vật, và người đọc tự hiểu. Tôi không rõ, tác giả muốn bảo vệ cái gì, trong chiến tranh gia đình nào mà chẳng xẻ ra làm hai phía. Thật ra, câu chuyện này, không có gì gay cấn, cấm kỵ đến mức độ phải bảo mật cho nhân vật. Nếu như muốn bảo mật nhân vật không thiếu gì cách. Đành rằng văn chương là phải có hư cấu, nhưng hư cấu sao cho người đọc cảm thấy đó vẫn là sự thật. Do vậy, tôi nghĩ, đây là sự mơ hồ thật đáng yêu của những nhà thơ mà thôi.

Đọc Sa Huỳnh, tôi nhận ra thế mạnh, sở trường của anh phải là thơ lục bát. Thơ lục bát của Sa Huỳnh đằm thắm, nhẹ nhàng hoàn toàn khác hẳn những thể thơ khác của anh. Những bài thơ hay của Sa Huỳnh thường thuộc về những bài có cốt truyện và nhân vật. Tôi cho rằng, Em Về, và Để Lại Mùa Thu là hai bài thơ hay nhất của Sa Huỳnh. Tuy nhiên bài Để Lại

Mùa Thu tôi thích hơn, bởi lời thơ đẹp và có nét hương xưa. Chúng ta đọc lại bài thơ này để thấy rõ điều đó:

"Mùa Thu trời đổ mưa sầu,
Tôi về thăm lại hàng dâu mẹ trồng,
Mới hay em sắp lấy chồng,
Nhà em tấp nập, tôi không dám vào
Hai bên hàng xóm đứng chào,
Tôi buồn, bối rối, nói sao bây giờ?
Trong buồn, ngoài cứ giả vờ
Thăm cô! Chào bác! Mọi người khỏe không?

Nhà sao mà có khách đông,
Hoa bày ngập lối, cửa son thếp vàng?
Pháo nổ tôi mới thấy nàng
Em lên xe cưới, họ hàng chúc nhau
Em đi: bỏ lại hàng dâu,
Để mùa Thu với mưa sầu trong tôi!"

Gần đây Sa Huỳnh dường như viết ít đi, có lẽ thời gian dành cho cho gia đình và những bài báo tường thuật công tác xã hội. Và hy vọng còn có thời gian,

ဏဏဏ

hứng khởi anh nên đi sâu vào thơ lục bát, hoặc thể loại khác nên nghiên cứu lại cách viết (bút pháp).

*Hôm đại hội văn học nghệ thuật thành phố Leipzig, đang ngồi nói chuyện với nhà thơ Bùi Nguyệt, thấy một gã đầu tóc đã phất phơ, khuôn mặt vuông vức, râu ria cắt tỉa khá cầu kỳ, to cao lực lưỡng, dáng cán bộ tổ chức hơn là thi sĩ, đi đến. Hắn cười tươi bắt tay, và ngồi xuống cạnh chúng tôi. Chị Bùi Nguyệt bảo, đây là Phúc Nguyễn. Đã nghe và hình như đã đọc hắn ở đâu đó, nhìn khuôn mặt này có lẽ trạc tuổi nhau, nên tôi cứ ông tôi tràn cu mây. Lúc sau, thấy chị Bùi Nguyệt xưng em với hắn, tôi hơi bị chột dạ, quay lại hỏi: Anh em, họ hàng hả? Bùi Nguyệt lắc đầu. Sao chị lại gọi bằng anh? Bởi hắn đẻ trước chị, Bùi Nguyệt trả lời tôi thế. Chị cứ đùa dai, hắn bằng tuổi em hoặc ít hơn. Bùi Nguyệt cười, đập vai Phúc Nguyễn: Trẻ thế, từ mai gọi em là chị nhé. Phúc Nguyễn cười cười. Nghĩ thế nào Bùi Nguyệt lại bảo, thôi chẳng dại cứ làm em được chiều hơn. Tôi hơi bị ngượng, chống chế: Căng da, chắc thịt thế này, bố ai nghĩ ông đã bước vào đầu sáu. Tôi mà gọi ông bằng anh thì chẳng phí cái trẻ của ông đi à. Phúc Nguyễn bóp vào vai tôi một phát đau điếng cả người, và bảo: Đàn ông con trai gọi thế quái nào chẳng được. Chà, chà…cha này làm nghề cuốc đất hay sao mà tay cứng đến thế?

Kể từ ngày ấy, tôi vẫn thường tìm Phúc Nguyễn đọc, nhưng có lẽ anh viết không nhiều, nên lâu lâu mới thấy trình làng. Qủa thực, đọc văn của Phúc Nguyễn, tôi thích hơn thơ. Dù có một số bài tiểu luận chưa thực hoàn hảo và trái ngược với những suy nghĩ, tư tưởng của tôi. Nhưng tôi vẫn mong anh viết tiếp, bởi viết tiểu luận, phê bình cần có kiến thức, sự kiên trì và đọc nhiều, rất dễ động chạm, nên ít người đủ dũng khí đi đến tận cùng. Ở Đức này, lại càng quý hiếm hơn.

Thơ cũng như tùy bút của Phúc Nguyễn nhẹ nhàng, sâu sắc mang đậm hồn quê. Tôi đã đọc hết những gì anh viết được đăng tải trên các báo cộng đồng hay FB. Tuy nhiên cái sự khám phá, tìm tòi trong thơ Phúc Nguyễn thực sự chưa nhiều. Và có thể nói, Sông Quê là bài thơ hay nhất của anh. Bài thơ hay không phải lời thơ đẹp, hay em đẹp đến chị Hằng cũng phải ngẩn ngơ, mà bởi cái hình tượng hóa nỗi nhớ mong manh, rất dễ tan vỡ ấy đã được đẩy đến tận cùng trong lòng thi nhân. Và ta có thể thấy, trong trạng thái đó một loạt các động từ trong câu thơ, như: Xin em, đừng làm, đừng đứng…đã hoán chuyển thành những tính từ. Nó như một nhịp cầu chuyển tải tâm trạng chìm vào những so sánh ẩn dụ, làm câu thơ đẹp và hay đến nao lòng: *"Như con thuyền trôi dưới ánh trăng khuya/ Sông lóng lánh nụ cười như dát bạc/ Như câu thơ bập bềnh trên nốt nhạc/ Chở tình yêu vời vợi ánh trăng ngà"*.

Tuy nhiên câu hỏi tu từ " Em trở về em có tắm sông quê" mượt mà và cấu trúc bài thơ không còn có gì bàn cãi, nhưng đọc kỹ cho tôi cảm giác gờn gợn. Dường như, cái khúc mắc đó nằm trong hai đại từ nhân xưng "em" trùng nhau trong cùng câu thơ này, dù nó cũng mang hai ý nghĩa chuyển tải. Nhìn sâu hơn, ta có thể thấy, câu thơ "Em là em người đàn bà ăn vã tuổi đôi mươi" của Kiều Thị An Giang không chỉ có hai đại từ nhân xưng "em", mà còn có một danh từ "người đàn bà" nhấn mạnh để thay cho đại từ em. Như vậy, trong một câu thơ có đến ba đại từ nhân xưng, nhưng đọc lên câu thơ vẫn thoát và hay, gieo vào lòng người đọc sự ám ảnh lâu dài. Bởi, câu thơ khẳng định này có bố cục rất chặt chẽ, không thể thay, bỏ hay thêm bất cứ một từ nào khác. Đó là cái độc đáo, cũng như sự sáng tạo nên từ mới, cụm từ mới, nghĩa mới trong thơ Kiều Thị An Giang. Ngược lại, câu thơ của Phúc Nguyễn là câu hỏi, và một trong hai đại từ "em"hoàn toàn có thể thay bằng từ khác làm cho câu thơ hay hơn. Như vậy, ta có thể thấy hay dở, được và chưa được trong thơ có một khoảng cách rất mong manh. Và chúng ta cùng nhau đọc lại đoạn trích Sông Quê của Phúc Nguyễn nhé:

"Em trở về em có tắm sông quê
Dòng sông mùa thu êm ả
Dòng sông của một thời lặng lẽ
Em ngâm mình vời vợi ánh trăng xanh

Xin em cứ lặng yên
Đừng đứng lên em nhé
Đừng làm nước trong bọt tung trắng xóa
Phút mơ màng say đắm của tình anh

Xin em cứ lặng yên
Để nước mơn man vồng ngực
Để ánh ngọc ngà đừng tan ra sóng nước
Phút chị hằng ngơ ngẩn trước thần tiên

Xin em cứ lặng yên
Cho anh mơ về thuở trước
Thuở tình yêu chỉ một lần có được
Không gì ngoài tha thiết nhớ thương nhau

Như con thuyền trôi dưới ánh trăng khuya
Sông lóng lánh nụ cười như dát bạc
Như câu thơ bập bềnh trên nốt nhạc

Chở tình yêu vời vợi ánh trăng ngà..."

Ở cái tuổi lục tuần, Phúc Nguyễn vẫn còn nhanh nhẹn, cường tráng sức viết còn dồi dào lắm. Và tôi tin anh không chỉ là nòng cốt cho sự gìn giữ, phát triển văn hóa Việt trên địa hạt Chemnitz như hiện nay, mà công việc thành lập Hội văn học nghệ thuật độc lập trên toàn nước Đức chắc chắn sẽ làm được như ước nguyện không của riêng anh.

*Chủ nhật vừa rồi, anh Chu Văn Keng và Hoàng Long đến thăm tôi. Trong lúc đùa vui, các anh ước muốn có một lớp học bổ túc sáng tác cho anh chị em đam mê văn thơ ở Đức. Tôi bảo, cái món này không học, và cũng chẳng ai dạy được đâu. Tuy nhiên, các bác muốn trau dồi thêm kiến thức, hay kỹ năng tìm đến nhà văn Võ Thị Hảo (Berlin). Chị đã từng giảng dạy ở trường viết văn...Tôi nói chưa hết câu, có tiếng chuông cửa. Chu Văn Keng bảo, có lẽ, Nguyễn Văn Sâm từ Frohburg đến đón anh. Tôi đứng dậy mở cửa, thấy một gã khắc khổ, tóc tai dựng đứng với nụ cười hơi bị khô, riêng giọng nói tự nhiên và dõng dạc: Bá cáo các bác, Nguyễn Văn Sâm có mặt. Nhìn khuôn mặt đến đồ trang sức, cứ ngỡ hắn vừa từ ruộng cày đi thẳng vào nhà tôi. Nghe tên, dường như, tôi đã đọc

ꝏꝏꝏ

hắn ở đâu đó. Cứ ngỡ hắn là bạn từ thời lính tráng của Chu Văn Keng, nên tôi gọi hắn bằng anh xưng em đều đều. Chợt nghĩ ra, Chu Văn Keng buột miệng: Hãy khoan, và hỏi: Nguyễn Văn Sâm sinh năm nào ấy nhỉ? 1961. Vậy thì ông còn kém cả tuổi tôi. Từ nãy đến giờ ông cứ để gọi anh sái cả miệng, tôi đùa hắn như vậy. Hắn cười: Cái số tôi long đong lận đận, quê Huế, sinh đẻ ở Nam Định, lớn lên ở Nghệ An, sau này sống ở khắp các vùng miền nghèo khó, nên trông cũ người vậy đấy ông ạ.

Bia được vài tuần, hắn rút từ ngực áo tờ giấy nhàu nhàu, rồi vuốt lại cho thẳng. Tôi cứ ngỡ hắn định xé giấy mồi lửa hút thuốc lào. Định đứng dậy kiếm cho hắn cái đóm, thì hắn rụt rè bảo, bỏ thuốc rồi, mới viết được một ca khúc mời các bác nghe thử. Giời đất ạ, hóa ra là bản nhạc. Tôi ngạc nhiên nhìn hắn: Này ông học nhạc ở đâu đấy? Tự học thôi mà. Tôi càng ngạc nhiên hơn, dù chưa biết bài hát của hắn hay dở thế nào. Hát thì phải có nhạc, tôi đưa cây Guitta cho thằng cháu, con trai anh Chu Văn Keng đang là giáo viên dạy Guitta cho một trường nhạc của Đức. Ông cháu tiếng Đức nhiều hơn tiếng Việt này, từ nãy ngồi nghe mấy ông hâm hấp nói chuyện thơ, bây giờ đến cả nhạc nữa chắc phát hoảng, từ chối, đưa lại Guitta cho tôi, bảo: Chú chơi cho chú ấy hát đi…

Quả thực, tuần vừa rồi khi nhận được lời đề nghị viết bài của Phúc Nguyễn, Hội văn học nghệ thuật người Việt Chemnitz, tôi mới tìm đọc sâu hơn về các tác giả. Và Nguyễn Văn Sâm là tác giả tôi đọc trước nhất. Bởi, tôi yêu cái nghị lực sống, tự đọc, tự học hỏi của anh. Và gần đây thơ của anh từng bước, từng bước chuyển biến rõ rệt. Phải nói, tôi rất vui về anh. Tuy nhiên, Cát Bụi được cho là bài thơ hay của Nguyễn Văn Sâm, nhưng vẫn chỉ dừng ở mức độ trung bình, nếu so sánh với những cây viết cộng đồng hiện nay. Dù nét nhạc hiện rõ trong thơ, và anh cũng rất cố gắng tìm tòi, học hỏi sáng tạo. Cái thiếu trong thơ cũng như trong nhạc của Nguyễn Văn Sâm là hình tượng, từ ngữ. Và dường như đọc anh, ta thấy nặng về tả và kể:

"Nếu một mai anh trở về cát bụi
Em có buồn khóc tủi bởi cô đơn?
Đừng em ơi em phải sống tốt hơn
Thời gian trôi nỗi buồn rồi cũng hết
Nếu một mai thuyền không về tới bến
Thì chớ buồn giọt nước mắt đừng rơi
Giữ làn môi giọng nói với nụ cười

ꝏꝏꝏ

Đem tất cả vào tim tôi em nhé..." (Trích từ Cát Bụi)

Có thể nói, những nhược điểm này không riêng của Nguyễn Văn Sâm, mà không ít cây bút người Việt ở Đức, kể cả người viết nhiều đã in đến sáu, bảy tập thơ như Vũ Lập cũng thường mắc phải. Đây là yếu điểm chính, buộc người viết cần phải khắc phục. Bởi, nói như các cụ: "Tức cảnh/ sinh tình". Vậy, theo nhà nghiên cứu Thụy Khuê, một câu tả, tức là cảnh, chưa đủ tạo nên thơ, mà nó cần thêm một câu tình, tức cảm xúc sau đó của tác giả. Do vậy, Chúng ta thử tự khảo sát bài: Em Có Về Phố Hiến Cùng Anh? của Vũ Lập, có thể thấy hoàn toàn là những câu tả cảnh, và kể, thiếu tình (cảm xúc), nên chưa thể gọi là thơ. Nó như một bài văn xuôi, năng chấm xuống dòng vậy. Còn những câu văn này, hay dở lại là chuyện khác. Chúng ta đọc lại đoạn trích bài thơ này của Vũ Lập để thấy rõ điều đó:

"Em về phố Hiến cùng anh
đường Nguyễn Văn Linh đi giữa thảm xanh cây trái
khu công nghiệp Như Quỳnh nhà cao vươn gọi
phố Bần Phố Nối trù phú điện tắt trăng
Anh cùng em thăm Văn miếu Xích Đằng

tiếng chùa Chuông vọng hoàng hôn ráng đỏ
anh đưa em đến thăm cây nhãn tổ
mấy trăm năm quả ngọt ngát hương nồng
Thắp nén nhang đền Chử Đồng Tử -Tiên Dung
một thiên tình sử ngàn năm còn đó
em cầu quốc thái dân an duyên mình thắm đỏ?
xây ngôi nhà hạnh phúc đất văn hiến ngàn năm..."

Điều tất nhiên, Vũ Lập không phải không có những bài thơ hay, hoặc dở hơn nữa. Đó là điều rất bình thường của những người làm thơ, nếu có điều kiện tôi sẽ viết ở những phần kế tiếp…Và cũng mong các tác giả, nhà thơ hiểu, đây không phải là phê phán, mà những lời bàn với sự hiểu biết còn hạn chế (có thể sai) của tôi. Nó không ngoài mục đích thúc đẩy thơ văn của chúng ta tốt hơn lên.

*Cách nay mấy năm, tôi có đọc bài thơ ngũ ngôn: Anh Tìm Gì Trong Cuộc Đời Mênh Mông? của Nguyễn Thế Tuyền trong tập Thơ Việt Ở Đức. Đây là một bài thơ thế sự hay. Nhưng nó không nằm trong mạch viết của bài: Một Tập Thơ Chưa Thể Tải Hết Nỗi Lòng Người Việt Ở Đức, nên tôi đành để lại chờ dịp khác giới thiệu. Không rõ, Nguyễn Thế Tuyền làm nghề gì và ở thành phố nào? Nhưng thơ của anh ngôn ngữ sáng và nhẹ nhàng. Bài thơ như một lời tự sự của anh với người bạn Minh Thắng. Tuy ngồi trên nước Đức, mà dường như, họ trải lòng về quá khứ, về một nơi nào xa xôi lắm. Không chán chường, nhưng đành bất lực, bởi: "Bức tranh người ai vẽ/ Cho gam tối hơi nhiều". Và ta không nghe thấy lời than, nhưng quặn thắt ở trong lòng:

"...Anh ôm cây đàn nhỏ
Nốt nhạc trong đêm trường
Thổn thức buồn con phố
Cuộc đời thêm chất hương
Bàn chuyện đời, chuyện văn
Sao thời gian ngắn thế
Bức tranh người ai vẽ
Cho gam tối hơi nhiều
Đẹp nét buồn mệt mỏi
Xin đừng hỏi tại sao
Càng trả lời càng rối
Đừng nói với hoa đào
Trái đất này hết tội
Ta nâng ly đêm nay
Mừng anh bạn tri kỷ
Chúng mình sẽ uống say

Tôn thờ chân thiện mỹ."

Hơn một lần tôi đã viết, nếu như cụ Nguyễn Du không chọc thẳng vào những thối nát xã hội đương thời, thì truyện Kiều không thể sống đến ngày hôm nay. Và điều đó cũng cho tôi thấy, gần đây một số cây viết đã bám vào đề tài xã hội, con người, thơ họ có những chuyển biến rõ rệt, kể cả nội dung lẫn nghệ thuật. Nguyễn Thị Lý (Leipzig) và bài thơ Cái Duyên Mỏng đã chứng minh điều đó. Tuy bài thơ còn những điều phải bàn, nhưng cái tình bạc bẽo, nỗi đau của con người mang tính thời sự xã hội nóng hổi xuyên thấu lòng người. Và với lời thơ dân dã, mộc mạc ấy, không làm mất đi sự mượt mà của bài thơ:

"Anh về giỗ mẹ, thăm quê
Đường đi mù mịt, lối về quanh co
Anh về, em những âu lo
Lệ rơi ướt áo, sầu đo ngắn dài
Trắng đêm em ngóng đợi ai
Nghe tin "bồ nhí" bên tai bẽ bàng
Trách mình phận bạc hồng nhan
Cái duyên mong mỏng đa đoan xứ người"

ꟹꟹꟹ

Có nhiều bài thơ của Trương Thị Hoa Lài trước đây đọc tôi đã phải bỏ nửa chừng, nhưng gần đây chị viết về mảng xã hội, con người, đọc cho ta cảm giác khác hẳn. Phải nói, gần đây chúng ta có rất nhiều bài về biển đảo, thiên nhiên môi trường. Đó là điều đáng mừng, đáng trân trọng. Tuy nhiên có những bài quá thái, lên gân làm cho câu thơ, bài thơ trở nên sáo rỗng. Đến với bài thơ Gánh Đời, Trương Thị Hoa Lài đã tránh được điều đó. Lời thơ của chị đằm thắm, và sâu lắng hơn. Tuy còn một số câu, từ cũ và dễ dãi, nhưng tôi nghĩ, Gánh Đời là một trong những bài thơ hay viết về mảng thời sự, xã hội của những nhà thơ cộng đồng trong thời gian qua:

"...Mẹ gánh chiều họng cháy đắng khát khô
Chân nứt nẻ lội sông hồ kiếm sống
Dõi mắt về một phương trời vô vọng
Biết bao giờ mới thoát cảnh lầm than??
Tổ quốc mình từng tất đất kêu van
Trên bờ biển thuyền úp giàn bỏ chuyến
Sóng không còn thì thầm ngàn câu chuyện
Đại dương xa đau đáu ngóng cánh buồm!"

Đi tìm thơ người Việt ở Đức, tôi đã phải dừng lại khá

lâu, để đọc đi đọc lại bài thơ Tuyết trắng của Nguyễn Thị Kim Anh (Lauingen). Làm cho tôi nhớ về nhà thơ T.T.K.H, với một cuộc tình lãng mạn và những câu thơ buồn rười rượi, xuất hiện vào đầu thập niên bốn mươi, của thế kỷ trước. Đọc Tuyết Trắng, ta có thể thấy, dấu ấn khá rõ nét văn học lãng mạn châu Âu. Bởi, bài thơ là nỗi cô đơn, và nó cũng là nét chủ đạo chính trong thi ca lãng mạn. Đọc nó, như hồn ta được kéo về những năm đầu thế kỷ hai mươi. Tôi nghĩ đây là bài thơ quí, bởi chị Nguyễn Thị Kim Anh đã mang đến một giọng thơ riêng cho cộng đồng:

"...Tuyết vẫn rơi như nhỏ giọt lệ sầu
Thương cho kẻ chờ mong trong tuyệt vọng
Đêm cô đơn một mình em chiếc bóng
Biết tìm đâu hơi ấm của người thương?
Ai vuốt ve, sưởi ấm những đêm trường
Khi dông tố ngoài kia về lạnh quá!
Anh có biết lòng em đang buốt giá
Nỗi cô đơn phủ kín trái tim đau..."

Gần đây, dường như Nguyễn Quốc Hùng (Sonderhausen) đã chuyển sang viết thơ châm biếm, thơ vui. Cũng như Chu Văn Keng, tôi thích đọc thơ trào phúng của anh, thì quả thực, thơ vui, thơ tự châm của Nguyễn Quốc Hùng, cũng cho tôi những khoái cảm đó. Có lẽ, dạng thơ này ít người viết nên cảm thấy quí chăng? Đây là thể thơ dân dã, từ ngữ mộc mạc, thô ráp, nhưng cần tài năng sắp đặt từ ngữ, gây bất ngờ và bật ra tiếng cười của người đọc. Bỗng Dưng Muốn Nhậu là bài thơ điển hình cho thể thơ này của Nguyễn Quốc Hùng. Có thể nói, nếu đặt thơ lục bát của Nguyễn Quốc Hùng bên cạnh những bài thơ vui, thơ tự châm của anh, thì có lẽ không ai nghĩ cùng một tác giả. Bởi cái chất nhầy nhầy rựa mận nó rất khác với phong cách nhẹ nhàng, quần ly áo xếp hàng ngày của anh:

"...Bát rựa mận cũng ô kê
Ăn kèm với bún là mê nhất rồi.
Nghiêng nghiêng,ngó ngó gắp mồi
Hôm nay bị thiếu mất nồi lẩu dê
Món này dân dã thôn quê
Nhúng kèm cải cúc ,xin thề...rất hay.
Rượu nồng cạn chén men say
Nửa đêm giải tán,chia tay vui cười.
Kiếp sau nếu được làm người
Tớ tin dê cũng là người...nhậu dê..."

ꟹꟹꟹ

Bài này, tôi tìm đọc và viết trong khoảng hơn một tuần, vào những lúc rảnh rỗi nơi tôi làm việc, nên có lẽ, còn nhiều sai sót. Tôi định viết tiếp về hai nhà thơ nữ tài năng, có hai cách viết, (bút pháp) đối nghịch nhau Thu Hà (Cottbus) và Bùi Nguyệt, cũng như thi nhân có giọng đọc vang, rung động Nguyễn Công Toản (Dresden). Nhưng cảm thấy bài đã quá dài, nên tôi đành phải gác lại viết ở những phần tiếp sau đây, nếu có điều kiện. Và bài này viết theo đề nghị của nhà thơ Phúc Nguyễn, Hội văn học nghệ thuật Chemnitz. Đây là những suy nghĩ, phân tích cá nhân, có thể không đúng. Do vậy, có những nhà phê bình, nhà thơ, nhà văn khác trong cộng đồng chúng ta có những suy nghĩ khác là điều rất bình thường. Và tôi rất vui, rất thích được đọc những bài viết khác của các bác, dù có trái ngược với những suy nghĩ trong bài này.

Leipzig ngày 19-8-2016

ꝏꝏꝏ

BÁC SĨ ĐỖ HỒNG NGỌC: MỘT GÓC NHÌN TỪ THI CA

Thời gian gần đây, tôi được đọc khá nhiều văn thơ do các bác sĩ, kỹ sư viết. Với lời văn, câu thơ giản dị cùng sự tưởng tượng, tư duy logic cho tôi nhiều điều bất ngờ. Và mối quan hệ, tính logic ấy đã làm nên chân dung, tính đặc trưng riêng biệt cho mỗi nhà văn. Nếu nói, toán học gói ghém cái cụ thể nhất, thì văn thơ Toàn Phong mở cái trừu tượng của không gian vũ trụ Nguyễn Xuân Vinh. Và Đỗ Hồng Ngọc cũng vậy, thi ca là chìa khóa mở ra con đường dẫn ông đến y khoa, đến với nơi cửa thiền. Do vậy, đi sâu vào đọc và nghiên cứu, ta có thể thấy sự nghiệp, và thi ca Đỗ Hồng Ngọc không chỉ cứu chữa thể xác con người, mà còn vá lại những linh hồn rách nát.

Thật vậy, tiến sĩ y khoa Đỗ Hồng Ngọc là người đa tài. Với trên sáu chục tác phẩm từ thơ ca, văn xuôi truyện ngắn, cho đến sách y khoa và Phật học, có thể nói Đỗ Hồng Ngọc đi sâu vào mọi ngóc ngách của cuộc sống. Ở lãnh vực nào hình ảnh, chân dung ông cũng lừng lững cả. Tuy nhiên, trong (khuôn khổ) bài viết này, tôi chỉ đủ khả năng viết về khía cạnh thi ca Đỗ Hồng Ngọc mà thôi.

Đỗ Hồng Ngọc sinh năm 1940 tại Lagi, Bình Thuận. Ông đến với thi ca rất sớm. Khi còn là học sinh, hay sinh viên trường Đại học y khoa, ông đã có thơ đăng hầu hết trên các trang báo Văn học Saigon thời đó, với bút danh Đỗ Nghê. Đỗ Hồng Ngọc tốt nghiệp tiến sĩ y khoa năm 1969, rồi làm việc tại Bệnh viện nhi Saigon, và giảng dạy đại học cho đến ngày hưu trí. Hiện ông đang sống, và viết tại Saigon.

Sở trường Đỗ Hồng Ngọc là thơ tự do, ngắn và cô đọng. Tính triết lý làm giàu cho nhận thức, đưa đến những liên tưởng, với sự tưởng tượng phong phú là nghệ thuật đặc sắc của thi ca Đỗ Hồng Ngọc: "Đất động ta cũng động/ Sóng thần ta cũng sóng/ Giật mình chợt nhớ ra/ Vốn xưa ta là đất" (Đất).

*** Tình yêu- với sự chiêm nghiệm, kiến thức tâm lý và triết học.**

Do những đặc điểm nghệ thuật trên, cho nên thơ Đỗ Hồng Ngọc dường như đã chín trước tuổi. Và Thư cho bé sơ sinh là một bài thơ điển hình như vậy của ông. Bài thơ viết năm 1965, khi ông còn đang là sinh viên thực tập ở Bệnh viện Từ Dũ. Đây là bài thơ có ý tưởng, hình ảnh rất mới, lạ của Đỗ Hồng Ngọc. Vì vậy, đọc Thư cho bé sơ sinh, ta không chỉ thấy được tình yêu, sự đồng cảm: "Khi anh cắt rốn cho em/ Anh đã xin lỗi chân thành rồi đó nhé/ Vì từ nay em đã phải cô đơn/ Em đã phải xa Địa Đàng Lòng Mẹ." mà còn thấy như một lời nhắn nhủ đến thế hệ sau, hay cảnh tỉnh cho chính mình về thân phận con người trước xã hội nhập nhèm trắng đen (của chiến tranh) điên loạn, được thông qua những từ ngữ, hình ảnh ẩn dụ:

"Anh nhỏ vào mắt em thứ thuốc màu nâu
Nói là để ngừa đau mắt
Ngay lúc đó em đã không nhìn đời qua mắt thật
Nhớ đừng hỏi vì sao đời tối đen.

Khi em mở mắt ngỡ ngàng nhìn anh
Anh cũng ngỡ ngàng nhìn qua khung kính cửa
Một ngày đã thức giấc với vội vàng với hoang mang
Với những danh từ dao to búa lớn
Để bịp lừa để đổ máu đó em..."

Và ngay từ ngày đầu cầm bút Đỗ Hồng Ngọc có những câu thơ tình với hình ảnh rất đẹp và e lệ. Đọc ở đâu đó rất lâu rồi, dường như cả cái tựa cũng đã quên, song câu thơ ấy vẫn còn đọng trong tôi: "Em đi cúi mặt thẹn trong tóc/ Cát trắng hôn tròn bước bước em". Và những bước chân mềm ấy vội quay đi, để hồn người hoang vắng, cằn khô: "Những bước chân mềm trên cát thơm/ Em đi sa mạc rợn trong hồn/ Buổi chiều lên đọng hai vành mắt/ Màu áo hôm nào làm sao quên". Sự cô đơn, hoang vắng đó đưa Đỗ Hồng Ngọc trở về con đường cũ. Quen thuộc là thế, nhưng hồn người đã lạnh băng và khép kín, để nhà thơ đứng ở đâu, vị trái nào cũng cảm thấy thiếu vắng, và vô nghĩa. Với tâm trạng như vậy, đã cho Đỗ Hồng Ngọc cảm hứng viết nên: "Giữa hoàng hôn xưa", một bài thơ có những hình ảnh so sánh về cái giá trị tình yêu thật sâu sắc, lạ và bất ngờ: "Ta về lối cũ/ Nghe lòng lạnh băng/ Thiếu em hoàng hậu/ Ngai vàng như không".

Nếu ta đã đọc Du Tử Lê, hay Nguyễn Tất nhiên, người yêu, người tình trong thơ, với những tên tuổi thực, cụ thể (như Thụy, như Duyên), thì thơ tình Đỗ Hồng Ngọc dường như có tính trừu tượng, nặng về tâm trí hơn. Ở đó, Đỗ Hồng Ngọc đi sâu vào tâm lý tình yêu, tâm lý con người. Có một điều rất thú vị, bài Thơ Tình của Đỗ Hồng Ngọc chỉ là những câu nói, mang tính liệt kê, chưa có sự mặn nồng, hay hồn vía gì của thơ ca thi phú cả: "Anh đọc bài thơ tình/ Em ngồi nghe lặng thinh/ Anh đọc thêm bài nữa/ Em vẫn ngồi lặng thinh". Vậy mà, Đỗ Hồng Ngọc chỉ khái quát bằng câu kết với diễn biến tâm lý, đã đẩy tình cảm, tình yêu lên cung bậc mới. Và nó trở thành bài thơ thật tròn trịa, gây bất ngờ cho người đọc: "Anh thôi không đọc nữa/ Em chồm lên hôn anh/ Như đổ dầu vào lửa...". Với đặc điểm (thi pháp mạch kỵ lộ) này, ta đã bắt gặp trong thơ Nguyên Sa, điển hình là bài: Năm Ngón Tay.

Cùng với Đổi Cả Thiên Thu Tiếng Mẹ Cười của Trần Trung Đạo, Bông Hồng Cho Mẹ của Đỗ Hồng Ngọc là bài thơ viết về mẹ cho tôi nhiều cảm xúc khi đọc. Vẫn thủ pháp mạch kỵ lộ mang mang hồn vía Đường thi, Bông Hồng Cho Mẹ đã đưa đến sự bất ngờ, cùng tâm hồn thanh thản, nhẹ nhàng cho người đọc, bởi câu thơ kết. Và có thể nói, Bông Hồng Cho Mẹ là một trong những bài thơ toàn bích nhất về mảng đề tài này của Đỗ Hồng Ngọc. Nó đã góp phần ghim tên tuổi ông trên Văn đàn Việt. Có được như vậy, bởi ngoài cái tứ thơ độc đáo, Đỗ Hồng Ngọc còn giúp ta thấu được cuộc sống, sinh tử của con người nằm trong cái quy luật của tự nhiên:

"Con cài bông hoa trắng

Dành cho mẹ đóa hồng

Mẹ nhớ gài lên ngực

Ngoại chờ bên kia sông…"

Nỗi buồn nhớ thương quê luôn thường trực trong con người Đỗ Hồng Ngọc. Một kỷ niệm nhỏ cũng làm cho ông ray rứt. Vì vậy, tuổi thơ đã đi qua nơi binh đao khói lửa vẫn ám ảnh, còn vương trên ngòi bút thi nhân: "Mảnh đất thân cha nắng sáng đan vườn/ Nghe da thịt đã bao lần thối rữa". Khổ đau là thế, song với Đỗ Hồng Ngọc chỉ ở nơi quê nhà mới thực sự có mùa xuân. Và gió mùa chợt đến, để Đỗ Hồng Ngọc gói hồn quê vào đó, viết nên Gió Bấc. Bài thơ như một phép so sánh (không gian, và thời gian) để thi nhân bộc lộ tâm trạng của mình. Vâng! Có lẽ tâm trạng ấy, không phải riêng nhà thơ, mà của chung những kẻ xa quê, xa tổ quốc như chúng tôi: "Đi giữa Sài Gòn/ Phố nhà cao ngất/ Hoa nở rực vàng/ Mà không thấy Tết/ Một sáng về quê/ Chợt nghe gió Bấc/ Ơ hay Xuân về/ Vỡ òa ngực biếc!".

Tôi không rõ, Đỗ Hồng Ngọc viết bài thơ Quê Nhà vào thời gian, và hoàn cảnh nào? Song có thể nói, đây là một bài thơ hay viết về tình yêu quê hương mà tôi đã được đọc trong thời gian gần đây. Ở đó, Đỗ Hồng Ngọc đã đan tình yêu con người vào tình yêu quê hương với những hình ảnh, lời thơ rất đẹp và gợi cảm: "Núi mờ trong mây trắng/ Em mờ trong dáng hoa.". Do vậy, đọc Quê Nhà, ngoài nỗi nhớ, buồn thương, ta còn thấy tâm trạng dằn vặt của thi nhân chìm trong những câu hỏi (tu từ) hay tự vấn đầy tiếc nuối. Thành thật mà nói, tôi mới chỉ được đọc tập: Thơ Ngắn Đỗ Nghê do nhà thơ Luân Hoán từ Canada tặng, và một số bài thơ khác của Đỗ Hồng Ngọc ở đâu đó trên internet. Song, nếu được phép tuyển chọn (trong khuôn khổ những gì đã đọc), với tôi Quê Nhà là bài thơ hay, và tôi cho nhiều cảm xúc nhất:

"...Biển xanh lùa sóng bạc
Cát vàng hoàng hôn xưa...
Tiếc em về chốn cũ
Tình vương đến bao giờ?
Tiếc đời phơ tóc bạc
Thương mãi núi mây xa.
Nụ mai vàng trước ngõ
Góc phố bờ quạnh hiu
Con đường xưa đứng đợi
Ta làm chi đời ta?
Thương em còn thương mãi
Nắng vàng thơm quê nhà!"

Có thể nói, tình yêu là mảng quan trọng nhất trong sự nghiệp sáng tạo của Đỗ Hồng Ngọc. Cũng chính nó, ngay từ những ngày đầu đã đã đưa Đỗ Nghê (Đỗ Hồng Ngọc) đến với làng văn, và làm nên tên tuổi ông. Và trên sáu mươi năm qua, tình yêu sự giản dị thấm đẫm trang thơ Đỗ Hồng Ngọc, vì vậy nó đọng lại rất sâu sắc trong lòng của mọi tầng lớp người đọc.

*** Hồn thơ thế sự, xã hội.**

Khi đọc và nghiên cứu, ta có thể thấy cái tư tưởng Đỗ Hồng Ngọc qua thi ca thật rõ ràng. Và cái tư tưởng ấy của Đỗ Hồng Ngọc khá giống với hồn vía tư tưởng văn thơ Lữ Quỳnh. Dù sống ở chế độ Cộng Hòa, hay Cộng Sản nhà thơ đều chĩa bút về phía chính quyền. Tuy nhẹ nhàng, song cũng không hề khoan nhượng. Có thể nói, đối lập với chính quyền là điều quan trọng bậc nhất đối với một người cầm bút. Kể cả xã hội tự do, phát triển như Âu-Mỹ cũng rất cần những thi sĩ, nhà văn như vậy. Bởi, nó không chỉ nhằm vạch ra những yếu khuyết của chính quyền, thúc đẩy xã hội phát triển hơn, mà còn là thước đo nhân cách của một thi sĩ, nhà văn.

Thật vậy, không chỉ có sự đồng cảm, hay cảm phục tinh thần một nữ sinh bị bắn chết, khi đang biểu tình: "Có cần gì một con đường mang tên em/ Một công trường hay một hoa viên/ Vì tên em đã lồng khung tuổi trẻ/ Vì tên em không còn là một tên riêng", mà lời thơ Đỗ Hồng Ngọc còn thật chua xót cho thân phận tuổi trẻ, buộc phải lao vào cuộc chiến tàn khốc trước 1975, và chọc thẳng cái ung nhọt xã hội lúc đó: "ngủ đi con ngủ đi con/ ngày mai rồi khôn lớn/ cầm súng với cầm gươm/ ngủ đi con ngủ đi con/ ngày mai rồi khôn lớn/ giết bạn bè anh em/ ngủ cho ngon ngủ cho ngon/ ngày mai rồi khôn lớn/ bán nước mà làm quan". Và đó là Lời Ru, dù mang tính thời sự, song lời thơ Đỗ Hồng Ngọc vẫn nhẹ nhàng, sâu sắc. Đọc nó thoạt tưởng là một lời ru chăng? Nhưng dường như không phải vậy. Đó là lời thức tỉnh cho mình, cho người của Đỗ Hồng Ngọc trước nỗi đau, bất hạnh của quê hương. Qủa thực đã lâu lắm rồi, tôi mới được đọc bài thơ thế sự hay đến vậy. Bài thơ ra đời trước đây khoảng sáu chục năm, nhưng đọc vẫn thấy mới, tính thời sự vẫn còn nguyên giá trị đối với tất cả những kẻ cùng chế độ độc tài, độc tôn:

"ngủ cho quên ngủ cho quên

còn tương lai dĩ vãng?

– này mười ngón tay đan:

ngủ cho ngoan ngủ cho ngoan

còn quê hương xứ sở?

– này nụ hôn rất tròn

ngủ đi cưng ngủ đi cưng

kề tai đây anh bảo

"coi như mình chẳng có quê hương"

Đọc bài thơ Rùng Mình của Đỗ Hồng Ngọc làm tôi liên tưởng đến: Trò Chuyện Với Thiên Thần của nhà văn Trương Văn Dân. Một cuốn tiểu thuyết đi sâu vào sự tàn phá thiên nhiên, môi trường cùng những lời dự báo và cảnh cáo, mà tôi mới được đọc trong thời gian gần đây.

Có lẽ, rùng mình trước những cơn sóng thần, động đất (JPN), hay những trận lũ quét kinh hoàng ở miền Trung Cao Nguyên và miền núi phía Bắc Việt Nam, buộc Đỗ Hồng Ngọc phải viết Rùng Mình (vào năm 2011). Ở đó, nhà thơ đã chỉ ra, sự phá vỡ mối quan hệ thiên nhiên và con người để nói lên nỗi đớn đau tuyệt vọng. Một loạt những câu hỏi, không lời giải đáp, nhưng người đọc vẫn thấy được hình ảnh, những Boxit Tây Nguyên, những sân golf, thủy điện, những công trường khai thác, tàn phá rừng vô tội vạ của những kẻ trọc phú có sự bảo kê hợp pháp. Đọc Rùng Mình của Đỗ Hồng Ngọc làm tôi nhớ đến câu nói thật xót xa của một gã người Đức trước đây thường xuyên sang Việt Nam: Người Việt đã phá tan Đalat, beton hóa Phú Quốc, Sapa, rồi đang ao hóa Hạ Long…

Vâng, đó thực sự là nỗi đau, và đáng tủi hổ. Và rất tiếc tôi không đủ khả năng dịch Rùng Mình thành một bài thơ tiếng Đức. Song nhất định tôi sẽ dịch nghĩa cho gã bạn người Đức này:

ᏇᏇᏇ

"Những ngọn núi cứ triền miên đổ sập?
Vì sao những dòng sông nghẽn tắt?
Vì sao những mũi đao cứ ngày đêm xoáy sâu vào lòng đất?
Vì sao chim rừng cá biển không chốn nương thân
Vì sao cổ thụ mầm xanh bị tận diệt…
Ta nương tựa vào nhau.
Nay có vẻ đã không còn cần nhau nữa!
Đất rùng mình phận đất…
Người rùng mình phận người…"

Dù thế sự, nhưng ngòi bút, lời thơ Đỗ Hồng Ngọc không hề lên gân, đao to búa lớn. Đọc nó đôi khi tưởng chừng là những lời thơ tự sự, trữ tình, nhưng rất nóng bỏng, rát và đau. Đó cũng là tài năng, chí khí của thi sĩ Đỗ Hồng Ngọc. Và chính nó, buộc tôi phải cầm bút viết về ông.

*** Thi ca - con đường đến với Phật Pháp.**

Dường như, từ nỗi đau cơ thể đến nỗi đau tâm lý đã đưa Đỗ Hồng Ngọc đến với Thiền, khoa học Phật giáo. Và ở đó đã mở cho Đỗ Hồng Ngọc một lối thoát. Từ bế tắc đến nhận thức mới, quả thực là chông gai, với Đỗ Hồng Ngọc thi ca mới là con đường dẫn ông qua lối thoát đó: "Trước mộ con còn ướt/ Ba nói với bạn ba rằng/ Từ nay hãy yêu con mình cách khác/ Đừng như ba/ Giấu kín trong lòng/ Bởi tình yêu/ Có bao giờ cho đủ/ Có đâu sợ dư thừa/ Như ba đã sai lầm bao nhiêu". (Tình Yêu). Và từ đó, Đỗ Hồng Ngọc không chỉ đi sâu nghiền ngẫm Tâm Kinh để chữa bệnh cho mình, cho người, mà như còn trộn triết lý nhân sinh vào với thi ca, hòng vá lại những linh hồn rách nát.

Và Thở, một bài thơ lục bát điển hình như vậy của Đỗ Hồng Ngọc. Từ triết lý giản đơn, với những điều bình dị, Đỗ Hồng Ngọc cho người đọc cảm được một khung trời tự nhiên rộng mở rất lạ, song rất gần gũi:

"Lắng nghe hơi thở của mình
Mới hay hơi thở đã nghìn năm xưa
Một hôm hơi thở tình cờ
Dính vào hạt bụi thành ra của mình
Của mình chẳng phải của mình
Thì ra hơi thở của nghìn năm sau...!"

Có thể nói, Đỗ Hồng Ngọc có sự quan sát tỉ mỉ, và giàu trí tưởng tượng. Bởi vậy, một hiện tượng của thiên nhiên bất chợt bắt gặp ở đâu đó, cũng cho ông liên tưởng đến quy luật của tự nhiên, con người và cuộc sống rất độc đáo:"Còn cây trơ lại với cành/ Với linh hồn lá ngập ngừng trút qua" (Đông Boston). Và trái tim nhạy cảm của thi nhân cho ta thấy, cái quy luật đối nghịch trong mối quan hệ hoặc tương quan đến tâm trạng của con người:

"Khi nhìn nhau xa lạ
Là rất đỗi thân quen
Khi nói năng vô nghĩa
Là thác reo trong hồn." (Không Tên)

Và sự tĩnh lặng của Hội An đã cho Đỗ Hồng Ngọc cảm xúc để viết: Hội An Sớm, một bài thơ ngũ ngôn tứ tuyệt mang mang hồn vía cổ thi. Ở đó, nhà thơ mượn động (tiếng chổi, gà gáy) để tả cái tĩnh, cái u tịch của Hội An. Thủ pháp nghệ thuật này ta bắt gặp khi tả tĩnh ở Thu Điếu của Nguyễn Khuyến: "Cá đâu đớp động dưới chân bèo". Hoặc ta bắt gặp trong thơ về Lai Châu của Trần Mạnh Hảo, hay Hộ Chiếu Buồn của Thế Dũng…Có thể nói, Hội An Sớm là tuyệt bút của Đỗ Hồng Ngọc. Đọc nó, tưởng chừng như ta đang đứng trước bức tranh nổi, có tĩnh trong động vậy:

"Hội An còn ngái ngủ
Mái chùa ôm vầng trăng
Giật mình nghe tiếng chổi
Gà gáy vàng trong sương."

Lòng nhân bản, là một trong những đặc điểm làm nên thi ca Đỗ Hồng Ngọc. Là một bác sĩ, Đỗ Hồng Ngọc không chỉ cứu người, mà luôn có cái nhìn cảm thông. Trong Một Nhà Dưỡng Lão, một bài thơ buồn về mỗi mảnh đời gắn với từng câu chuyện, song cùng chung số phận ở nơi đây, được Đỗ Hồng Ngọc viết vào năm 1993. Đọc nó, tưởng như nhà thơ chỉ có tả (ghi nhận) chứ không hề có tình (cảm nhận) ở đó. Nhưng dừng lại vài giây, ta chợt nhận ra: Nếu chỉ thấy tả: Trong Một Nhà Dưỡng Lão, thì quả thực ta mới chỉ thấy được cái vỏ. Cái (tình) sự cảm thông, với tấm lòng nhân bản mới là cái lõi của hồn thơ Đỗ Hồng Ngọc gửi đến người đọc. Và cái lõi ấy dường như được toát ra từ nhịp điệu, tính nhạc trong từng câu thơ, mà ta chỉ có thể cảm, chứ không thể viết ra được:

"Họ ngồi đó/ Bên nhau/ Đàn ông/ Đàn bà/… Có người/ Trên chiếc xe lăn/ Chạy vòng vòng/Có người/ Trên chiếc xe lăn/ Bất động/…Họ ngồi đó/ Không nói năng/ Không nghe ngóng/ Gục đầu/ Ngửa cổ/ Móm sọm/ Nhăn nheo/ Ngoài kia/ Tuyết bay/ Trắng xóa/ Ngoài kia/ Dòng sông/ Mênh mông Mênh mông…"

Có thể nói, cuộc sống và sự nghiệp sáng tạo của Đỗ Hồng Ngọc rất sinh động, và phong phú. Do vậy, viết về ông, quả thực sự khó khăn, cần phải có tài liệu (tác phẩm) và thời gian đọc và nghiên cứu. Tôi thuộc thế hệ em út, con cháu có khoảng cách rất xa, và chưa một lần được gặp gỡ Đỗ Hồng Ngọc. Và bài viết gồm ba phần về chân dung, đặc điểm thi ca này, như một sự giãi bày, hay cảm xúc tự nhiên, bất chợt của tôi về Đỗ Hồng Ngọc mà thôi. Cho nên, có thể chưa hẳn đã đúng. Tuy nhiên, với tôi nó như một tiếng nói nhỏ, góp phần làm sáng tỏ thêm chân dung nhà thơ, bác sĩ Đỗ Hồng Ngọc vậy.

Leipzig ngày 14-3-2023

TÙY ANH: NHỮNG VẦN THƠ TRƯỚC GIỜ HẤP HỐI

Năm 2014, tôi đã viết: Từ tháng tư buồn đến nỗi đau biệt xứ. Một tùy bút, hay tiểu luận được cho là khá đầy đủ về chân dung thi sĩ Tùy Anh. Và tháng 9 (năm 2023) này, sau vài tuần Tùy Anh rời cõi tạm, tôi nhận được bản thảo (pdf) tập thơ: Thôi Cũng Đành Dâu Bể Với Thời Gian của ông, do Tân Chủ nhiệm Tạp Chí Viên Giác Văn Công Tuấn gửi đến, và bảo: Đỗ Trường cố gắng đọc và viết một bài cho ra tấm ra miếng nhé. Sự ra đi của nhà thơ Tùy Anh, Chủ nhiệm Báo Viên Giác đến với tôi rất bất ngờ, dù biết tuổi ông đã cao, hiếm có rồi. Và hơn nữa cũng mới đây thôi gọi điện cho tôi, giọng ông còn khỏe và trầm ấm lắm. Do vậy, viết xong tiểu luận về Nguyên Sa, tôi đọc ngay tập thơ này. Gồm 213 trang thơ được Tùy Anh viết vào những năm gần đây, nhất là trong thời gian dưỡng bệnh. Đặc biệt: Biển Vẫn Mang Màu Xanh, bài thơ viết ngay trước giờ hấp hối đã làm cho tôi xúc động. Và nó cho tôi ý tưởng, và cảm xúc để viết bài tùy bút này.

Có thể nói, với Thôi Cũng Đành Dâu Bể Với Thời Gian, Tùy Anh vẫn giữ lời thơ tự sự. Và những trang viết đầy ăm ắp hồn người hướng ra biển, nơi Tượng Đài Tưởng Niệm Thuyền Nhân, cùng vắt hết những gì còn lại trong trái tim gửi về nơi đất mẹ: "Thôi đành khóc vọng biển khơi/ Âm hao giọt tủi, đầy vơi giọt sầu" (Khóc vọng biển khơi).

Nhà thơ Tùy Anh tên thật là Nguyễn Hòa, sinh năm 1938 tại Huế. Và bút danh Phù Vân khi ông viết truyện ngắn, văn xuôi. Do vậy, có thể nói Nguyễn Hòa đến với văn học (bằng đôi chân) rất cân đối, và vững chắc. Ông là kỹ sư, nguyên Trưởng Ty Thủy Lâm Đà Nẵng và Trưởng Khu Thủy Lâm Vùng Một Chiến Thuật. Sau 30 tháng 4-1975, ông phải đi tù cải tạo. Năm 1980 ra tù, ông vượt biển và định cư tại CHLB Đức. Với gần ba chục năm làm Chủ nhiệm Tập san Viên Giác, ông đóng góp không nhỏ cho văn thơ nói riêng, cũng như văn hóa Việt nói chung nơi hải ngoại. Tùy Anh mất vào ngày 18- 8- 2023 tại Hamburg.

*** Mẹ, quê hương, tình yêu trong nỗi ưu phiền.**

Có thể nói, cuộc đời và sự nghiệp thơ văn của Tùy Anh gắn chặt với thân phận đất nước, nỗi bất hạnh của dân tộc. Mang theo nỗi uất hận để ra đi, đánh cược sự sống chết trên con thuyền nhỏ nhoi giữa biển khơi và bão tố, song ta vẫn thấy lời thơ Tùy Anh thủ thỉ, và nhẹ nhàng. Về Rừng, một bài thơ bát ngôn, đậm chất thế sự như vậy của ông. Và nó cũng là một trong những bài thơ hay sâu sắc trong thi tập Thôi Cũng Đành Dâu Bể Với Thời Gian:

"Ôm mối hận nhưng lòng còn son sắt/ Thương quê hương đòi đoạn tháng ngày qua/ Thương đời mình lỡ một thuở ngu ngơ/

ೞೞೞ

Nên lao nhục trong rừng sâu núi thẳm/ Cam đày đọa trong lao tù giam hãm".

Nỗi buồn đau ấy, dù trong ngục tối, hay hành thân nơi đất khách hồn thơ Phù Vân vẫn luôn bộc lộ tư tưởng tự do. Một con đường dân tộc phải đến:

"Có ai hỏi, một ngày mai hưng phấn/ Ta tìm về trong dòng chảy thế nhân/ Con đường cũ vẫn còn miên man nắng/ Đường tương lai vẫn náo nức ngày về". (Ba mươi năm viễn xứ).

Đi sâu vào đọc ta có thấy, những bài thơ hay của Tùy Anh thường ở thể bát ngôn. Một thể thơ không quá gò bó về niêm luật. Vâng! Tháng tư ngó về đông phương, là một trong những bài thơ tiêu biểu nhất ở thể bát ngôn về nỗi nhớ thương, buồn đau kiếp lưu vong như vậy của Tùy Anh. Và hai câu thơ man mác buồn, nhưng có hình ảnh ẩn dụ rất đẹp về tâm trạng thi nhân, chứng minh tài năng ấy của Tùy Anh: "Còn một chút quê hương trong màu nắng/ Thêm mặn mà trên từng đợt phù sa". Dù Tùy Anh có cố chôn vùi nỗi đau đó vào miền tĩnh lặng, thì vết thương nơi quê nhà vẫn không thể đóng thành sẹo ở trong ông. Vì vậy, Ba Mươi Năm Viễn Xứ, hay hết cả cuộc đời, thì tâm hồn Tùy Anh vẫn u uất trầm luân. Với tâm trạng như vậy, đã cho ông cảm xúc để viết: Ba Mươi Năm Viễn Xứ. Một bài thơ bát ngôn mang mang hồn cổ phong:

"Còn gì lạ, giữa phương trời khổ hạnh/ Gió đầu sông thương sóng nước cuối ngàn?/ Đời vẫn thế, trăm sông chia ngàn nhánh/ Không trầm mê cũng u uất trầm luân/ Trong u tịch sao tâm không tĩnh lặng/ Càng nôn nao càng vướng víu muộn phiền".

ದದದ

Và dường như, nhà thơ đã bất lực? Để từ đó bật ra trong ông những lời tự ru, hay một tiếng than để vơi đi nỗi đau, và niềm thương nhớ đó:

"Thôi đành vậy, ba mươi năm viễn xứ/ Như mây trời phiêu bạt tận mười phương/ Vẫn hun hút trên dặm ngàn lữ thứ/ Ôm xót xa bao nỗi nhớ niềm thương." (Ba Mươi Năm Viễn Xứ).

Và mỗi tháng tư về, tâm hồn Tùy Anh bị cào xới, vết thương cũ dường như lại mưng mủ. Thật vậy, nếu trước đây ta đã đọc: Tháng Tư Gợi Nhắc Niềm Đau, với những câu thơ trải lòng, rút ruột: "Tưởng đã phai mờ cội nguồn chủng tộc/ Bằng vào tên họ nửa Á, nửa Âu/ Bằng vào quốc tịch vô căn mất gốc/ Quên hẳn da vàng, mũi tẹt, mắt nâu…/ Tưởng rằng đã quên đi đắng cay uất hận/Bằng nửa cuộc đời lưu lạc tha phương" thì đến Tháng Tư Gọi Thầm, dường như Tùy Anh đang trốn chạy, hòng thoát ra khỏi nỗi ưu phiền đớn đau đó: "Tháng Tư thường giấu nỗi buồn/ Lên non tìm những suối nguồn lãng quên/ Nhìn dòng nước chảy dịu êm/ Ưu tư cũng mất, ưu phiền cũng tan!". Nhưng nhà thơ đã lầm. Trong vòng tròn không lối thoát ấy, Tùy Anh có trốn chạy hết cuộc đời, vẫn trở về điểm ban đầu, với nỗi u sầu được nhân lên gấp bội: "Tháng Tư... Ôi, lại Tháng Tư/ Đưa ta vào cõi sa mù xa xưa/ Giờ đây ngồi tựa song thưa/ Giọt buồn u uất, giọt mưa u trầm".

Dường như, Tùy Anh đã gom hết những từ ngữ, hình ảnh đẹp nhất về mẹ vào trong thơ. Đọc ta không chỉ thấy tình yêu, nỗi nhớ của tác giả mà còn thấy được hình ảnh, linh hồn mẹ hiện lên thuần khiết, bao dung: "mẹ đi giữa mùa hạ/ hồn ủ trong hương sen (…)/ nay thêm lần giỗ mẹ/ thêm một lần ăn năn". Tuy nhiên, thành thật mà nói, những bài viết về mẹ ở tập Thôi cũng đành dâu bể với thời gian này, bút lực Tùy Anh đã giảm sút đi rất nhiều so với những tập thơ trước đây tôi đã được đọc như: Ngoài Xa Dấu Chân Mây, Trầm Ngải Thiết Tha, và Khúc Hát Tiêu Dao. Tuy tập thơ Thôi cũng đành dâu bể với thời gian, không có bài viết hay về mẹ, song ở đó vẫn tìm được những câu thơ thật xúc động, với hình ảnh, lời thơ tuyệt đẹp của Tùy Anh: "Vòng tay mẹ ủ hương nhu/ Bao nhiêu âu yếm cũng từ đấy thôi".

Bài thơ hay, ngoài cảm xúc dứt khoát phải có hình ảnh, và sự liên tưởng mới lạ, hoặc độc đáo. Để chứng minh cho điều này, ta hãy đọc lại trích đoạn trong bài: Lời Mẹ Ru rất hay dưới đây, được in ở những tập thơ trước của Tùy Anh. Ở đó, nhà thơ đã nhân cách hóa một cách rất cụ thể, tinh tế hình ảnh tần tảo của mẹ trong cái đắng cay, nhọc nhằn nơi quê nhà. Vâng, một sự liên tưởng về mẹ với quê hương một cách rất độc đáo:

"Mẹ mắc võng từ thượng nguồn Bàng Lãng/ Đến ngọn triều cuối cửa bể Thuận An/ Lưng mang nặng nhịp Trường Tiền, Bạch Hổ/ Mẹ gánh thêm núi Ngự, Hương Giang (...)/ Nước mắt mẹ đã bao lần nhỏ xuống/ Máu xương con tưởng đã chảy thành sông" (Lời Mẹ Ru)

Tùy Anh viết nhiều về tình yêu đôi lứa. Và với người vợ của mình, ông có nhiều trang thơ đằm thắm, sâu sắc. Có những câu thơ éo le, lỡ làng ngang trái viết cho Phương Quỳnh đọc thật cảm động:

" Thế mà anh đã ra đi/ em cũng ra đi ngàn phương biệt/ Tình cờ thay/ Ta hội ngộ chốn tha hương.../ Có những cánh chim sải cánh tìm về quá khứ/ Có những nhánh sông thầm lặng/ tìm chỗ hợp lưu/ Sao anh với em vẫn âm thầm một đời lữ thứ" (Một lần nữa xin cảm ơn em).

Tuy nhiên, những bài thơ tình Tùy Anh viết về cái thuở còn áo trắng ngu ngơ, tôi khoái hơn cả. Sự khoái cảm này, không hẳn bởi sự nhí nhảnh, hồn nhiên và trong sáng, mà có lẽ do tập thơ quá thâm trầm, làm cho ta có cảm giác nặng nề chăng? Vâng, một chút ngu ngơ hồn nhiên ấy thôi cũng đủ làm cho tập thơ sinh động, như có luồng gió mới chợt ngang qua vậy:

"con chim nhà đầu ngõ/ thường hót vào sớm mai/ ngọt ngào như nỗi nhớ/ thuở nào, bóng dáng ai/ anh thường ngang qua đó/ trộm nhìn em, bâng khuâng/ ly cà phê quán nhỏ/ pha men tình nhớ nhung/ anh về trong gác trọ/ lắng lòng mình đợi mong/ bài thơ tình dang dở/ viết lúc nào mới xong/… em đi không từ biệt/ anh âm thầm xót xa/ bài thơ chưa kịp gởi/ ngại ngần rồi lại thôi" (Ngu ngơ tình thuở ấy)

*** An nhiên tự tại đến những lời thơ vĩnh biệt.**

Dường như, chỉ có Đạo giáo mới có thể giải thoát sự bất hạnh, và xoa dịu nỗi đau tâm hồn chăng? Do vậy, giữa lúc bế tắc, với tâm hồn bơ vơ và rách nát, có một con đường hé mở, để Tùy Anh tìm thấy: Tâm Vọng Thiền Môn. Nơi ký thác tâm hồn, để ông viết nên bài thơ lục bát cùng tên, thật chân thực và sâu sắc. Có thể nói, Tâm Vọng Thiền Môn là một trong những bài thơ hay nhất ở thể lục bát của tập thơ này:

"Bơ vơ tìm những con đường/ Con đường Trung đạo suối nguồn an nhiên/ Ngại ngần đến trước cửa Thiền/ Làm sao xóa những muộn phiền tiền thân?/ Lần theo phai nhạt dấu chân/ Hằn trên sạn đạo nhọc nhằn bất an/ Nơi nào nẻo đạo trần gian/ Nơi nào là cõi Niết-bàn nương thân/ Xa thật xa, gần thật gần/ Nơi không hư vọng, nơi cần chân như"

ꝏꝏꝏ

Kể từ đó, ta thấy được cái an nhiên tự tại trong nội tâm của thi sĩ, trước nghịch cảnh cuộc sống. Do vậy, đọc Tùy Anh, không chỉ thấy cánh nơi cửa Phật đã mở, mà ta còn thấy tính triết lý trong hồn thơ ông:

"Thôi nương theo nghiệp lực/ Buông xả mọi ưu phiền/ Mong sao từ tâm thức/ Sớm ngộ được pháp thiền" (Ngỡ mình hóa thân).

Thời gian trên giường bệnh, Tùy Anh viết nhiều thơ về Thiền, triết. Ở đó, ta có thể thấy, đường giác ngộ đến buông bỏ bản ngã, nên lời thơ của ông thật tinh khiết, nhẹ nhàng và trong sáng: "Âm vang trong đồng vọng/ lời kinh như triều dâng". Và mỗi bài thơ của ông như một bài học để tự răn mình, và răn người vậy:

"Mà hiển vinh là bào ảnh phù du/ Nên ngôn hạnh trong như dòng bát nhã/ Thấm vào đời nghe vời vợi hương nhu.".

Từ cái buông bỏ ấy, nên với Tùy Anh tất cả đều nhẹ nhàng, khói mây. Với tâm trạng như vậy, cùng tâm hồn nhạy cảm đã cho thi nhân cảm xúc và liên tưởng để viết nên: Qua ngõ phù vân (1 và 2). Tôi nghĩ, đây là những bài thơ ở thể lục bát thâm trầm, sâu sắc, tiêu biểu về đề tài này của Phù Vân. Đọc nó, làm tôi nhớ đến lục bát của nhà thơ cùng xứ Huế Phạm Ngọc Lư. Và trích đoạn dưới đây, sẽ cho ta thấy rõ tài năng lục bát "thâm hậu" ấy của Tùy Anh:

"Người đi biển biệt non ngàn/ Cũng quay về với tịnh an cửa Thiền/ Khói trầm pha chút nhân duyên/ Trong em tịnh mặc ưu phiền cuốn bay/ U trầm nắng đọng am mây/ Tiếng chim quan ải về đây gọi đàn".

Có một nhà văn khá nổi tiếng nói với tôi: "Mất một người bạn tri kỷ, đôi khi còn buồn đau trống vắng hơn cả mất vợ ông ạ". Tôi hoài nghi. Nhưng khi đọc, Trên từng đợt sóng vô thường, một bài thơ Tùy Anh viết để tiễn biệt người bạn, tôi bị xúc động mạnh, và nghĩ: Lời bác nhà văn nổi tiếng kia không phải không có lý. Thật vậy, vẫn thể thơ bát ngôn sở trường, tâm trạng Tùy Anh hiện lên thật bùi ngùi, trống vắng:

"Từ giã nhé, cuộc đời đầy huyễn mộng/ Đời thư sinh, màu áo trắng hoang sơ/ Nghe trong nắng có tiếng cười lồng lộng/ Mà âm vang nghe lạnh cả hư vô".

Sức cùng lực cạn, bước chân đã mỏi, người đọc tưởng chừng Tùy Anh buông lơi, giũ bỏ. Nhưng không, ý trí, hồn ông vẫn nặng nợ với cuộc sống và con người:

"Chân đã mỏi, bước giang hồ đã mỏi/ Có nơi nào để dừng bước phong vân/ Ôi thế sự, có không… đời vẫn thế/ Vẫn cưu mang, vẫn nặng nợ phong trần" (Thôi đành dâu bể với thời gian).

Ý trí ấy đã cho Tùy Anh đủ nghị lực để viết: Lời từ biệt cuối cùng. Một bài thơ mang tính triết lý Phật giáo, nhân sinh, được ông viết ngay trên giường bệnh của những ngày cuối đời. Sự giải thoát thể xác và tâm hồn trong cái lẽ vô thường ấy của Tùy Anh đọc lên ai cũng phải bùi ngùi xúc động:

"Được nói với nhau bây giờ lời từ giã/ còn hơn là câm nín đến nghìn thu/ mới nói lời tạ từ/ dù bằng tình thương sâu lắng/ Một vòng tay ôm/ những giọt nước mắt đẫm mùi biển mặn (...)/ Thôi từ biệt các bạn nhé/ Thuận thế vô thường tôi sẽ phải ra đi."

Tôi đã đọc, và viết khá nhiều về các nhà thơ, nhà văn còn sống hay đã mất, nhưng chưa lần nào cho tôi cảm giác chờn chờn, rợn rợn như khi đọc tập thơ Thôi Cũng Đành Dâu Bể Với Thời

Gian của Tùy Anh. Và rợn hơn nữa là bài thơ Biển vẫn mang màu xanh, được ông viết ngay trước giờ hấp hối. Một sự ám ảnh tột cùng của những ngày vượt biển trốn chạy, đeo bám Tùy Anh đến cả lúc nhắm mắt xuôi tay. Đọc nó, thoạt tưởng có sự mâu thuẫn trong suy nghĩ, tư tưởng của nhà thơ về biển, về cuộc sống. Song tình yêu nằm trong cái quy luật tự nhiên của vũ trụ ấy, cho ta thấy Tùy Anh hoàn toàn đã ngộ lý vô thường của nhà Phật. Và cũng chính những đặc tính ấy và bài thơ đầy ám ảnh này, cho tôi cảm xúc để viết về con người, cũng như tập thơ Thôi Cũng Đành Dâu Bể Với Thời Gian của Tùy Anh:

"Kể từ khi tôi đứng lặng yên/ Trên boong tàu Cap Anamur/ Tôi mới thấy nước biển xanh/ Biển hiền lành/ Nhưng biển đã nuốt bao nhiêu sinh linh/ Từ thuở chúng tôi/ những người Việt Nam vượt biển/ đi tìm Tự do bỏ cả cơ đồ/ Cho đến bây giờ/ người Phi Châu vượt biển mưu tìm đất sống/ Thì biển vẫn mang màu xanh bình yên/ Nhưng bên trong màu xanh/ chất chứa bao mầm chết chóc/ Nhưng tôi vẫn thích biển…/ Màu của thanh tịnh bình yên"

*** Lời kết**

Không chỉ thơ, mà trong văn xuôi của Tùy Anh cũng vậy, luôn mang một nỗi đau, mất mát không thể sẻ chia. Và cả cuộc đời ông cũng không thể xóa nhòa nỗi đớn đau, với thân phận lạc loài ấy. Để rồi dường như có lúc ông phải trốn chạy ra khỏi thực tại, ra khỏi chính mình. Nhưng cái vòng kim cô đó, ngày càng siết chặt nỗi bất hạnh của ông, của dân tộc ông. Và chỉ khi Tùy Anh đến với nơi cửa Phật, thì con người, cũng như tâm hồn mới được giải thoát ra khỏi nỗi đớn đau, và bất hạnh đó.

Leipzig ngày 13-10-2023

NGUYỄN CHÂU: LỜI KẾT CÒN BỎ NGỎ

Tôi được tặng tập: Truyện ngắn chọn lọc của nhà văn Nguyễn Châu đã khá lâu, song lần lữa mãi chưa viết xong đôi ba lời cảm nhận. Bởi cái món này, dường như ít khi chiều theo ý của con người. Đôi khi đang viết cái này, bất chợt nảy ra ý tưởng cho bài viết khác, nên đành phải chuyển bút. Tôi đã biết, và đọc Nguyễn Châu đã khá lâu rải rác trên các trang mạng văn học, hay Tập san Ngôn ngữ, Quán văn…Cái đọng lại trong tôi là lời văn giản dị mộc mạc, cùng những câu chuyện với lời kết còn bỏ ngỏ của Nguyễn Châu. Cùng những đặc điểm này, do vậy khi đọc Nguyễn Châu làm tôi nhớ đến truyện ngắn của Khánh Trường. Tuy nhiên, giọng văn mỉa mai Khánh Trường hơi cay nghiệt, khác hẳn với sự nhẹ nhàng trữ tình của Nguyễn Châu. Song cả hai nhà văn này, đều cho người đọc sự hụt hẫng, tiếc nuối, bởi cái kết bất ngờ của câu chuyện. Với đặc tính này, dường như, nhà văn buộc mỗi người đọc phải viết tiếp lời kết theo suy nghĩ, cảm nhận của riêng mình chăng?

Nhà văn Nguyễn Châu sinh năm 1950, người xứ Quảng, hiện đang sống và viết tại Saigon. Ông đến với thơ văn rất sớm, song viết không nhiều. Sau tập thơ đầu: Trên miền tóc xanh, xuất bản năm 1969, cho mãi đến năm 2001 Nguyễn Châu mới cho in hai tác phẩm văn xuôi: Nỗi niềm, và Dòng sông trơ đáy. Rồi hai chục năm sau nữa, ông thủng thẳng cho ra lò hai tập truyện ngắn: Đôi dòng (2018) và Giọt nắng trong sương (2022). Và với Tập truyện ngắn chọn lọc, hay tuyển tập này, như đã được thời gian sàng lọc, đánh dấu tên tuổi, sự nghiệp của Nguyễn Châu trên Văn đàn Việt Nam vậy. Tuy nhiên, tôi nghĩ, dù ở cái tuổi xưa đã hiếm, nhưng đây vẫn chưa phải là tác phẩm cuối cùng của Nguyễn Châu.

***Tư tưởng nhà văn trước thực trạng xã hội.**

Tôi chưa thể đọc và nghiên cứu hết về Nguyễn Châu, song có thể nói, văn xuôi của ông hầu như được viết sau 1975. Bởi đọc ông, ta nhận ra, cái tư tưởng, nhận thức về một chủ thuyết, con người thông qua lối viết khi thì bộc lộ, lúc ẩn dụ xuyên suốt sự nghiệp sáng tạo của Nguyễn Châu: "Những con người hiền lương bị tiêm nhiễm chất độc vô hình, trở thành ác thú". (Đ. Chót Là Tôi). Với nhận thức, tư tưởng như vậy, cho nên Nguyễn Châu luôn mượn những hình ảnh, cảnh vật thiên nhiên, để nói lên cái hiện thực, sự chán chường, buồn đau trước sự bần cùng hóa cuộc sống, xã hội và con người:

"Hùng "gấu" tìm về Saigon, căn nhà của gia đình Diễm đã sang tay người khác, khu vườn hoa xinh tươi ngày trước đã lụi tàn, thay vào đó những vồng khoai lang, rau dền, rau muống...Giàn bông giấy trước cổng chỉ còn trơ gốc xù xì, lưa thưa vài ba đọt non vừa nhú, đang cố vươn mình" (Bèo dạt mây trôi)

Từ đó, Nguyễn Châu đi sâu vào mọi ngóc ngách của cuộc sống. Ngòi bút của ông đã bóc trần cái thực tại, những mĩ từ hòng nhằm che đậy cái thối tha bỉ ổi đó. Và "Đ. Chót Là Tôi" là một truyện ngắn như vậy. Nó cũng là một trong những truyện ngắn hay, tiêu biểu cho đặc điểm, khía cạnh này của văn xuôi Nguyễn Châu. Với lời văn nhẹ nhàng, cùng lối so sánh, hình ảnh ẩn dụ, nhà văn gây cho người đọc tiếng cười mỉa mai sâu sắc mà kín đáo:

"Chỉ có cầu Hiền Lương chia cách hơi lâu, mấy chục năm thím hỉ? Mẹ tôi run run quệt vôi hồng hồng lên lá trầu xanh, nói bâng quơ: Non sông đã liền một dãy, nhưng dòng sông trong lòng người ngày càng sâu hiểm hơn phá Tam Giang! Chú thím tôi giờ quá ngon, mấy chục năm "thoát ly" không trầy vi tróc vẩy chút nào. Ngày đoàn viên chỉ mang về cái "xắc-cốt", nhưng nay giàu có lên từng ngày." (Đ. chót là tôi)

Với thủ pháp giễu nhại, từ tên người, cái tựa cho đến từng chi tiết câu chuyện, Nguyễn Châu đã chọc thẳng vào cái ung nhọt của xã hội. Và cười hay khóc đều chứa đựng cái trớ trêu, bi hài. Tuy nhiên, nếu ta đã đọc Thảo Trường, Trần Kỳ Trung, hay Khánh Trường sự giễu nhại, hài hước được thông qua lời thoại mang tính sân khấu, kịch trường từ đó bật ra những tiếng cười chua xót, thì văn xuôi, truyện ngắn Nguyễn Châu chỉ là những lời kể, sự trần thuật. Song đọc nó, ta vẫn thấy sự sinh động, bởi khả năng sử dụng từ ngữ, hình ảnh của Nguyễn Châu:

"Ngày sinh tiền, cha với chú không gặp nhau thì thôi, chớ gặp nhau là bất đồng mọi sự. Chú nói cha cố chấp, cha nói, chú bị "nhồi sọ". Bà nội may mà điếc nặng, mắt đã lòa nên chỉ ngồi bó gối nhìn ra khoảng trời xanh bao la, không ai biết nội nghĩ gì… Riêng tôi, sinh vào buổi sáng 30.4.1975. Bây giờ hơn nửa đời người, cha tôi đã mất, đôi lần tôi định hỏi mẹ về chữ lót Đ. của tôi, nhưng mẹ móm mém cười bí hiểm như nàng Mona Lisa… Cũng vì cái tên Đ. Chót mà đời tôi lên bờ xuống ruộng, một lũ ngu si xuyên tạc và "chụp mũ" lên tên cúng cơm của tôi. Chúng nó nghĩ ra nhiều điều oái ăm và tàn bạo mà người lương thiện không bao giờ dám nghĩ. Tôi đâu có đặt tên mình, tôi còn không biết ý nghĩa vậy mà chúng truy ngược mấy đời nhà tôi..." (Đ. chót là tôi)

Long Mã Tà, tuy không nằm trong top những truyện ngắn hay nhất của Nguyễn Châu, nhưng cho tôi nhiều cảm xúc, và sự đồng cảm trước nỗi bất hạnh của con người. Và với một xã hội tàn bạo, vô pháp như vậy, song ở đó ta vẫn tìm được cái tình người còn sót lại, mà ở đây là giữa người bác sĩ (quản tù) với người tù cải tạo. Đọc nó, làm cho tôi nhớ đến truyện ngắn: Ở cuối hai con đường của Phạm Tín An Ninh. Thật ra, sự tịch thu tài sản, áp chế đi kinh tế mới, không chỉ xảy ra ở miền Nam sau tháng 4-1975, mà ở cả miền Bắc cái chỉ thị Z30 quái đản đã cướp bóc, tàn phá, giết chết tâm hồn, lẫn thể xác không biết bao con người và gia đình, dẫn đến luân lý, đạo đức xã hội đảo lộn tùng phèo. Cảm ơn Nguyễn Châu và truyện ngắn Long Mã Tà cho người đọc hồi ức về một thời khủng khiếp đó:

"Bà Khởi, bà Kỳ bàng hoàng, chỉ nhận biết những gì xảy ra khi cửa mở và tổ công tác đặc biệt bất ngờ có mặt, đọc quyết định "kê biên tài sản". Nhà cửa bị niêm phong. Hai gia đình có bảy ngày chuẩn bị đi "xây dựng vùng kinh tế mới". Long không còn được lưu dung. Mảnh bằng đại học sư phạm, chỉ được chọn nghề cu-li hay về nông thôn tham gia sản xuất…Cây thánh giá cùng tượng Chúa bùi ngùi xót thương con chiên ngoan đạo, chỉ một sớm một chiều mất đi tất cả: Chồng, nhà cửa và gia tài một đời ki cóp. Bà khuyên anh: Chớ nhận họ hàng“

(Long Mã Tà).

Tuy nhiên, với truyện ngắn Long Mã Tà có lẽ Nguyễn Châu chưa nghiên cứu kỹ, hoặc lầm lẫn, nên đã viết: “Xong trung học, Phượng thi vào trường Đại học an ninh“. Thật ra, trước khi di cư vào Nam năm 1954, Long đã đi học cùng Phượng. Do vậy, Phương xong trung học khoảng năm 1965- 1966. Ở miền Bắc thập niên sáu mươi cho đến đầu thập niên bảy mươi chưa có trường đại học an ninh, hay cảnh sát, mà chỉ có các trường sơ, trung nghiệp vụ. Biết rằng, là truyện ngắn nhà văn có thể hư cấu, song truyện mang tính thời sự xã hội dứt khoát phải đưa đến người đọc sự chân thực nhất.

*** Thân phận con người dưới ngòi bút nhân bản.**

Đi sâu vào nghiên cứu ta thấy, không chỉ từ ngữ mộc mạc, mà hình ảnh, sự liên tưởng của Nguyễn Châu cũng rất dân dã, gần gũi và sâu sắc. Do vậy, đọc: Đi Tìm Hành Trình Của Cha Tôi, sự liên tưởng, so sánh thân phận con người, đất nước, Nguyễn Châu làm cho ta phải rưng rưng ngấn lệ. Và hơn thế nữa, hồn vía, tư tưởng Nguyễn Châu gắn liền với đời sống xã hội rất bình dị, chân thực: “Người dân quê tôi như kiến bò quanh lòng chảo, không biết bị lửa đốt nóng lúc nào. Đất nước ngả nghiêng, trầm mình mang thân phận nhược tiểu đớn đau“.

Vì vậy, tôi là ai, dân tộc tôi đi về đâu? Câu hỏi quay vòng buộc ngòi bút Nguyễn Châu phải đi tìm. Nhưng chân lý, và cuộc sống không thuộc về chính nhà văn, và cả những con dân trên mảnh đất khổ đau này. Thật vậy! Sinh ra và lớn lên trong chiến tranh, rồi cả thế hệ ông buộc phải cầm súng. Để rồi thời thế đổi thay: lưu manh và đại loạn. Vì vậy, kiếp cu li với tù đày là nơi họ phải đến. Và: Đi Tìm Hành Trình Của Cha Tôi, đọc nó, tôi không nghĩ đó là truyện ngắn, mà như một lời tự sự, tâm bút rút ra từ cõi lòng của nhà văn Nguyễn Châu vậy:

"Tôi là ai? Lịch sử đất nước tôi bị quay vòng trở lại như ngày cha tôi bị cưỡng bức lên tàu sang Pháp làm cu-li cho mẫu quốc hay bỏ xác nơi hoang địa xứ người. Hai mươi năm tương tàn, cũng đủ cho thế hệ chúng tôi trở về nơi xuất phát của cha tôi"

Sau chiến tranh những người lính VNCH như Hùng, Hiền, Hưng hết tù nhỏ, rồi trở về nhà tù lớn. Và xích lô, bagac cùng những vòng quay cuộc đời của họ, đã được Nguyễn Châu khắc họa rất chân thực và sinh động ở truyện: Bèo Dạt Mây Trôi. Và ở đó, ta không chỉ thấy được tình yêu, mà còn thấy được tấm lòng cao cả của người lính: "Tôi thật lòng và cũng đầy mâu thuẩn khi muốn Hùng được gặp lại người xưa…đồng thời mong cho Diễm có cuộc sống tốt đẹp hơn những ngày tôi còn ở bên nàng. Không lâu… nàng lặn lội lên Đắk Lắk, vào tận lâm trường tìm tôi. Nhưng tôi lánh mặt. Ngồi nhìn dòng nước róc rách len theo khe đá nhỏ sau cơn mưa, lòng tôi cuộn lên đau đớn. Nàng có hiểu được lòng tôi?"

Và Tám Dô, một câu chuyện gây cho người đọc nhiều cảm xúc. Bởi, cái thân phận rẻ mạt của người dân bị ngoại bang hè nhau giật dây, và hãm hiếp. Sự trớ trêu ấy, tưởng chừng là những chuyện bù khú, bông phèng, song lắng lại một giây thôi, thì dường như Nguyễn Châu cô lại cho ta một nỗi đau không thể gọi thành tên. Thật vậy, Tám Dô trước đi bộ đội, bị Quân đội VNCH bắt tù hai năm. Sau đi lính Việt Nam Cộng Hòa, lại bị bộ đội bắt tù, và gán cho cái tội chiêu hồi. Vâng! Đó là một bi kịch. Và bi kịch của Tám Dô cũng là bi kịch chung cho cả một dân tộc nhược tiểu này. Đây là một trong những truyện ngắn hay, và tiêu biểu về thân phận con người ở văn xuôi, truyện ngắn Nguyễn Châu. Đọc nó, chợt làm tôi nhớ đến truyện ngắn: Cũng Một Kiếp Người của tôi (Đỗ Trường) viết cách nay đã khá lâu, có cùng một số phận.

Đi sâu vào đọc, ta thấy dường như Nguyễn Châu ít đi vào phân tích, miêu tả diễn biến nội tâm nhân vật, mà nặng phần kể, và trần thuật. Kể cả đề tài về trí thức và thân phân của họ, khi Nguyễn Châu đi sâu vào khai thác. Giáo Ba là một truyện ngắn điển hình như vậy của ông. Mười năm tù cho một tội danh không có thực, song Giáo Ba vẫn giữ được khí tiết của kẻ sĩ. Có thể nói, Giáo Ba là hình ảnh tiêu biểu cho trí thức miền Nam sau 1975, có tấm lòng nhân bản, làm việc, và hành động theo tư tưởng tự do, dù có người cha là đại quan của chế độ mới. Trích đoạn dưới đây, không chỉ cho ta thấy nỗi đau của người trí thức, mà còn cho thấy pháp luật là cái sân khấu hề chèo:

"Sau ba năm trên đất nước bạch dương, Giáo Ba khăn gói hồi hương…Các trường đại học mời anh giảng dạy, nhưng anh yêu cầu chỉ dạy chuyên môn và từ chối bất cứ sinh hoạt nào khác. Thời gian sau người ta cho anh nghỉ dạy… nhân vật chính phản động được chuyển giao cho Giáo Ba. Mười năm tù đã thành án…Ngày ra tù anh như ông lão, gầy quắt, râu ria như ông đạo núi Tà Lơn. Dân làng đón anh về trong vòng tay trìu mến, thương xót… Rồi anh lại lọc cọc đạp xe đi dạy kèm, luyện thi đại học." (Giáo Ba)

Ngòi bút Nguyễn Châu luôn đứng về lẽ phải, và những người bần cùng khốn khó. Lòng nhân bản, sự cảm thông đủ để cho ông viết nên: Mây Trắng. Một truyện ngắn xoay quanh thân phận cô gái làm nghề massage nhạy cảm. Nghề mà bấy lâu đã bị xã hội chà đạp, định kiến: " Xã hội thừa nhận một nhu cầu có thật hiển nhiên, một nghề đã được tồn tại từ ngàn xưa đã bị bọn đạo đức "giả cầy" liệt vào hạng không ra gì!" (Mây Trắng). Vì vậy, với truyện ngắn này, dường như nhà văn muốn trả lại sự trong sáng,lành mạnh với giá trị ban đầu của cái nghề bị thành kiến bấy lâu. Thật vậy, Bạch Vân hay Mây Trắng tên nhân vật, cũng là tên của truyện ngắn này, như hàm chứa ý đồ của tác giả vậy:

"Thời gian nghiệt ngã và sự đào thải là quy luật bất biến, phấn son không thể che lấp vết hằn năm tháng ở tuổi hơn ba mươi như nàng. Nơi này, những đóa hồng mơn mởn tươi mát, trang phục khiêu gợi tăng thêm vẻ kiều diễm, rực rỡ dưới ánh đèn ma quái và hơi nồng men rượu của những vị khách phè phỡn, lắm của nhiều tiền. Đôi lúc nàng phản đối và phẫn nộ vì những hành vi nham nhở của những người đàn ông mang tâm hồn dã thú." (Mây Trắng)

Nếu nói: giá trị hiện thực và giá trị nhân đạo đã làm nên tác phẩm văn học, thì tôi nghĩ, truyện ngắn, văn xuôi Nguyễn Châu đã làm được điều đó. Mỗi truyện ngắn là những câu chuyện ngoài xã hội, hay những trải nghiệm của chính tác giả. Sự chiêm nghiệm, lòng nhân bản ấy đã làm nên hồn vía thơ văn Nguyễn Châu.

*** Tình yêu và nỗi đau của quê hương, đất nước.**

Tình yêu trong nỗi đau của quê hương, đất nước là một trong những đặc điểm quan trọng làm nên sự nghiệp thơ văn Nguyễn Châu. Vì vậy, có thể nói những trang viết về đề tài này của

Nguyễn Châu có lời văn rất đẹp, đưa đến nhiều cảm xúc cho người đọc. Mỗi truyện ngắn của ông như trang nhật ký, lời tự sự buồn về cuộc sống, cùng nỗi u hoài về quá khứ. Và dường như, càng lớn tuổi con người càng muốn trở về tuổi thơ, với những dấu chân xưa. Nhưng con đò, và dấu chân xưa đã bị xóa nhòa, chìm sâu vào dĩ vãng để lại nỗi đau trong lòng người. Đọc đoản văn ở truyện: Đôi Mắt của Nguyễn Châu chợt làm tôi nhớ đến tâm trạng và nỗi buồn cũng của nhà thơ xứ Quảng Nguyễn Văn Gia: "Chẳng còn đâu bóng tre xanh/ Quê nhà giờ đã trở thành cố hương/ Ngậm ngùi ta giữa phố phường/ Mơ mùa trăng cũ ruộng vườn tiếng chim". Vâng, có lẽ đó không phải nỗi buồn đau riêng của Nguyễn Văn Gia, hay của Nguyễn Châu:

"Nét phồn hoa đô thị đã xóa mất dấu chân tôi, tôi lạc lõng giữa bao người son trẻ. Tôi đứng nhìn dòng sông lững lờ trôi, nhưng không còn xanh mát thuở nào. Những con đò ngang xuôi ngược, đưa tôi về bãi dâu xanh ngút ngàn Gò Nổi đã chìm sâu vào lòng tôi thăm thẳm. Tơ lụa Duy Xuyên óng ánh nắng chiều phai, mênh mông tình người đã bay theo gió bụi." (Đôi mắt)

Có thể nói: Tình tôi bên dòng kênh Nhiêu Lộc là áng văn cho tôi nhiều cảm xúc nhất viết về mảng tình yêu của Nguyễn Châu. Đọc nó, ngoài tình yêu trong sáng, hồn nhiên, nó còn để lại trong lòng người một sự tiếc nuối khôn nguôi. Cái thuở ban đầu này, dường như nhà văn nào bắt đầu cầm bút cũng đã phải trải qua. Nhưng còn đọng lại trong lòng người đọc như Nguyễn Châu, không phải ai cũng viết được:

"Chỉ còn hơn mười ngày nữa đến Tết Nguyên đán, tôi sẽ trở về miền Trung yêu dấu của tôi, bên cha mẹ, họ hàng nhưng tôi không nỡ xa nàng. Nàng trả tôi cuốn sách, tôi lật vội tìm thư hồi âm, thư tôi vẫn y nguyên nếp gấp, nàng chưa hề đọc một dòng, bởi nàng không biết chữ. Dù nàng là ai, chữ nghĩa đối với tôi bây giờ là vô nghĩa.

Thế rồi sau bao nhiêu năm lưu lạc tôi tìm về xóm cũ…Ngôi nhà của chú T. và nàng bên dòng kênh Nhiêu lộc đã thay ngôi đổi chủ. Nhưng nét hồn nhiên của nàng vương vấn mãi trong tôi" (Tình tôi bên dòng kênh Nhiêu Lộc)

Nếu được phép tuyển chọn, với tôi: Khu vườn không có ánh trăng, là một trong những truyện ngắn hay, toàn bích nhất của Nguyễn Châu. Từ chiến tranh chết chóc, cho đến hòa bình với chuyện tình của những cặp vợ chồng Kinh - Thượng xuyên suốt truyện ngắn này. Thị thành, mưu sinh không thể tách họ (những người như Ka Mang, hay K'Riêng) ra khỏi cội nguồn. Và cái văn hóa, buôn làng ấy không thể hòa tan ở miền đất mới. Do vậy, họ luôn muốn tìm về nơi cội nguồn. Ở đó mới thực sự cho họ bình yên. Đọc Khu vườn không có ánh trăng, không chỉ thấy tình yêu cao thượng của những Ka Mang, K'Riêng, hoặc của Song, của Ngân, mà còn cho ta lời cảnh báo, hay thỉnh cầu: Đừng tàn phá, cũng như đừng tách con người ra khỏi môi trường thiên nhiên và văn hóa vậy:

"Gà đã gáy nhưng trời chưa đủ sáng. Ánh trăng thượng tuần vắt chơi vơi trên nền trời xanh thẳm, Song bật dậy nhìn quanh, Ka Mang không ở bên mình. Ngân ngạc nhiên khi không nghe tiếng tia nước rơi rạt rào trên lá, trên cây của K'Riêng. Hai anh em đã về nơi họ đã ra đi, trở về buôn làng của họ: Bộ tộc Mạ hiền hòa trong rừng sâu đại ngàn với tiếng chim hót bình yên và dòng suối trong veo thơ mộng muôn đời."

Xuất phát từ tình yêu, và nỗi đau ấy, cho nên Nguyễn Châu đã mượn lịch sử để chọc vào cái ung nhọt, bán mua chức quyền của những kẻ bất lương, hèn nhát ngày nay. Và Dĩ Vãng là một truyện ngắn tiêu biểu như vậy của ông. Tuy nhiên, lời văn mang tính thế sự này của Nguyễn Châu vẫn nhẹ nhàng. Không đao to búa lớn, không một lời luân tội, song ta thấy được bút lực của nhà văn.

Do vậy, có thể nói, truyện ngắn Nguyễn Châu đi vào mọi ngóc ngách của cuộc sống, song bố cục, tình tiết đơn giản, ít mâu thuẫn, xung đột chồng chéo, đan xen với nút thắt mở. Từ đó, nó cho người đọc cảm giác nhẹ nhàng, và đến gần hơn tầng lớp bình dân. Tuy nhiên, với những đặc điểm này, truyện ngắn của ông ít có được những tình tiết, hành động gây bất ngờ cho người đọc.

Leipzig ngày 19-2-2024

ĐỖ TRƯỜNG: ĐƯỜNG XA VÁC NẶNG

(Phỏng vấn văn học do Triều Hoa Đại thực hiện)

Bây giờ là tháng tám. Cái nắng quái của ngày đầu thu rọi xuống hồ nước sau nhà, rồi hắt ngược lên những vòm lá, nhuộm vào nền trời một màu vàng nhạt. Và cái nhạt vàng ấy, như níu những làn mây trôi chậm lại. Mặt hồ lặng gió, song có những sợi khói dường như quyện xoắn lên nơi chúng tôi "ngồi". Và bất chợt nỗi nhớ nhà, nhớ quê ập đến. Một chút lao xao, tiếc nuối, kéo hồn người về với dĩ vãng của tuổi thơ mà phút chốc đã vụt đi mà chẳng có cơ duyên gặp lại.

"Gặp" nhau qua những con chữ quen quen của tháng ngày ở nơi xứ lạ đã là một trong muôn vàn may mắn, của bao nhiêu cái duyên từ muôn nghìn kiếp trước khéo tu. Bây giờ là mùa thu: "thu đi cho đám cưới về", và rồi "em có nghe mùa thu" có thấy "nai vàng ngơ ngác"?. Rồi, bất chợt Đỗ Trường đọc lên mấy câu thơ: "Suốt ngày mải mê công việc/ trời đất thay mùa không hay/ áo ấm ai phơi bờ giậu/ giật mình, ồ thu đã sang/ nỗi lạnh từ đâu bỗng ùa về/ tuổi già cảm thấy lòng hiu hắt/ Nha Trang không có lá vàng phương bắc/ hơi thu bàng bạc ướp màu thời gian". (Thơ Văn Biển). Tuyệt quá giữa lúc này với những câu thơ nhắc nhở tuổi của thời gian không đợi, không chờ. Nhưng thôi chuyện của mùa thu mình để đó rồi sẽ tính sau, chỉ biết rằng, được cùng nhau uống một ly cafe chuyện vãn ở nơi xứ lạ, quê người lúc này đã là hạnh phúc lắm rồi. Tôi đã "gặp" nhà văn Đỗ Trường qua một bạn văn: nhà thơ Luân Hoán. Chuyện có chút dài dòng nhưng để "hồi sau sẽ rõ". Còn bây giờ thì mời mọi người hãy cùng trò chuyện với nhà văn: Đỗ Trường.

Triều Hoa Đại: chào anh Đỗ Trường.

Đỗ Trường: Vâng, chào nhà thơ Triều hoa Đại.

Thđại: "Gặp đây ta nắm bàn tay/ ngày xưa em trắng sao rầy em đen" đó là chuyện trai gái hẹn hò không phải của chúng ta, vậy thì hôm nay "gặp" anh tôi chỉ muốn hỏi ba điều bốn chuyện anh có vui lòng không vậy?

Đỗ Trường: Vâng, rất vui và hạnh phúc được hầu chuyện một nhà thơ cùng quê, cùng họ mà mình yêu mến bấy lâu. Có lẽ, bác mới biết em thôi. Nhưng em biết và đọc bác Triều Hoa Đại đến gần ba chục năm rồi. Bắt đầu từ bài phỏng vấn nhân tập thơ Mộng Còn Say của bác sĩ Đặng Huy Lưu (Houston) ra lò!

Thđại: Anh có thể vui lòng tự giới thiệu chút ít về mình.

Đỗ Trường: Tôi người gốc Nam Định. Họ Đỗ nhà tôi đã nhiều đời sống ở làng Cát Chử, huyện Trực Ninh. Cải cách ruộng đất đợt cuối 1954-1955 gì đó, ông bà nội tôi bị quy địa chủ. Của cải, nhà cửa, ruộng vườn bị tịch thu cả, ông bà tôi bị đấu tố lên bờ xuống ruộng. Cũng may, bố mẹ tôi kịp chạy thoát. Sau này, bà tôi hay kể cho tôi nghe. Đó như là món nợ, để sau này, tôi viết thành truyện: Những ngày không bình yên, để trả cho bà tôi. Rất tiếc, bà tôi mất trước đó, nên không thể đọc.

Quê ngoại tôi thuộc làng Hành Thiện, Xuân Trường, với dòng họ Đặng nổi tiếng về sự học, làm quan to nhỏ thời nào, chế độ nào cũng có. Tuy nhiên, ông bà ngoại tôi rời quê lên Hà Nội làm cho Sở dây thép vào thập niên đầu thế kỷ hai mươi. Tuổi thơ tôi khi ở Hà Nội, lúc ở Nam Định. Tôi gắn bó nhiều và rất yêu mến vùng biển Nghĩa Hưng, Nam Định. Tuy nghèo khó, nhưng mảnh đất và con người nơi đó, đã nuôi dưỡng tâm hồn tôi. Học xong trung học (cấp ba), tôi đi khắp tỉnh thành miền Nam, từ Nha Trang, Buôn Ma thuộc đến Saigon, Châu Đốc, Long Xuyên, học đủ các món, song nghề nào cũng bỏ nửa chừng. Cuối cùng đành quay về Hà Nội ăn bám mẹ. Buồn buồn, lại dọt xuống Hải Phòng ở với bà nội, và làm cùng em con chú ruột tôi. Bố tôi mất rất sớm, nên bà và chú rất thương tôi…

Thđại: Anh qua Đức từ năm nào, cùng với gia đình?

Đỗ Trường: Tôi sang Đức (Đông Đức) lao động năm 1987. Lúc đó, tôi mới 27 tuổi (còn giai tơ) chưa lập gia đình. Hình ảnh chiếc bị cói khoác trên vai, cùng với các bạn bước lên máy bay của hãng hàng không Rumani, cứ in đậm mãi trong ký ức tôi.

Thđai: Lúc đó bức tường Berlin đã sụp đổ chưa?

Đỗ Trường: Chưa anh. Lúc đó bức tường Berlin còn vững chãi lắm. Mãi đến mùa thu năm 1989 biểu tình thứ hai hàng tuần, được nhóm lên từ Nhà thờ Thomas (Thomaskirche) Leipzig, thành phố tôi đang sống. Và từ đó lan rộng đến Berlin và các thành phố khác. Cuối cùng cơn gió mùa thu ấy đã quật đổ bức tường Berlin. Rất may mắn, tôi được chứng kiến giây phút lịch sử đó. Nó cho cảm hứng, và tôi bắt đầu viết, và viết khá nhiều. Nếu được phép, tôi xin đọc đoạn kết trong bài viết: Bức tường Berlin sụp đổ và vài kỷ niệm nhỏ. Anh nghe, có lẽ hiểu hơn cái không khí, và tâm trạng không của riêng tôi lúc đó:

GDGDGD

"Bức tường Berlin tuy đã bị đập phá, dân chúng hai miền đã thông thương. Nhưng đồn bót canh gác của hai bên vẫn còn. Những người nước ngoài, hoặc người Việt sống ở phía Đông muốn sang Tây Berlin chơi, hoặc xin tị nạn vẫn phải trốn. Đi cổng chính, hoặc chui tường, nếu như cảnh sát Đông Đức nhìn thấy vẫn có thể bị giữ lại, không cho qua. Tôi có người bạn gái, hẹn đón bao lần ở cổng Bradenburg, nhưng không qua được. Cứ chiều xuống, tôi lại đứng dưới mưa nhìn dòng người qua lại, mong có bạn tôi trong đó. Nhưng chờ mãi, chờ mãi không thấy bạn đâu, để rồi:

…ngoài trời mưa tầm tã
Lòng anh lạnh như mưa
chỉ một bức tường kia
hai trái tim ly biệt….
Hỡi bức tường kia ơi !
Ngươi vô tri vô giác
Sao mà ngươi độc ác
ước mơ em nho nhỏ
ngươi nỡ bóp tan tành…
Em vẫn ở đằng đông
Anh thì ở bên tây
Hai khoảng trời cách biệt….

Đó là những đoạn thơ ngắn, nói thật tâm trạng của tôi trong những ngày này. Không hiểu tại sao năm ấy, gió và rét đến như vậy."

Thđại: Trong một lần trả lời phỏng vấn với anh Đỗ Quyên cách đây đã lâu lắm rồi anh Phan Tấn Hùng có nói:" Tôi phải đi khỏi

ꕤꕤꕤ

Việt Nam để mà thương Việt Nam hơn" còn anh, rời xa quê nhà bấy lâu anh có cùng một niềm thương nhớ quê nhà như anh Phan Tấn Hùng không?

Đỗ Trường: Vâng, tôi hiểu được tâm trạng của anh Phan Tấn Hùng. Và tôi cũng vậy thôi, ba mươi lăm năm xa quê cũng là bấy nhiêu năm thương nhớ quê hương và người thân anh ạ. Có thể nói văn vẻ một chút: ngày thân đất khách, hồn đêm quê nhà. Nói thật sự với anh, nếu không xa quê và nhớ quê, chắc chắn tôi không viết văn. Tôi viết như thể gói hồn mình vào trang văn gửi về nơi quê nhà vậy. Mà không viết có khí ức chế sinh bệnh chẳng đùa đâu anh. Có những lúc nghĩ hơi rồ rồ, dại dại như thế. Nhưng tôi tin, hầu như người Việt nào xa quê cũng đều có tâm trạng như anh Phan Tấn Hùng, và tôi.

Thđại: Giờ đây nếu có một lúc nào đó nghĩ về, nghĩ đến Việt Nam thì anh nghĩ về điều gì trước tiên?

Đỗ trường: Chắc chắc điều trước tiên, tôi nghĩ đến bố mẹ, dù các cụ không còn nữa. Rồi đến anh chị em, gia đình cùng bạn bè và bà con chòm xóm. Sau đó, tôi nghĩ đến thân phận đất nước và con người. Do vậy, nếu theo dõi và đọc tôi, anh có thể thấy, nỗi đau của đất nước, con người hiển hiện rất rõ trên các trang viết, và truyện của tôi. Kể cả mảng viết về chân dung, phê bình các nhà văn của tôi. Chẳng vậy, nhà thơ Thế Dũng (Berlin) có lần viết: Đỗ Trường là người của những nỗi đau.

Thđại: Ở Đức có một dạo anh em bên đó thành lập tập san: Bàn Tròn Tự quyết, anh có tham gia không, anh nghĩ sao về việc làm này? Lại nữa ở bên ấy (ĐỨC) lâu lắm rồi cũng có tờ Gió Đông mà anh em bên đó trêu đùa gọi lái là "Đống tro", tôi nghe đâu cũng xôm trò ra phết, mà rồi sao anh em không cùng duy trì để có tiếng nói với người ta?

ꝏꝏ

Đỗ Trường: Hai tập san này, có thể được thành lập trước khi bức tường Berlin sụp đổ, thuộc phía Tây nước Đức, nên tôi không được biết, và chưa nghe tên. Hoặc nếu thành lập sau 1990, không biết, không nghe thì có lẽ, lỗi tại tôi thời gian đó cắm đầu vào làm kiếm tiền giúp đỡ gia đình ở Việt Nam, và chăm sóc gia đình nhỏ của mình chăng?

Tuy nhiên, sau khi bức tường Berlin sụp đổ, phía Tây nước Đức đã có một số báo chí, nguyệt san như: Độc Lập, Cánh Én, Viên Giác, Diễn Đàn Forum, Hướng Việt… của đồng bào tị nạn thuyền nhân, Phật tử và của anh chị em sinh viên, rất xôm tụ, tập hợp được nhiều cây bút tài năng. Ngay thời gian đó tôi đã viết, và cộng tác với các báo, tạp chí này. (Báo chí Việt lúc đó, phần phía Đông nước Đức chưa có). Và truyện ngắn đầu tay: Phượng ơi, đừng nở nữa của tôi được đăng trên tạp chí Hướng Việt được mọi người khoái lắm. Rất tiếc, tạp chí này mấy năm sau tự đình bản. Và đến nay, sau hơn ba chục năm ròng rã, tôi vẫn cộng tác viết đều đều cho Tạp chí Viên Giác do nhà thơ Phù Vân phụ trách.

Còn hai tập san: Bàn Tròn Tự quyết, và Gió Đông, tiện lúc nào đó, anh hỏi nhà văn Ngô Nguyên Dũng, có lẽ biết rõ hơn.

Thđại: Tôi biết anh đọc nhiều và hằng lưu tâm đến văn học thế thì cho tôi hỏi câu này: Anh nghĩ sao về nền văn học Việt Nam ở hải ngoại nói chung và ở Đức nói riêng?

Đỗ Trường: Có thể nói, Văn học VN hải ngoại như một sự nối dài của nền Văn học miền Nam vậy. Ngoài các cây bút gạo cội như: Võ Phiến, Mai Thảo, Tô Thùy Yên, Thanh Tâm Tuyền, Du Tử Lê, Luân Hoán…vài, ba chục năm gần đây, ta thấy xuất hiện hàng loạt các cây viết mới, lạ: Trần Vũ, Phạm Tín An

Ninh, Khánh Trường, Tưởng Năng Tiến, hay Lê Thị Huệ. Có thể nói, họ đã thổi luồng sinh khí mới vào Văn học hải ngoại. Điển hình là một số tác phẩm Ở Cuối Hai Con Đường, Rừng Khóc Giữa Mùa Xuân của Phạm Tín An Ninh, Truyện Ngắn Khánh Trường, hay Ngôi Nhà Sau Lưng Văn Miếu của Trần Vũ…Tuy nhiên, đây là những nhà văn thuộc thế hệ thứ nhất. Và gần đây ta thấy xuất hiện một số cây viết thuộc thế hệ thứ hai, thứ ba. Đó là điều đáng mừng, song đều viết, sử dụng bản ngữ nơi họ sinh ra và lớn lên. Sự nối tiếp các thế hệ dường như rất èo uột, bởi sự mai một nền tảng văn hóa, và vốn tiếng Việt. Do vậy, tôi hơi (bị) bi quan, khi nghĩ đến tương lai Văn học Việt nơi hải ngoại, anh ạ.

Thđại: Tiện ta đang nói về văn học hải ngoại và ở Đức anh có thể nói rõ hơn chút đỉnh những sinh hoạt văn hoá của anh chị em bên ấy lúc này ra sao, tương lai cái nền văn học ấy rồi sẽ ra sao?

Đỗ Trường: Vâng, thưa anh! Nhắc đến sinh hoạt văn hóa ở Đức, thì lại trước hết ôn lại chút ít lịch sử nước Đức và sự hình thành cộng đồng người Việt ở đây. Có thể nói, không nơi đâu có sự hình thành hai luồng văn học thật rõ ràng như cộng đồng người Việt ở Đức. Sự khác biệt ấy, không chỉ về tư tưởng, mà còn về cả phương thức sáng tác. Hố ngăn đó, bởi nhiều nguyên nhân, nhưng lịch sử chia cắt là yếu tố chính tạo nên hai dòng chảy này. Nếu những sáng tác của người Việt (thuyền nhân) vùng phía Tây là sự tiếp nối của Văn học miền Nam, thì những sáng tác của người Việt ở miền Đông nước Đức là cánh tay nối dài của các bác Văn học miền Bắc. Không chỉ văn học miền Bắc hay miền Nam, mà các bác lính Việt Nam CH, hoặc mấy anh bộ đội cũng vậy, với tôi bác nào cũng là máu thịt nhà mình cả. Do vậy, hai dòng (hay hai nhóm) Văn học Việt ở Đức tôi đều quan tâm. Nếu hai nhóm cần, tôi đều đóng góp công tâm, và hết lòng.

Sinh hoạt Văn học Việt ở Đức kể cả hai nhóm hiện tại khi âm thầm, lúc thì sôi nổi. Ở phía Tây phần đông các nhà văn, nhà thơ đến Đức tị nạn bằng con đường vượt biển, và các cựu du học sinh trước 1975. Có thể kể đến nhà thơ Phù Vân, Trần Đan Hà, Văn Công Tuấn, nhà văn Hòa thượng Thích Như Điển…với các đầu sách ra hằng năm rất đều đặn, cùng Tạp chí Viên Giác. Hay nhà văn, nhà thơ Ngô Nguyên Dũng xuất thân từ du học sinh, sức viết dồi dào, giọng văn sinh động, sâu sắc. Đặc biệt, anh đã có những tác phẩm đã viết bằng Đức ngữ. Có thể nói, Văn học Việt ở miền Tây nước Đức có nền móng khá chắc chắn. Tuy nhiên, các nhà văn này đều lớn tuổi, các nhà văn trẻ, tôi chưa nhìn thấy đâu.

Các nhà văn nhà thơ xuất thân từ miền Bắc, phần lớn là lao động và cựu sinh viên, hoặc tường nhân từ các nước đông Âu đến tị nạn. Do hạn chế tư tưởng, tài năng, do vậy thơ văn họ thường chỉ dừng lại ở mức độ cộng đồng.

Có điều không thể không nhắc đến, ngoài hai nhóm văn thơ trên, ở Berlin còn một số nhà văn có tư tưởng tự do, độc lập như: Phạm Thị Hoài, Võ Thị Hảo, Thế Dũng, hay Lê Minh Hà. Đặc biệt, Phạm Thị Hoài và Võ Thị Hảo là những nhà văn tài năng, chí khí hàng đầu của nền Văn học Việt Nam. Do vậy, có thể nói, Văn học người Việt ở Đức khá đa dạng, và phong phú. Tuy nhiên, nó cũng mang những ưu khuyết điểm chung của dòng Văn học hải ngoại, cho nên tôi vẫn thấy lo lắng về những thế hệ kế cận.

Thđại: Nhà thơ Hoàng Xuân Sơn ở bên Canada với tôi là chỗ thâm tình, vẫn thường mail qua, mail lại hôm rồi có nhắc với tôi khi trò chuyện với Đỗ Trường đừng quên hỏi ông ấy: "Nếu có gạch nối với văn chương đàng ngoài và nền văn học bị bức tử (thì) cho đến giờ này, người đó là Đỗ Trường" và vì vậy mà anh Hoàng Xuân Sơn mong anh "có thì giờ thâm cứu để có cái nhìn sâu lắng tổng thể hơn". Không những chỉ một mình Hoàng Xuân Sơn theo tôi nếu những ai còn quan tâm đến văn học nước nhà thì cũng đều mong ước như thế. Vậy thì, anh nghĩ sao, nghĩ thế nào về chuyện này?

Đỗ Trường: Cảm ơn anh và nhà thơ Hoàng Xuân Sơn đã yêu mến Đỗ Trường. Thật ra, Đỗ Trường không được học hành đến nơi đến chốn. Do vậy, viết phê bình phần nhiều bằng cảm tính, cảm xúc riêng. Tuy nhiên, do yêu mến Văn học Việt Nam nói chung, Văn học miền Nam và hải ngoại nói riêng, cho nên tôi cố gắng tìm tòi, mày mò nghiên cứu, hòng đưa cái hay, cái đẹp nhất đến với người đọc, dù tác giả đó là ai, và ở đâu. Như vừa nói với anh, Văn thơ miền Bắc, hay Văn học miền Nam, và tác giả là Cộng sản, hay Cộng hòa cũng đều là máu thịt của mình cả, cho nên đọc cứ thấy hay, đẹp là tôi yêu tuốt tuồn tuột. Nói theo ngôn ngữ chè chén vỉa hè là: làm công việc cửu vạn thôi, chứ nói to tát như bác Hoàng Xuân Sơn, làm Đỗ Trường ngượng chết đi được.

Thật ra, thực chất Văn học miền Nam đã mang cái giá trị nhân đạo, và giá trị hiện thực, do vậy không ai có thể phủ nhận hay giết chết nó. Tuy nhiên, điều kiện chính trị xã hội hiện nay ở trong nước, ta vẫn cần ngòi dẫn để thế hệ sau có thể tiếp cận nó. Với nỗ lực bản thân, có lẽ tôi chỉ có thể đào bới, cửu vạn từng phần, từng tác giả đến người đọc mà thôi. Nếu khơi quật tổng

ꕤꕤ

thể như bác Hoàng Xuân Sơn nói, có lẽ phải cần đến một nhóm tác giả nghiên cứu chuyên sâu mang tính khoa học cao. (Ví dụ như, Giáo sư Nguyễn Hưng Quốc (Úc châu) hay nhà nghiên cứu uy tín Đặng Tiến (Paris) đứng chủ xị, những người như Đỗ Trường bậu xậu xung quanh, giúp sức chẳng hạn). Tuy nhiên, không được như vậy, tôi vẫn một mình túc tắc chiến đấu thôi.

Và cũng như nghiên cứu Văn học miền Nam thôi, làm một chiếc cầu nối cái bác văn chương đàng ngoài và nền văn học bị bức tử này lại với nhau vẫn phải cần chân móng. Và chân móng ấy chính là nhóm hội tụ tác giả như nói ở trên.

Thđại: Nhìn về đất nước của chúng ta ngày nay theo tôi nhà cầm quyền vẫn chưa/ vẫn không có cái nhìn rộng lượng với văn học, lấy cái ví dụ gần đây nhất là trường hợp của hoạ sĩ Bùi Chát thì như ai cũng đã rõ thế thì theo anh rồi ra mai này văn học của chúng ta sẽ chìm, sẽ nổi như thế nào?

Đỗ Trường: Cái gì càng cấm cản, thì người đọc càng tìm đến nó. Do vậy, văn học đích thực không bao giờ chết. Anh có chôn xuống thì nó ủ mầm bén rễ, đội đất trở lại xanh tươi hơn. Như anh biết, nhạc vàng, nhạc Bolero trước 1975 bị chôn sống gần nửa thế kỷ, nay vẫn sống ở miền Nam, và sống khỏe, lan rộng ăn sâu vào người thưởng ngoạn miền Bắc. Và đến nay, người ta vẫn tìm đọc in ấn tác phẩm của các tác giả thuộc Nhân văn-Giai phẩm, và các tác giả miền Nam. Thơ Trần Mạnh Hảo mấy chục năm cấm cản, đến nay buộc phải cho in ấn phát hành. Nghe nói, thơ Trần Mạnh Hảo đang bán đắt như tôm tươi ở trong nước. Bởi, đó là thứ thơ người đọc cần đến. Cho nên, đã là văn học đích thực sẽ sống mãi, và sống khỏe. Hơn nữa, hiện nay điều kiện in ấn phát hành, lưu trữ bằng kỹ thuật công nghệ toàn cầu, không hạn chế như trước.

Thđại: Nếu phải "chống" lại những áp bức từ giới lãnh đạo thì theo OCEAN Vương nhà văn phải "Cứng Đầu", giờ đây lớp nhà văn Việt Nam liệu có còn đủ dũng khí để làm công việc ấy nữa hay không?

Đỗ Trường: Tôi vẫn tin cái dũng khí của các nhà văn trong nước, và ngoài nước. Nhất là các nhà văn trong nước, tôi rất cảm phục họ. Bởi, ở trong nước hiện tại có nhiều nhà văn viết hay và can đảm. Ngòi bút của họ dám chọc thẳng vào cái ung nhọt của xã hội. Cái sự lo ngại trước cường quyền không còn như trước nữa. Có thể nói, ngoài nhà văn tài năng, can đảm Dương Thu Hương, Võ Thị Hảo, Phạm Thị Hoài đã ra nước ngoài, ta còn thấy những Bùi Minh Quốc, Trần Mạnh Hảo, Hoàng Minh Tường, Nguyễn Quang Lập, Thùy Linh, hay Tạ Duy Anh và còn nhiều văn nghệ sĩ nữa, đã và đang cho ta thấy cái dũng khí ấy, qua những tác phẩm của mình. Cho nên, tôi tin ngoài tài năng, cái sự can đảm mang tính kế thừa của các nhà văn ở trong nước ngày càng mạnh mẽ, và sâu sắc.

Thđại: Về thơ Việt ở Đức trong cuốn "Men còn đọng lại nơi đáy vò" của anh tôi thấy:" Thơ Việt ở Đức đã có sự thay đổi cả hình thức và nội dung chất lượng khá rõ rệt, nhất là khâu tuyển chon. Tuy nhiên, cuốn sách nào cũng vậy, dù sàng lọc thật kỹ vẫn có những khuyết điểm cần bàn…" những khuyết điểm dưới con mắt tinh tế của nhà phê bình như anh nếu được đóng góp cùng tôi thiết nghĩ đó là một điều rất trân trọng, anh có dịp để đóng góp với anh chị em bên đó chưa?

Đỗ Trường: Vâng, thưa anh. Thơ Việt ở Đức đã in ấn hai cuốn do nhà thơ Thế Dũng, và anh Sa Huỳnh cựu du học sinh miền Nam trước 1975 biên tập. Nhà xuất bản Vipen Berlin xuất bản và đề nghị tôi viết lời bình, giới thiệu cho hai tập thơ này. Tác giả của những tập thơ này hầu như là những công nhân lao động đồng nghiệp của tôi, hoặc cựu du học sinh thời còn Đông Đức, sau thống nhất ở lại. Do vậy, tài năng, tư tưởng không đều, và khác nhau. Nhìn chung văn thơ của họ ở mức cộng đồng mà thôi. Nhưng tình yêu thơ văn của họ làm tôi cảm phục, yêu mến. Hai tập thơ này, tôi viết lời bình ngay và viết rất tận tình. Tuy nhiên, cái anh chị em nhà thơ cộng đồng hay mắc phải, loay hoay mất thời gian gò ép từ ngữ vào khuôn khổ thể loại thơ. Điều này, tôi cũng đã đưa ra lời bàn luận với anh chị em. Bởi, đọc một bài thơ, câu thơ dù phá cách, cho ta cảm xúc, sự rung động, vẫn khoái hơn bài thơ đúng niêm luật, song không hồn vía, vắng cảm xúc. Thực vậy, đôi khi tự nhiên bật ra tứ thơ với những hình, từ ngữ rất hay, đẹp, nhưng do cố gò ép, thay đổi từ ngữ cho đúng niêm luật làm cho câu thơ trở nên nhạt nhẽo. Gần đây, ta thấy một số nhà thơ đôi khi có những câu phá cách, (bỏ qua niêm luật) làm cho cả bài thơ mềm mại, và hay hơn nhiều lắm. Điển hình là tập thơ Vịn Vào Lục Bát của Trần Hoài Thư gần đây mà tôi đã được đọc. Tất nhiên, vừa hay, lại đúng niêm luật thì là nhất rồi, khỏi phải bàn luận.

Tuy nhiên, đây cũng chỉ là một trong nhiều lỗi của các nhà thơ cộng đồng ở Đức. Tôi cũng xuất thân từ người lao, cùng cảnh cũng có sự cảm thông hơn, nên biết đến đâu giúp anh chị em đến đó.

Thđại: Anh biết OCEAN chứ? Tôi chắc chắn là anh biết rất rõ về nhân tài này có lần ông ta phát biểu: "Nghệ thuật là công việc của tình yêu bạn phải yêu nó, nhưng nếu bạn chỉ viết để được xuấn bản hay để được đón nhận, bạn sẽ đánh mất bản thân. Bạn không phải phục vụ về nghệ thuật mà chì là nô lệ của đám đông" anh có ý kiến gì không, anh có cần thên hoặc bớt ?

ꝏꝏꝏ

Đỗ Trường: Tôi rất vui, khi biết tin về nhà văn tài năng trẻ sinh năm 1988 người Mỹ gốc Việt này. Điều đáng tiếc anh ấy viết bằng Anh ngữ, tôi không thể trực tiếp đọc. Vâng, anh ấy nói đúng. Viết văn là công công việc nặng nhọc và cô đơn, hy sinh và mất mát. Bởi, viết văn chân thực chắc chắn sẽ có sự va chạm, đôi khi là nguy hiểm. Như tôi cũng vậy, hàng chục năm nay có muốn về thăm quê cũng chẳng được, bởi tại viết văn thôi. Nếu không có tình yêu, chắc chắn tôi, hay anh không thể ngồi tiếp tục viết.

Thđại: Anh nghĩ sao về việc có người đặt ra câu hỏi: Nhà văn có cần phải có trách nhiệm với người đọc hay không. Riêng anh, thì nhà văn có trách nhiệm gì với người đọc?

Đỗ Trường: Nói trách nhiệm nghe to tát quá anh. Vâng, nếu phải trả lời, thì với tôi: Sự chân thật trong văn chương đó chính là trách nhiệm của nhà văn với người đọc, cũng như đối với chính mình vậy.

Thđại: Người Việt của chúng ta quả là rất sính thơ cứ ra ngõ là gặp nhà thơ, đọc ở trên mạng, trên facebook …v…v.. thấy thơ ở đâu mà nhiều quá, nhưng nếu cất công tìm một bài thơ hay thì tôi e rằng rất khó, anh có chia xẻ với ý kiến này không?

Đỗ Trường: Vâng, cái nạn nhà nhà làm thơ, người người làm thơ, đọc thơ đã nhiều lần trong lúc nhấc lên đặt xuống với nhau, chúng tôi đã đề cập đến. Thôi đó cũng là niềm vui của mỗi người tự chọn, tôi cũng rất tôn trọng. Tuy nhiên, nhiều khi thấy nhảm nhí quá, cũng hơi thấy sượng trong lòng. Do vậy, hôm rồi tôi buộc phải viết mấy dòng vui thôi, chứ không có ý chỉ trích ai cả. Thay cho trả lời câu hỏi này, tôi xin đọc một đoạn bác nghe nhé:

"Mấy năm gần đây, gã ăn cũng thơ, ngủ cũng thơ. Bùa mê thuốc lú gì, mà cái món này làm cho gã cứ như bị ma ám, với mức độ tăng dần đều. Ban đầu tháng một lần, rồi đẩy lên hằng tuần, cho đến nay, ngày nào gã cũng đọc thơ, ngâm thơ, trình diễn thơ, ghi hình, gửi khắp nơi cho bạn bè FB, hoặc ngoài đời. Mấy ông, mấy bà sồn sồn hưu trí, nội trợ bếp núc được gã trình diễn thơ của mình khoái lắm. Các mỹ từ vây quanh, làm gã hơi bị bất ngờ, choáng. Vậy là, thành nghệ sĩ rồi còn gì nữa. Gã vội tút lại khuôn mặt, quần áo chim cò nhún nhảy, nhưng khổ cái, dáng đi hơi bị chàng hảng không giấu được, nhìn phát biết ngay nghệ sĩ tỉnh lẻ, cấp phường xã. Từ ngày về hưu Tú Gái càng rách việc. Cưới xin, ăn hỏi, hội hè, ma chay nào gã cũng nhảy phóc lên đọc thơ. Giọng lúc nào cũng run rẩy, méo như sắp khóc của gã đọc nơi đám ma thì ngon lành, chứ nơi cưới xin vui nhộn quả thực tai hại. Bởi, gã không phân biệt, cảm nhận được thơ hay, dở dẫn đến lẫn lộn cảm xúc thật, giả. Gã cứ ngỡ giả run rẩy đánh lừa cảm xúc. Do vậy, hôm cưới con ông bạn cùng đội lao động cũ, gã đang đọc thơ trên sân khấu, bị bọn trẻ bế xuống, và dọa, sẽ đưa thẳng vào trại cai thơ. Thấy gã giãy giụa, kể cũng ái ngại, chủ nhà vội can, và bảo:

-Chúng mày bỏ bác ấy ra. Không đọc thơ nhạt miệng, bác ấy chịu thế chó nào được. Cái món này còn khó cai hơn cả thuốc phiện ấy chứ… lại."

Thđại: Đề cập đến thơ HAY xin hỏi anh: anh quan niệm thế nào là một bài thơ HAY?

Đỗ Trường: Cái câu hỏi này mênh mông lắm. Bởi, thơ hay dở cũng như thưởng thức món ăn vậy. Ngon với người này, dở với người khác. Mỗi người một gu, một kiểu. Tuy nhiên, bài thơ, câu thơ hay trước hết phải làm cho người đọc rung động cái đã.

Chứ gần đây, có một số người viết những câu đọc không thể hiểu, rồi gán cho nó những mĩ từ, trừu tượng, tân hình thức…Vâng, đọc không hiểu tác giả viết cái quái gì, thì làm sao tiết ra được cảm xúc, và rung động.

Thật ra thơ hay hoặc dở, cũ hay mới, chẳng liên quan gì đến thể loại lục bát, tứ tuyệt, hay thể tự do… Thể loại chỉ là hình thức. Tải đến, làm người đọc rung động là những ngôn từ. Ngôn từ làm nên hình tượng thông qua sự tưởng tưởng cảm xúc của nhà thơ. Thơ hay dứt khoát phải có từ mới, hoặc cụm từ mới.Từ hay cụm từ mới không có nghĩa người viết chế, nghĩ ra, mà do cách sử dụng từ ngữ. Nhiều từ, cụm rất cũ, nhưng người viết đặt hoặc ghép trong câu đúng văn cảnh nào đó, gây bất ngờ cho người đọc, nó trở thành câu mới, nghĩa mới. Nhà thơ tài năng, ngoài kiến thức ra, dứt khoát phải là người có trí tưởng tượng và sự liên tưởng phong phú.

Thđại: Còn rất nhiều điều (tôi nghĩ) anh em chúng ta chưa bàn tới, thời gian tuy thế mà ngắn ngủi quá cho một buổi chuyện trò văn học vậy xin anh vui lòng dành cho một câu hỏi chót: Thưa anh, tôi nghe người xưa bảo rằng:" đi đường xa dù chỉ cầm một chiếc lá cũng thấy nặng". Vậy mà, nhà văn Phạm Tín An Ninh đã đánh giá về anh: "Người chuyên chở Văn Học Miền Nam qua vũng lầy lịch sử", với tôi thì e rằng công việc này quá đỗi "nhọc nhằn" liệu anh có đủ kiên cường để mà "chuyên chở" cả một nền văn học của 4000 năm lịch sử?

Đỗ Trường: Cảm ơn nhà văn Phạm Tín An Ninh đã có cái nhìn ưu ái về Đỗ Trường. Tuy nhiên, trong bài viết: "Người chuyên chở Văn Học Miền Nam qua vũng lầy lịch sử", nhà văn Phạm Tín An Ninh chỉ muốn nói đến cái sự cửu vạn của tôi đưa Văn học miền Nam đến gần với người đọc thôi (tức là công việc viết chân dung, phê bình các nhà văn) chứ không đến nỗi to tát, nhọc nhằn như anh nghĩ.

Vâng, có thể nói, chẳng cứ viết văn, mà làm bất cứ công việc gì cũng vất vả, nhọc nhằn cả thôi, nếu làm hết khả năng. Và như đã nói với anh, không có tình yêu thì không thể làm được bất kỳ việc gì một cách bền bỉ và trọn vẹn. Đến bây giờ tôi vẫn yêu, và còn đang yêu với văn học, với cái đẹp thì phải viết thôi. Khi nào hết yêu, hết cảm xúc sẽ dừng công việc này lại. Còn khi nào, quả thực khó mà biết trước được.

Thđại: Cám ơn nhà văn Đỗ Trường, nhưng trước khi chúng ta chia tay anh có cần bổ túc, thêm bớt gì không?

Đỗ Trường: Vâng, bác tra vấn em hơi bị kỹ. Từ bé đến lớn chưa ai từng tra vấn em như vậy. Nhân có sự tra hỏi này, em cũng xin cảm ơn bác, và qua bác cảm ơn đến bạn đọc, các nhà văn, nhà thơ đã yêu quí, động viên, khích lệ Đỗ Trường.

Triều Hoa Đại thực hiện

Mùa Thu 2022

MỤC LỤC

www.ingramcontent.com/pod-product-compliance
Lightning Source LLC
LaVergne TN
LVHW090226051026
849517LV00001B/202